நெஞ்சம் மறப்பதில்லை

நெஞ்சம் மறப்பதில்லை

முதல் பாகம்

சித்ரா லட்சுமணன்

எழுத்து
பிரசுரம்

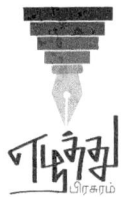

நெஞ்சம் மறப்பதில்லை-முதல் பாகம் © சித்ரா லட்சுமணன் 2020
Nenjam Marappathillai - Part 1 © Chithra Lakshmanan 2020
First Edition by Ezutthu Prachuram: October 2020

ISBN : 978-93-90053-05-6
TITLE NO EP : 144

All rights reserved. No part of this publication may be reproduced, stored in a retrival system, or transmitted, in any form or by any means, electronic, mechanical, photocopying, recording, psychic, or otherwise, without the prior permission of the publishers.

Ezutthu Prachuram
(An imprint of Zero Degree Publishing)
No.55(7), R Block,
6th Avenue, Anna Nagar
Chennai - 600040

Website: www.zerodegreepublishing.com
E Mail id: zerodegreepublishing@gmail.com
Phone : 98400 65000

Cover Art : Humshini
Layout : Vidhya Velayudham

என்னுரை

தமிழ் சினிமா உலகம் கடல் போன்றது என்று பலரும் சொல்லக் கேட்டிருந்த எனக்கு, அந்தத் தகவல் உண்மையானதல்ல, தமிழ் சினிமா உலகம் அந்தக் கடலினும் பெரியது என்பதைத் தெரிந்து கொள்ளும் வாய்ப்பு சில வருடங்களுக்கு முன்னால் கிடைத்தது.

"எண்பதாண்டு கால தமிழ் சினிமா – முதல் பாகம்" என்றொரு புத்தகத்தை கடந்த 2011 ஆம் ஆண்டு எழுதி வெளியிட்ட நான் அந்தப் புத்தகத்தை எழுதுவதற்காக முன்னூறுக்கும் மேற்பட்ட தமிழ் சினிமா சம்பந்தப்பட்ட நூல்களைப் படித்தேன். பின்னர் அதைத் தொடர்ந்து "ராஜ்" தொலைக்காட்சியில் "அந்த நாள் ஞாபகம்" என்ற பெயரிலே தமிழ் சினிமா கலைஞர்களைப் பற்றி தினமும் சொல்லத் தொடங்கியபோது தமிழ் சினிமாவைப் பற்றிய புத்தகங்களே என்னுடைய வாழ்க்கை என்றாகிப் போனது. தமிழ்த் திரைப்படங்களைப் பற்றியும், தமிழ்த் திரைப்படக் கலைஞர்களைப் பற்றியும் எனது பார்வையை விசாலப்படுத்தியதில் அந்த வாசிப்பிற்கு பெரும் பங்கு உண்டு. அதற்குக் காரணமாக இருந்த ராஜ் தொலைக்காட்சியின் உரிமையாளர்களான திரு எம்.ராஜேந்திரன், திரு.ராஜரத்தினம், திரு.ரவீந்திரன், திரு.ரகுநாதன் ஆகிய நால்வருக்கும் என் இதயபூர்வமான நன்றிகளை இந்த நேரத்தில் பதிவு செய்வதை என் கடமையாகக் கருதுகிறேன்.

சினிமா பற்றிய பல நூல்களைப் படித்தபோதுதான் நமது சினிமாவில் இடம் பெறுகின்ற காதல் காட்சிகளை விஞ்சக்கூடிய விதவிதமான காதல்கள் விஞ்சக் கூடிய காதல், எந்த சினிமாவிலும் இதுவரை துகிலுரித்துக் காட்டப்படாத துரோகங்கள், நம்முடைய திரைப்படங்களில் சினிமாக்களில் இதுவரை இடம்பெறாத மோதல்கள் ,நாள் முழுவதும் எண்ணி எண்ணி சிரிக்கக் கூடிய பல சுவையான சம்பவங்கள் நகைச்சுவை என்று எல்லா உணர்ச்சிகளும் ஒரு சேர சங்கமிக்கின்ற கனவுப் பிரதேசமாக சினிமா உலகம் இருந்திருப்பதை என்னால் தெரிந்து கொள்ள முடிந்தது. அந்த அனுபவங்களின் ஒரு துளிதான் "நெஞ்சம் மறப்பதில்லை – முதல் பாகம்" என்ற தலைப்பில் வெளிவந்திருக்கும் இந்த புத்தகம்.

திரைநட்சத்திரங்கள், திரைப்படங்களைப் பற்றிய புள்ளி விவரங்கள் மட்டுமில்லாது பிரபல நட்சத்திரங்கள், தயாரிப்பாளர்கள், இயக்குனர்கள், இசையமைப்பாளர்கள், கவிஞர்கள், கதாசிரியர்கள்

என்று திரையுலகைச் சேர்ந்த பலரது வாழ்க்கையில் நடந்த சுவையான நிகழ்ச்சிகளின் சில பகுதிகளை இந்தப் புத்தகத்தில் வெளிச்சம் போட்டுக் காட்டியிருக்கிறேன்.

எந்த ஒரு பணிக்கும் ஒரு உந்து சக்தி வேண்டும். இந்த புத்தகத்தில் உள்ள கட்டுரைகளை நான் தொடர்ந்து எழுத அப்படி ஒரு உந்து சக்தியாக இருந்தது *மாலை மலர்* மாலை நாளிதழ்.

சினிமா நட்சத்திரங்கள், இயக்குனர்கள், தயாரிப்பாளர்கள், அரசியல் பிரமுகர்கள், காவல்துறை அதிகாரிகள், கலைத்துறையின் மீது ஈடுபாடு கொண்ட சாமானிய மக்கள் என்று பலதரப்பட்ட மக்களிடம் இந்தக் கட்டுரைகளைக் கொண்டு போய் சேர்த்ததில் *மாலைமலரின்* பங்கு மகத்தானது.

இப்படி ஒரு வாய்ப்பை எனக்கு ஏற்படுத்தித் தந்த தினத்தந்தி அதிபர் திரு.எஸ்.பாலசுப்ரமணிய ஆதித்தனுக்கு என்னுடைய இதய பூர்வமான நன்றிகளைக் காணிக்கை ஆக்குகிறேன்.

நான் எழுதிய கட்டுரைகளை அழகாக வடிவமைத்து வாரம் தோறும் மிகச் சிறப்பாக வெளியிட்ட *மாலைமலர்* ஆசிரியருக்கும், உதவி ஆசிரியர்களுக்கும், வடிவமைப்பாளர்களுக்கும் என்னுடைய நெஞ்சார்ந்த நன்றி.

இன்று இந்தப் புத்தகம் உங்கள் கையில் தவழ்கின்றதென்றால் அதற்கு முக்கியமான காரணம் என்னுடைய இனிய நண்பரான ராம்ஜி நரசிம்மன். ஜீரோ டிகிரி பப்ளிஷிங் என்ற பெயரில் ஒரு பதிப்பகத்தை மிகச் சிறப்பான முறையில் நடத்திக் கொண்டிருக்கும் ராம்ஜி நல்ல ரசிகர் மட்டுமல்ல நல்ல விமர்சகரும் கூட. அவருடைய பதிப்பகத்தின் வாயிலாக இந்த நூல் வெளியாவதில் நான் மிகுந்த மகிழ்ச்சியடைகிறேன்.

அன்புடன்,
சித்ரா லட்சுமணன்

1

சிவாஜியின் நடிப்பை குறை சொன்ன இயக்குனர்

நடிகர் திலகம் சிவாஜி கணேசன் நடிப்பிலே இமயம் என்பதை நீங்கள் அனைவருமே அறிவீர்கள். நடிப்பை பொறுத்தவரை அவர் ஒரு பல்கலைசாலை. அப்படிப்பட்ட சிவாஜி அவர்களின் நடிப்பு சரியில்லை என்று அவர் பார்த்து வளர்ந்த ஒரு இயக்குனர் சொன்னால் எப்படி இருக்கும்?

அப்படிப்பட்ட ஒரு சம்பவம் சிவாஜி வாழ்க்கையில் நடைபெற்றது. அந்த இயக்குனரின் பெயர் கே.எஸ்.கோபாலகிருஷ்ணன்.

சிவாஜி கணேசன் பத்மினி இருவரும் ஜோடியாக நடிக்க பேசும் தெய்வம் என்ற படத்தை இயக்கிக் கொண்டிருந்தார் கே. எஸ். கோபாலகிருஷ்ணன். அந்தப்படத்தின் பெரும்பகுதி முடிவடைந்து விட்டது. அன்றுதான் கடைசி நாள் படப்பிடிப்பு.

சிவாஜி நடித்துக் கொண்டிருந்த காட்சி ஒன்றைப் படமாக்கிக் கொண்டிருந்த கே.எஸ். கோபாலகிருஷ்ணன், சிவாஜி நடித்து முடித்தவுடன் ஒன் மோர் என்றார்.

அவர் அப்படி சொன்னவுடன் சிவாஜி திரும்பவும் அந்தக் காட்சியில் நடித்தார்.

மீண்டும் ஒன் மோர் என்றார் கே.எஸ்.கோபாலகிருஷ்ணன்.

சிறு முக சுளிப்பு கூட இல்லாமல் மிண்டும் நடித்தார் சிவாஜி.

அதிலும் திருப்தி ஏற்படாமல் மீண்டும் ஒன் மோர் என்றார் கே. எஸ். ஜி.

இப்படி ஒரு முறை அல்ல இரு முறை அல்ல ஆறு முறை சொன்னார் கே. எஸ். ஜி.

சிவாஜியைப் பொறுத்தவரையில் எந்த காட்சியானாலும் அதை அப்படியே உள் வாங்கிக் கொண்டு முதல் டேக்கிலேயே அற்புதமாக

நடிக்கக் கூடிய ஆற்றல் பெற்றவர். அது தமிழ் சினிமா உலகம் முழுவதும் அறிந்த ஒரு விஷயம். அப்படிப்பட்ட சிவாஜி அவர்கள் நடித்ததில் திருப்தி ஏற்படாமல் ஆறு முறை கே. எஸ். ஜி. ஒன் மோர் கேட்டபோது அடுத்து அங்கே விபரீதமாக ஏதோ ஒன்று நடக்கப் போகிறது என்று மொத்த செட்டும் எதிர்பார்த்தது.

ஆறாவது முறையாக கே. எஸ். ஜி. ஒன் மோர் என்றதும் அவர் அருகில் வந்த சிவாஜி “நீங்க சொன்ன காட்சியில் எனக்குத் தெரிஞ்ச மாதிரி எல்லாம் நான் நடித்துவிட்டேன். அதையெல்லாம் மீறி நீங்க என்ன எதிர்பார்க்கறீங்கன்னு எனக்குப் புரியலே. அதனால நான் எப்படி நடிக்கணும்னு நீங்க கொஞ்சம் நடிச்சுக் காட்டிடுங்க” என்றார்.

அவர் அப்படி சொன்னவுடன் “என்ன அண்ணே விளையா டறீங்களா? உங்களுக்கு நான் நடிச்சிக்காட்டறதா?” என்றுதான் கே.எஸ்.கோபாலகிருஷ்ணன் சொல்லுவார் என்று எல்லோரும் எதிர்பார்த்தனர்.

ஆனால் அவர்கள் எல்லோரது எதிர்பார்ப்பிற்கும் மாறாக சிவாஜி அந்தக் காட்சியில் எப்படி நடிக்க வேண்டும் என்று நடித்துக் காட்டினார் கே.எஸ்.ஜி.

கே.எஸ்.ஜி. நடிப்பதை அமைதியாக பார்த்துக் கொண்டிருந்த சிவாஜி கே. எஸ். ஜி நடித்து முடித்தவுடன் யாரிடமும் ஒரு வார்த்தை கூட பேசவில்லை. காரில் ஏறி கிளம்பி வீட்டுக்குப் போய்விட்டார்.

சிவாஜியை பொறுத்தவரை அதுவரை எந்த படப்பிடிப்பிலும் அவர் அப்படி நடந்து கொண்டதில்லை என்பதால் படப்பிடிப்பு தளத்தில் இருந்த எல்லோருமே அதிர்ச்சி அடைந்தனர்.

சிவாஜி படப்பிடிப்பிலிருந்து வெளியேறிவிட்டார் என்ற செய்தி தெரிந்ததும் தயாரிப்பாளர்களில் ஒருவரான கே.எஸ்.ஜியின் தம்பி கே.எஸ். சபரிநாதன் அலறியடித்துக்கொண்டு செட்டுக்கு ஓடி வந்தார்

“என்ன, அண்ணே இப்படி பண்ணிட்டீங்க? சிவாஜி நமக்குத் தந்திருந்த கால்ஷிட் இன்னியோட முடியுது. நாளை முதல் அவர் வேறு படத்திற்கு கால்ஷீட் கொடுத்திருக்கிறார். அந்த படத்துக்கு போனாரென்றால் இன்னும் இரண்டு மாதத்திற்கு அவரைப் பிடிக்கவே முடியாது. அப்படி இருக்கும்போது ஏதாவது பேசி அவரை

சமாதானப்படுத்தி காட்சியை எடுக்கறதை விட்டுட்டு இப்படி செஞ்சிட்டீங்களே! சிவாஜி யாரு? நடிப்புக்கே அவர்தான் அத்தாரிட்டி என்று உலகமே அவரைப் புகழுது. அவருக்கு போய் நீங்க நடிக்க சொல்லிக் கொடுக்கலாமா?

இப்ப அவர் கோவிச்சுக்கிட்டு போய்ட்டார். இந்த ஒரு காட்சிக்காக படம் நிக்கப்போவுது. இனிமே யாரு சிவாஜிகிட்ட பேசி அவரை சமாதானப்படுத்தி சூட்டிங்கிற்கு கூப்பிட்டு வர்றது" என்று கோபாலகிருஷ்ணனிடம் கொஞ்சம் கோபமாகவே கேள்வி கேட்ட சபரிநாதன் "அவ்வளவுதான், இனி இந்தப் படம் இப்போதைக்கு வெளியாகாது" என்று அலுத்துக்கொண்டபடியே செட்டைவிட்டு வெளியேறினார்.

அன்றைய படப்பிடிப்பை முடித்துக் கொண்டு தனது அலுவலகத்திற்கு வந்த கே.எஸ். ஜி க்கு ஒரே குழப்பம்!

காட்சி நன்றாக வரவேண்டுமென்பதற்காகத்தானே நான் நடித்துக் காட்டினேன். அது தப்பா? சிவாஜிக்கு நடித்துக் காட்டியிருக்கக் கூடாதோ என்றெல்லாம் தன் மனதுக்குள்ளேயே விவாதம் நடத்திக் கொண்டிருந்தார் அவர்.

சிவாஜி அடுத்த படப்பிடிப்பிற்கு போய்விட்டார் என்றால் இந்தப் படம் முடிய குறைந்தது இன்னும் இரண்டு மாதங்கள் ஆகும் என்று தம்பி சபரி பயமுறுத்தியது அவர் மனதை இன்னும் அதிகமாகக் குடைந்தது.

இந்த சம்பவம் நடந்தபோது மாலை ஐந்து மணி!

சரியாக மாலை 7 மணிக்கு சிவாஜி வீட்டிலிருந்து கே.எஸ். ஜி அலுவலகத்திற்கு ஒரு போன் அழைப்பு வந்தது!

"அண்ணன் நாளைக்கு காலையில் 7 மணிக்கு உங்க ஷீட்டிங்கிற்கு வராராம். அடுத்த சூட்டிங்கிற்கு பத்து மணிக்கு வரேன்னு சொல்லிட்டாராம்! இந்தத் தகவலை டைரக்டருக்கு சொல்லிடுங்க" என்றார் போனில் பேசியவர்.

போனில் வந்த அந்த தகவலுக்குப் பிறகுதான் கே.எஸ்.ஜிக்கும் அவர் சகோதரருக்கும் உயிரே வந்தது.

அடுத்த நாள் காலை ஆறு மணிக்கே படப்பிடிப்பு தளம் பரபரப்பானது! சரியாக 7 மணிக்கு மேக்கப் போட்டுக் கொண்டு அந்த காட்சிக்குத் தேவையான உடைகளோடு தயாராக வந்தார் சிவாஜி.

கே. எஸ். ஜி. ஸ்டார்ட் ஆக்ஷன் என்று சொன்னவுடன் சிவாஜி நடிக்க ஆரம்பித்தார்.

முதல் நாள் படப்பிடிப்பில் சிவாஜி நடிப்பில் திருப்தி ஏற்படாமல் ஒன் மோர், ஒன் மோர் என்று திரும்பத் திரும்ப சொல்லிக் கொண்டிருந்த இயக்குனர் கோபாலகிருஷ்ணன் அன்று சிவாஜி நடித்ததைப் பார்த்து மெய்மறந்து அப்படியே சிவாஜியை கட்டி அணைத்துக் கொண்டார்!

“இதைத்தானே உங்ககிட்ட நான் எதிர்பார்த்தேன். இதை நேத்து கொடுக்கமாட்டேன்னுட்டீங்களே” என்றார் கே. எஸ். ஜி.

“இயக்குனரே! நேத்து நீங்க நடிச்சிக் காட்டினதுக்கு அப்புறம் யார் கிட்டேயும் ஒரு வார்த்தை கூட பேசாம நான் போனவுடனே நீங்க எல்லோரும் நான் கோவிச்சுக்கிட்டு போயிட்டேன்னு நினைச்சிருப்பீங்க.

நான் கோவிச்சிக்கிட்டு போகலே. குழப்பத்தோட போனேன். அப்படி குழப்பத்தோட நான் போனதற்குக் காரணம் என்ன தெரியமா?

நீங்க நடிச்சிக் காட்டினதுதான்.

நீங்க நடிச்சிக் காட்டினதைப் பார்த்ததுக்கு அப்புறம் இத்தனை படங்களில் நடிச்சும் இந்த இயக்குனர் நடித்த மாதிரி நம்மளால ஏன் நடிக்க முடியலைன்னு நான் ரொம்பவே குழம்பிட்டேன். ராத்திரி முழுக்க வீட்டில் கண்ணாடி முன்னால நின்று நீங்க நடிச்ச மாதிரி பல தடவை நடிச்சுப் பாத்துக்கிட்டிருந்தேன். என் பெண்டாட்டி கமலா கூட ‘ஏங்க இது என்ன உங்களுக்கு முதல் படமா என்ன? ஏன் இப்படி திரும்பத் திரும்ப நடிச்சி பார்த்துக்கறீங்க?’ என்று கேட்டார். அதற்குப் பிறகு எனக்கே என் நடிப்பில் திருப்தி ஏற்பட்டதும்தான் நான் படுக்கப் போனேன்” என்று சிவாஜி சொன்னவுடன் இயக்குனர் கே.எஸ். ஜியின் கண்கள் குளமாயின.

இப்படியும் ஒரு நடிகனா என்று ஆச்சர்யப்பட்டுப் போனார் அவர்.

அந்தப் படப்பிடிப்பிலே இருந்த அனைவரும் இந்த நிகழ்ச்சியைப் பார்த்து அப்படியே பிரமித்துப் போய் நின்றனர்.

என் இரண்டாவது தயாரிப்பான வாழ்க்கை திரைப்படத்தின் நாயகன் நடிகர் திலகம்தான். ஏறக்குறைய கே.எஸ்.கோபாலகிருஷ்ணனின் பேசும் தெய்வம் படத்தின் படப்பிடிப்பில் நடைபெற்றது போன்ற ஒரு சம்பவம் வாழ்க்கை படத்திலும் நடந்தது.

வாழ்க்கை படத்தின் படப்பிடிப்பு முழுவதும் முடிவடைந்துவிட்ட நிலையில் சிவாஜி அவர்களின் மற்றொரு படத் தொடக்க விழாவில் கலந்து கொள்வதற்காக நான் ஏ.வி.எம். ஸ்டூடியோ சென்றிருந்தேன். ஒப்பனை அறையில் படப்பிடிப்பிற்கு தயாராகிக்கொண்டிருந்த சிவாஜி அவர்களைச் சந்தித்தபோது. வழக்கமான விசாரிப்புகளுக்குப் பிறகு, “படம் முழுவதும் பார்த்துவிட்டாயா? எப்படி வந்து இருக்கிறது?” என்று கேட்டார் சிவாஜி. “மிகவும் சிறப்பாக வந்திருக்கிறது. படம் பார்க்கும் போது பல காட்சிகளில் நான், டைரக்டர் சி.வி.ராஜேந்திரன் என்று பலரும் கண்கலங்கி விட்டோம்” என்றேன் நான்.

நான் கிளம்புகின்ற நேரத்தில் “படத்தில் ஏதாவது ஒரு காட்சியில் என் நடிப்பு கொஞ்சம் குறைஞ்சிருக்குன்னா கூட தயங்காம சொல்லுப்பா. நான் திரும்பவும் நடிச்சித் தரத் தயாரா இருக்கேன்” என்றார் சிவாஜி.

அப்போது அவ்வளவாக விவரம் இல்லாத ஒருவனாக நான் இருந்தேன் என்றுதான் சொல்லவேண்டும். இல்லையென்றால் “சார் நானே உங்ககிட்ட சொல்லணும் என்று இருந்தேன். நல்ல காலம் நீங்களே கேட்டு விட்டீர்கள். எல்லா காட்சிகளும் ரொம்பப் பிரமாதமாக அமைந்திருக்கிறது. ஆனால் ஒரே ஒரு காட்சியில் மட்டும் உங்க நடிப்பு இன்னும் நன்றாக இருந்திருக்கலாம் என்று தோன்றியது. அந்தக் காட்சியை மட்டும் திரும்பவும் படமாக்கினால் நன்றாக இருக்கும் என்று எனக்குள் ஒரு எண்ணம் இருந்து கொண்டே இருக்கிறது. அந்த காட்சியை மட்டும் நீங்கள் மீண்டும் நடித்துத் தந்தால் நன்றாக இருக்கும்” என்று சொல்வேனா?

வாழ்க்கை சிவாஜிக்கு 242வது படம். எனக்கு இரண்டாவது படம்.

242 திரைப்படங்களில் இரண்டாயிரத்திற்கும் மேற்பட்ட குணச்சித்திரங்களைப் பிரதிபலித்து, நடிப்பிற்கு இலக்கணமாகவும், பல்கலைக்கழகமாகவும் விளங்கும் கலைச்சக்ரவர்த்தியான அவரிடம் படத்தின் படப்பிடிப்பு முழுவதும் முடிந்த நிலையில் ஏற்கனவே அவர் நடித்த காட்சியை மீண்டும் நடித்துத் தரச் சொன்னேன்.

எப்படிப்பட்ட அறியாமை பாருங்கள்!

"எந்தக் காட்சி உனக்குத் திருப்தியாக இல்லை?" என்று கேட்டு விட்டு "ஓ அந்தக் காட்சியா? அந்தக் காட்சியில் அதற்கு மேல் நடித்தாலோ, அல்லது வேறு மாதிரி நடித்தாலோ சரியாக வராது நன்றாகவும் அமையாது" என்றெல்லாம் சொல்லி சிவாஜி என்னை சமாதானப்படுத்தவில்லை.

நான் சொல்லி முடித்தவுடன் ஒரு நிமிடம் கூட யோசிக்காமல் "சரிப்பா நீ படப்பிடிப்பிற்கு ஏற்பாடு செய். நான் வந்து மீண்டும் நடித்துத் தருகிறேன்" என்றார்.

அடுத்த வாரமே பிரசாத் ஸ்டுடியோவில் செட் போடப்பட்டு அந்தக்காட்சி மீண்டும் படமாக்கப்பட்டது.

இந்த சம்பவம் நடந்தபோது சிவாஜி அவர்கள் திரையுலகில் இருந்த உயரத்தையும், அவரது திரையுலக அனுபவத்தையும் மனதில் இருத்திக் கொண்டு இன்றைய சினிமாவின் நிலையோடு இந்த சம்பவத்தை ஒப்பிட்டுப் பார்த்தால்தான் இந்த சம்பவத்தின் அருமை புரியும்.

சிவாஜி போன்ற இமாலயத் திறமை கொண்ட நடிகரை இனி எக்காலத்திலும் இந்தத் திரையுலகம் சந்திக்கப் போவதில்லை என்பது எந்த அளவுக்கு உண்மையோ அதைப்போல நூறு மடங்கு உண்மை சிவாஜி போன்று பழகுவதற்கு எளிமையான, இனியவரான மனிதனை இந்தத் திரையுலகம் இனி எந்தக்காலத்திலும் சந்திக்கப் போவதில்லை என்பதும்.

இன்னும் ஒரு ஐம்பது வருடத்திற்குப் பிறகு இன்றுள்ள நடசத்திரங்கள் பற்றி இப்படி ஒரு சம்பவத்தை யாராலாவது பகிர்ந்து கொள்ள முடியமா? அப்படி ஒரு மனப்பக்குவத்தில் இன்றுள்ள நடிகர்களும் இயக்குனர்களும் இருக்கிறார்களா என்ற கேள்வி, பதில் இல்லாத கேள்வி என்பதை அனைவரும் ஒப்புக் கொள்வீர்கள் என்று நம்புகிறேன்.

2

எம். எஸ். விஸ்வநாதனின் இசையை கிண்டல் செய்த சந்திரபாபு

பாடலாசிரியர்களில் எம்.எஸ். விஸ்வநாதனுக்கு மிகவும் நெருங்கிய நண்பர் கண்ணதாசன் என்பது அனைவரும் அறிந்த செய்தி. ஆனால் பலர் அறியாத செய்தி நடிகர்களில் எம்.எஸ். விஸ்வநாதனின் மிக நெருங்கிய நண்பர் சந்திரபாபு என்பது.

எப்போதும் மோதலில் ஆரம்பிக்கும் நட்பு மிகவும் நெருக்கமான நட்பாக இருக்கும் என்பார்கள் அதற்கு இன்னொரு உதாரணம்தான் எம். எஸ். விஸ்வநாதன் சந்திரபாபு ஆகிய இருவரின் நட்பும்.

அப்போது சென்ட்ரல் ஸ்டுடியோவில் இசையமைப்பாளர் எம்.எஸ். சுப்பையா நாயுடு அவர்களிடம் உதவியாளராக வேலை செய்து கொண்டிருந்தார் எம்.எஸ். விஸ்வநாதன்.

பாடுவதற்கு வாய்ப்புக் கேட்டு யார் வந்தாலும் சுப்பையா நாயுடு வாய்ஸ் டெஸ்ட் எடுக்கும்படி விஸ்வநாதனிடம்தான் அனுப்பி வைப்பார். இந்தச் சூழ்நிலையில்தான் சினிமாவில் எந்தத் துறையிலாவது ஒரு வாய்ப்பு கிடைக்காதா என்று அலைந்து கொண்டிருந்த சந்திரபாபு பாடுவதற்கு வாய்ப்பு கேட்டு எம். எஸ். சுப்பையா நாயுடுவை சந்தித்தார்.

உடனே விஸ்வநாதனை அழைத்த சுப்பையா நாயுடு. "இந்தப் பையன் பாடறதுக்கு சான்ஸ் கேட்டு வந்திருக்கான். இவனுக்கு வாய்ஸ் டெஸ்ட் எடுத்துப் பாரு" என்று சொல்லி சந்திரபாபுவை அவருடன் அனுப்பி வைத்தார்.

விஸ்வநாதன் ஆர்மோனியம் வாசிக்க தனக்குத் தெரிந்த தமிழ்ப் பாடல்களை எல்லாம் பாடினார் சந்திரபாபு. சில வருடங்கள் இலங்கையில் இருந்ததால் சந்திரபாபுவின் தமிழ் உச்சரிப்பில் கொஞ்சம் சிங்களம் கலந்திருந்தது.

சிறிது நேரம் சென்றபின் அங்கே வந்த சுப்பையா நாயுடு "என்னப்பா டெஸ்ட் எடுத்தியா? எப்படிப் பாடறான் பையன்?" என்று

கேட்க "எங்கே பாடறாரு? எல்லா பாட்டையும் வசனமா சொல்றாரு. அதுவும் தமிழ்ல இல்லே" என்று சந்திரபாபுவை வைத்துக் கொண்டே அவரிடம் கூறினார் விஸ்வநாதன்.

இப்படி அவர் சொன்னவுடன் சந்திரபாபுவுக்கு பாடுவதற்கு எங்கே வாய்ப்பு கிடைக்கும்?

"நல்லா பிராக்டிஸ் பண்ணிட்டு அப்புறமா வந்து பாருப்பா" என்று சொல்லி சந்திரபாபுவை திருப்பி அனுப்பிவிட்டார் சுப்பையா நாயுடு.

திரும்பிப் போகும்போது சந்திரபாபு சும்மா போகவில்லை. விஸ்வநாதனை அப்படியே எரித்து விடுவது போல ஒரு கோபப் பார்வை பார்த்துவிட்டுச் சென்றார்.

இந்தச் சம்பவம் நடந்த சில வருடங்களில் எம். எஸ். விஸ்வநாதன் தமிழ்ப் பட உலகில் மிகப் பெரிய இசையமைப்பாளராக உயர்ந்தார். அதேபோல சந்திரபாபுவும் தனது திறமையால் முன்னுக்கு வந்து தனக்கென ஒரு தனி இடத்தைப் பெற்றார். அவர் நடித்த படங்களில் அவர் பாடிய பாடல்களுக்கு ரசிகர்கள் மத்தியில் நல்ல வரவேற்பு கிடைத்ததால் அவர் நடித்த எல்லா படங்களிலும் அவரை பாட வைக்க தயாரிப்பாளர்களும் இயக்குனர்களும் விரும்பினர்.

எம்.ஜி.ஆர். நடித்த குலேபகாவலி படத்தில் எம்.ஜி.ஆரின் நண்பராக ஒரு முக்கியமான வேடத்தில் நடித்தார் சந்திரபாபு. அந்தப் படத்தில் சந்திரபாபுவின் பாடல் ஒன்று இடம் பெற்றால் நன்றாக இருக்கும் என்று எண்ணிய குலேபகாவலி படத்தின் இயக்குனர் ராமண்ணா அப்படி ஒரு பாடலுக்கு இசையமைக்கும்படி அப்படத்திற்கு இசையமைப்பாளர்களாகப் பணியாற்றிய விஸ்வநாதன் ராமமூர்த்தி ஆகிய இருவரையும் கேட்டுக் கொண்டார்.

அந்தப்பாடலுக்கு அவர்கள் இசையமைத்து முடித்ததும் தான் பாட வேண்டிய பாடலுக்கான டியூனை கேட்பதற்காக ராமண்ணாவின் அலுவலகத்திற்கு வந்தார் சந்திரபாபு.

அவர் வந்தவுடன் அவர் பாட வேண்டிய பாடலுக்கான டியூனை விஸ்வநாதன் ஹார்மோனியத்தில் வாசித்தார்.

முகத்தில் எந்தச் சலனமும் இன்றி அந்த டியூனை கேட்ட சந்திரபாபு, விஸ்வநாதன் வாசித்து முடித்ததும் "என்ன மெட்டு இது?" என்றார்.

அவரது கேள்வியில் இருந்த கேலியும் கிண்டலும் எல்லோரையும் அதிர்ச்சி அடைய வைத்தது. அதைப்பற்றி எல்லாம் சிறிதும் கவலைப் படாமல் "இந்த காட்சியில நான் பாடி ஆடணும். ஆனா இந்த மெட்டுக்கு நான் எப்படி டான்ஸ் ஆட முடியும்? டான்ஸ் ஆட இந்த மெட்டில் என்ன இருக்கு?" என்று சரமாரியாக படத்தின் இயக்குனரான ராமண்ணாவைப் பார்த்து தொடர்ந்து கேள்விகள் கேட்டார் சந்திரபாபு.

அந்தப் பாட்டிற்கு மிகவும் அருமையாக மெட்டமைத்திருந்தார் எம்.எஸ். விசுவநாதன். அப்படி இருக்கும்போது சந்திரபாபு அந்த பாட்டைப்பற்றி ஏன் அவ்வளவு கேவலமாகப் பேசுகிறார் என்று ஒருவருக்கும் புரியவில்லை.

சென்ட்ரல் ஸ்டுடியோவில் வாய்ஸ் டெஸ்ட்டுக்காக சந்திரபாபு வந்த போது "எங்கே பாடறாரு? எல்லா பாட்டையும் வசனமா சொல்றாரு" என்று தான் எஸ்.எம். சுப்பையா நாயுடு அவர்களிடம் சொன்னதை மனதில் வைத்துக் கொண்டு அதற்குப் பழி வாங்குவதற்காகத்தான் சந்திரபாபு தனது மெட்டைக் குறை கூறுகிறார் என்ற விஷயம் விஸ்வநாதனுக்கு மட்டும் தெளிவாகப் புரிந்தது.

என்னதான் சந்திரபாபு மிகப் பெரிய நடிகராக உயர்ந்து இருந்தாலும் தன்னிடம் வாய்ஸ் டெஸ்ட்டிற்கு வந்து தன்னால் நிராகரிக்கப்பட்ட ஒருவர் தான் போட்ட மெட்டு சரியில்லை என்றும் தனக்கு இசையமைக்கவே தெரியவில்லை என்றும் கூறினால் எந்த இசையமைப்பாளராக இருந்தாலும் அடுத்து என்ன செய்வார்?

"இந்த நடிகர் பாடும் பாட்டுக்கெல்லாம் என்னால் இசையமைக்க முடியாது. அதையும் மீறி உங்களுக்கு அவர் வேண்டுமென்றால் அவரை தாராளமாக வைத்துக் கொள்ளுங்கள். நான் இந்த படத்திலிருந்து விலகிக் கொள்கிறேன்" என்றுதான் சொல்வார்.

ஆனால் எம்.எஸ். விஸ்வநாதன் அதைச் செய்யவில்லை. தன்னுடன் பாடல் கம்போசிங்கிற்கு வந்திருந்த வாத்தியக் கலைஞர்களிடம் தான் போட்டிருந்த டியூனை வாசிக்கச் சொன்னார்.

எழுந்து வேட்டியை மடித்துக் கட்டிக் கொண்ட அவர் அந்த டியூனுக்கு ஏற்ப நடனம் ஆடத் தொடங்கினார். வழுவூர் ராமையா பிள்ளையிடம் நடனம் கற்றுக் கொண்டவர் என்பதால் அந்த

மெட்டுக்கு ஏற்ப அமர்க்களமாக அவர் ஆடியதைப் பார்த்து சந்திரபாபு மட்டுமல்ல அந்த கம்போசிங் அறையில் இருந்த அனைவரும் திகைத்துப் போனார்கள்.

அடுத்து சந்திரபாபு என்ன செய்தார் தெரியுமா ?

ஓடி வந்து எம்.எஸ். விஸ்வநாதனை அப்படியே கட்டிப்பிடித்துக் கொண்டது மட்டுமின்றி அவரை அப்படியே தூக்கிக் கொண்டு தட்டாமாலை சுற்றினார்.

அதோடு நில்லாமல் "நீ கலைஞன்டா" என்று விஸ்வநாதனின் கன்னத்தைக் கிள்ளியபடி அவரைக் கொஞ்சித் தீர்த்துவிட்டார்.

குலேபகாவலி படத்திலே இணைந்த அவர்கள் இருவரும் அதற்குப் பிறகு இணை பிரியா நண்பர்களானார்கள். நாளடைவில் விஸ்வநாதனின் குடும்பத்தில் ஒரு உறுப்பினர் ஆனார் சந்திரபாபு.

மிக நெருக்கமான நண்பர்களாக இருந்த போதிலும் பாடல் என்று வந்துவிட்டால் விஸ்வநாதனும் விட்டுக் கொடுக்க மாட்டார். சந்திரபாபுவும் விட்டுக் கொடுக்க மாட்டார்.

கண்ணதாசன் தயாரித்த கவலை இல்லாத மனிதன் படத்திலே தான் பாடுகின்ற மாதிரி ஒரு தத்துவப் பாடல் வேண்டும் என்று ஆசைப்பட்டார் சந்திரபாபு. அந்த சந்தர்ப்பத்தில் பட்டுக்கோட்டை கல்யாணசுந்தரம் அகால மரணம் அடைந்திருந்ததால் அவர் மறைவால் மனதளவில் பெரிதாக பாதிக்கப்பட்டிருந்த கண்ணதாசன் பாடல் எழுதுவதிலேயே ஆர்வம் இல்லாதவராக இருந்தார்.

பின்னர் சந்திரபாபு வேண்டிக் கேட்டுக் கொண்டதின் பேரில் அவர் எழுதிய பாடல்தான் "பிறக்கும் போதும் அழுகின்றாய், இறக்கும் போதும் அழுகின்றாய், ஒரு நாளேனும் கவலையில்லாமல் சிரிக்க மறந்தாய் மானிடனே" என்ற பாடல்.

அந்தப் பாடலுக்கு இசையமைத்த விஸ்வநாதன் அந்த மெட்டை சந்திரபாபுவிற்கு சொல்லிக் கொடுத்துவிட்டு பாடல் பதிவிற்குத் தயாரானார்.

டேக் ஒன்று, இரண்டு, மூன்று என்று போய்க்கொண்டேயிருந்தது. ஆனால் என்ன காரணத்தாலோ விஸ்வநாதன் எதிர்பார்த்தபடி சந்திரபாபுவால் அன்று அந்தப் பாடலைப் பாட முடியவில்லை.

சலிப்போடு "இந்த மாதிரி பாட்டுக்கெல்லாம நீ லாயக்கில்லடா" என்றார் விஸ்வநாதன்.

ஆத்திரத்தில் தான் போட்டிருந்த பனியனை கழட்டிப் போட்டுவிட்டு மீண்டும் பாடத் தொடங்கினார் சந்திரபாபு. அந்த டேக்கும் சரியாக வரவில்லை.

உடனே "என்னால் இனிமேல் பாட முடியாது" என்று உரக்கச் சொல்லிவிட்டு காரை எடுத்துக் கொண்டு ஸ்டுடியோவை விட்டுக் கிளம்பி விட்டார் சந்திரபாபு.

பின்னர் இன்னொரு காரை எடுத்துக் கொண்டு அவரைப் பின் தொடர்ந்த விஸ்வநாதன். அவரை சமாதானப்படுத்தி ஸ்டுடியோவிற்கு அழைத்துக் கொண்டு வந்து அந்தப் பாடலைப் பாட வைத்தார்.

அந்தப் பாடலை அப்போது நமது நாட்டின் ஜனாதிபதியாக இருந்த டாக்டர் ராதாகிருஷ்ணன் முன்னாலே பாடக்கூடிய வாய்ப்பு ஒரு முறை சந்திரபாபுவுக்குக் கிடைத்தது.

தன்னை மறந்து அந்தப்பாடலை ரசித்த ஜனாதிபதி "பிரமாதம் பிரமாதம்" என்று மனமார அந்தப் பாடலைப் பாராட்டினார்.

அவர் அப்படி பாராட்டிய அடுத்த நிமிடம் சந்திரபாபு தனது நாற்காலியில் இருந்து துள்ளிக் குதித்துக் கொண்டு ஜனாதிபதி அருகில் சென்றார்.

ஜனாதிபதியின் பாதுகாவலர்கள் அவரைத் தடுத்து நிறுத்துவதா வேண்டாமா என்று யோசித்துக் கொண்டிருக்கும்போதே ஜனாதிபதி ராதாகிருஷ்ணனின் மடியில் போய் அமர்ந்து கொண்ட சந்திரபாபு அவர் தோளில் கையைப் போட்டார். பின்னர் அவரது கன்னத்தைத் தடவியபடி "கண்ணா நீ ரசிகன்டா" என்றார்.

ஜனாதிபதி அருகில் செல்வதற்கே பல விதிமுறைகள் உண்டு. ஆனால் சந்திரபாபுவோ அவரது மடியிலேயே அமர்ந்திருந்தார். அங்கிருந்த பாதுகாவலர்களுக்கு என்ன செய்வது என்றே புரியவில்லை.

ஆனால் அவ்வளவு உயரிய பதவியில் இருந்தும் ஜனாதிபதி ராதாகிருஷ்ணன் அவர்கள் சந்திரபாபுவின் செய்கையால் எந்த ஆத்திரமும் அடையாதது மட்டுமல்ல சந்திரபாபுவை தட்டிக் கொடுத்துப் பாராட்டினார்.

அதன் பின்னர் வாழ்க்கையில் பல சோதனைகளை சந்தித்த சந்திரபாபு மரணத்தின் பிடியில் இருந்தபோது தன்னுடைய மரணம் பற்றி எம்.எஸ். விஸ்வநாதனுக்கு மட்டுமே முதலில் தகவல் தர வேண்டும் என்றும் தன்னைக் கல்லறையில் புதைப்பதற்கு முன்னாலே விஸ்வநாதன் இல்லத்தில் சில நிமிடங்களாவது தனது உடலை வைத்துவிட்டு பிறகே அடக்கம் செய்ய வேண்டும் என்றும் சொல்லிவிட்டு அதன் பிறகே இறந்தார்.

1974 ஆம் ஆண்டு மார்ச் 8 ஆம் தேதி சந்திரபாபு இறந்த போது சாந்தோம் சர்ச்சிற்கு எடுத்துச் செல்லப்பட்ட அவரது உடல் அவரது விருப்பப்படி விஸ்வநாதன் இல்லத்தில் வைக்கப்பட்டு அதற்குப் பிறகே பட்டினப்பாக்கம் கல்லறையில் அடக்கம் செய்யப்பட்டது.

3

எம்.ஜி.ஆருக்கும் பானுமதிக்கும் இடையே ஏற்பட்ட மோதல்கள்

"நடிப்பிற்கு இலக்கணம் வகுத்த நடிகை" என்று அறிஞர் அண்ணா அவர்களால் பாராட்டப்பட்ட நடிகையான பானுமதி தமிழ் தெலுங்கு ஆகிய இரண்டு மொழிப் படங்களிலும் கொடிகட்டிப் பறந்த ஒரு நடிகை.

நடிப்பில் மட்டுமின்றி பழகும் விதத்திலும் தனக்கென ஒரு தனிப் பாணியை வகுத்துக் கொண்டவர் அவர். காட்சிகளில் நடிக்கும் போது அவரது கைளைப் பிடித்துக் கொண்டு நடிக்க வேண்டுமென்றால் கூட உடன் நடிக்கும் கதாநாயக நடிகர்கள் அவரிடம் முன்னதாகவே அனுமதி பெற்றுக் கொண்டுதான் அவரது கையைத் தொடுவார்களாம். அந்த அளவு தனக்கென ஒரு தனி கவுரவத்தை திரையுலகில் அவர் பெற்றிருந்தார்.

"கள்வனின் காதலி, ரங்கூன் ராதா ஆகிய படங்களில் ஒரு விசேஷம் என்னவென்றால் அந்த படங்களில் நான் ஒரு பெரிய நடிகையுடன் நடித்தேன் என்பதுதான். அவர்களுடன் நடிக்கும்போது எனக்கு ஒரு புது அனுபவம் ஏற்பட்டது. பல படங்களில் பானுமதி அவர்களுடன் நடித்தேன் என்பது எனக்குப் பெருமை" என்று நடிப்பிற்கு பொருளாக விளங்கிய சிவாஜி கணேசன் அவர்களே பானுமதியைப் பாராட்டியிருக்கிறார் என்றால் பானுமதி அவரது திறமை எப்படிப்பட்டது என்பதை நாம் எளிதில் புரிந்து கொள்ளலாம்.

சிவாஜியோடு பல படங்களில் ஜோடி சேர்ந்து நடித்துள்ள பானுமதி, எம்.ஜி.ஆரோடு இணைந்து எண்ணற்ற வெற்றிப்படங்களைக் கொடுத்தவர். திரையுலகில் மிகுந்த செல்வாக்கு உள்ளவராக எம்.ஜி. ஆர் விளங்கிய கால கட்டத்திலேயே அவர் தவறு செய்தபோது அதைத் தயங்காமல் சுட்டிக்காட்டக் கூடிய தைரியம் கொண்டவராக இருந்தவர் பானுமதி.

நாடோடி மன்னன் திரைப்படத்தில் எம்.ஜி.ஆருடன் மதனா என்ற கதாபாத்திரத்தில் நடித்தார் பானுமதி.

அந்தப்படம் வெளியான போது அந்தப் படத்திற்கு இசையமைத்தது எஸ். எம். சுப்பையா நாயுடு என்ற போதிலும் முதலில் அந்தப் படத்திற்கு இசையமைக்க ஒப்பந்தமானவர் என். எஸ். பாலகிருஷ்ணன் என்ற ஒரு இசையமைப்பாளர். அவரது இசையமைப்பில் அந்தப் படத்திற்காக “ஆண்டவன் எங்கே அரசாண்டவன் எங்கே” என்ற பாடலை எழுதியிருந்தார் பாடலசிரியாரான முத்துக் கூத்தன்.

நாடோடி மன்னன் படத்திலே பானுமதியின் பாத்திரம் முதலில் ஒரு கழைக்கூத்தாடியின் பாத்திரமாகத்தான் அமைக்கப்பட்டு இருந்தது. கழைக் கூத்தாடி பாடுவது போல அமைக்கப்பட்டிருந்தத அந்தப் பாடலைப் பாடுவதற்காக பானுமதி வந்த போது அந்த பாடலின் இசையில் சில மாற்றங்களை சொன்னார் எம்.ஜி.ஆர்.

“நீங்க சொல்கிற மாதிரி மாற்றினால் ராகத்தின் தன்மையே மாறிவிடும்” என்று பானுமதி சொல்ல “பாடலைக் கேட்கின்ற ஜனங்களுக்கு பாடல் இனிமையாக இருக்க வேண்டும் அதுதான் சினிமா பாட்டு. இது மேடைக் கச்சேரிக்கான பாட்டு இல்லை. சினிமா பாட்டு. அதனால் ராகங்கள் மாறினால் கவலை இல்லை” என்றார் எம்.ஜி.ஆர்.

அதைத் தொடர்ந்து “இசையைப்பற்றி உங்களை விட எனக்கு நன்றாக தெரியும். அதனால் நீங்க சும்மா இருங்கள்” என்று பானுமதி சொல்ல உடனே அந்த இடத்தைவிட்டு எழுந்து போய்விட்டார் எம்.ஜி.ஆர்.

நாடோடி மன்னன் படத்தை ஆரம்பித்ததில் இருந்து தொடர்ந்து பல தடங்கல்கள் ஏற்பட்டன. இதற்கிடையே எம்.ஜி.ஆருக்கும் பானுமதிக்கும் ஆரம்பத்திலேயே பாடல் விஷயத்தில் தகராறு ஏற்பட்டதால் நொந்துபோய்விட்டார் எம்.ஜி.ஆரின் அண்ணனான எம்.ஜி. சக்ரபாணி.

முடிவில் அந்தப் பாட்டே வேண்டாம் என்று முடிவு செய்து விட்டார் எம்.ஜி.ஆர்.

அதற்குப் பிறகாவது அவர்கள் இருவருக்குமிடையே மோதல் நின்றதா என்றால் இல்லை.

படத்தை இயக்க கொஞ்சும் சலங்கை படத்தை இயக்கிய எம்.வி. ராமனைத்தான் எம்.ஜி. ஆர் முதலில் ஒப்பந்தம் செய்திருந்தார். அவர் மனைவியின் மகன் என்ற படத்தில் தீவிரமாக ஈடுபட்டதால் நாடோடி மன்னன் படத்தை அவரால் இயக்க முடியவில்லை. அதற்குப் பிறகுதான் அந்தப் படத்தினை இயக்கும் பொறுப்பை வேறு வழியில்லாமல் எம்.ஜி. ஆர். ஏற்றுக் கொண்டார். இயக்குனர் கே. சுப்ரமணியம் மீது எம்.ஜி. ஆருக்கு மிகுந்த மரியாதை உண்டு என்பதால் நாடோடி மன்னன் படத்தின் டைரக்ஷனை மேற்பார்வை செய்யும் பொறுப்பை அவரை ஏற்றுக் கொள்ளச் சொன்னார் எம்.ஜி.ஆர்.

அவர் கேட்டுக் கொண்டதற்கு இணங்க இரண்டு மூன்று நாட்கள் நாடோடி மன்னன் படத்தின் செட்டிற்கு வந்த கே. சுப்ரமணியம் எம்.ஜி. ஆர் படத்தை இயக்குகின்ற பாணியைப் பார்த்துவிட்டு "நீங்களே மிக அருமையாக இயக்குகிறீர்கள். அதனால் என் உதவியெல்லாம் உங்களுக்கு தேவைப்படாது" என்று என்று எம்.ஜி. ஆரைப் பாராட்டி விட்டு அப்படத்திலிருந்து விலகிக் கொண்டார்.

அதற்குப் பிறகு அந்தப் படத்திற்காக பானுமதி சம்பந்தப்பட்ட ஒரு காட்சியை எம்.ஜி. ஆர் படமாக்கிக் கொண்டிருக்கும்போது என்ன காரணத்தாலோ காட்சி சரியாக அமையவில்லை.

பல முறை ஒரே காட்சியை தொடர்ந்து எம். ஜி. ஆர் படமாக்கியதால் பானுமதிக்கு ஏற்பட்ட சலிப்பு அவரது வார்த்தைகளில் கொஞ்சம் சூடாக வெளிப்பட்டது.

முதன் முதலாக ஒரு படத்தை இயக்கும் முயற்சியில் ஈடுபட்டுள்ள எவரையும் ஆத்திரமூட்டக் கூடிய விமர்சனத்தை மிகவும் சர்வ சாதாரணமாக சொன்னார் பானுமதி.

"கே.சுப்ரமணியம் மாதிரி ஒரு நல்ல இயக்குனரை இயக்கச் சொல்லி படத்தை எடுக்க வேண்டியதுதானே" என்பதுதான் அவர் கூறிய விமர்சனம்.

எம்.ஜி.ஆர் தனது கோபத்தை அந்த செட்டில் உடனடியாக வெளிப்படுத்தவில்லை என்றாலும் பானுமதியின் விமர்சனத்தால் அவர் எந்த அளவு காயப்பட்டிருந்தார் என்பது அவர் கதாசிரியர் ரவீந்திரனிடம் பேசியபோது தெரிந்தது.

"ஏன்ப்பா உங்களை மாதிரி கதாசிரியர்களுக்கெல்லாம் கதாநாயகி இல்லாமல் கதை எழுதவே தெரியாதா?" என்று கதாசிரியர் ரவீந்திரனிடம் கேட்டார் எம்.ஜி.ஆர்.

தொடர்ந்து எம்.ஜி.ஆர் பானுமதிக்கு இடையே பிரச்னைகள் எழுந்து கொண்டிருந்ததால் எடுத்தவரை அவரது பாத்திரத்தை அப்படியே வைத்துக் கொண்டு கதையில் பல மாற்றங்களை கொண்டுவர முடிவெடுத்தார் எம்.ஜி.ஆர்.

அதன் காரணமாக படத்தின் இரண்டாம் பகுதியில் தனது தங்கையைத் தேடி ரத்னபுரி தீவிற்கு போவதாக அமைக்கப்பட்டிருந்த காட்சிகள் மாற்றி அமைக்கப்பட்டன. அப்போது அந்தத் தங்கையின் பாத்திரத்தில் நடிக்க ஒப்பந்தம் செய்யப்பட்டிருந்தவர் புஷ்பலதா.

ரத்னபுரி இளவரசி எம்.ஜி.ஆரைக் காதலிப்பது போன்று கதை மாற்றப்பட்டது. அந்த மாற்றங்கள் எம்.ஜி.ஆரை மிகவும் கவர்ந்தன. ரத்னபுரி இளவரசி பாத்திரத்தில் யாரை நடிக்க வைப்பது என்ற கேள்வி எழுந்தபோது அந்த பாத்திரத்திற்கு சரோஜாதேவியை போடலாம் என்று பலரும் யோசனை கூறினார்கள். ஆனால் அதில் ஒரு சிக்கல் இருந்தது.

நாடோடிமன்னன் படத்தில் ஏற்கனவே ஒரு பாடல் காட்சியில் சரோஜாதேவி நடித்திருந்தார்.

அந்த பாடல் காட்சியை வேறொரு நடிகையைப் போட்டு மீண்டும் படமாக்கிவிடலாம் என்று மற்றவர்கள் சொன்ன யோசனையை ஆரம்பத்தில் எம்.ஜி.ஆர். ஏற்கவில்லை.

ஏற்கனவே படத் தயாரிப்பு செலவுகள் கட்டுக்கடங்காமல் போய்க் கொண்டிருந்தன. ஆகவே "எடுத்த காட்சிகளையே திரும்பத் திரும்ப எத்தனை முறை எடுப்பது?" என்பது அவர் வாதமாக இருந்தது.

ஆரம்பத்தில் மறுத்தாலும் பின்னர் அந்த மாற்றங்களுக்கு எம்.ஜி.ஆர் ஒப்புக் கொண்டார். அந்த அவரது முடிவுதான் சரோஜாதேவி என்ற நடிகை கதாநாயகி என்ற தகுதியில் தமிழ் சினிமாவை பல ஆண்டு காலம் ஆள்வதற்கு அடிகோலியது.

எந்த ஒரு விளைவுக்கும் எதிர் விளைவு ஒன்று உண்டு என்று சொல்வார்களே, அது சரோஜாதேவி விஷயத்தில் சரியாக நடந்தது.

எம்.ஜி.ஆருக்கும் பானுமதிக்கும் இடையே மோதல் ஏற்படாமல் இருந்திருக்குமானால் சரோஜாதேவி என்ற நடிகை புகழ் பெறாமலே போயிருக்கலாம் அல்லது புகழ் பெற இன்னும் சில காலமாகி இருக்கலாம்.

எப்படி ஆயினும் சரோஜாதேவியின் வளர்ச்சிக்கு மறைமுகமாக வித்திட்டவர் பானுமதி என்பது மட்டும் உண்மை.

இத்தனை பிரச்னைகளுக்கு நடுவே உருவான *நாடோடி மன்னன்* மிகப் பெரிய வெற்றிப்படமாக அமைந்தது.

அந்தப் படத்தின் வெற்றி விழாவை ஒட்டி மலர் ஒன்று வெளியிடப்பட்ட போது படப்பிடிப்பின் போது நடந்த கசப்பான சம்பவங்களை எல்லாம் மனதில் வைத்துக் கொள்ளாமல் மனம் திறந்து பானுமதியைப் பாராட்டியிருந்தார் எம்.ஜி.ஆர்.

"பல பிரச்னைகளுக்கு நடுவே *நாடோடி மன்னன்* உருவான போது நான் சொந்தத்திலே எடுக்கும் இப்படம் ஒழுங்காக முற்றுப் பெறுமா? படம் வெளியாகும்போது படத்தில் பானுமதி இருப்பார்களா என்றெல்லாம் சந்தேகப்பட்டவர்கள் எனது வீழ்ச்சியைக் காண ஆசைப்பட்டவர்கள் என்று எல்லோரும் வெட்கித் தலை குனியும்படி அப்படத்திலே ஒத்துழைத்தார் பானுமதி. அது மட்டுமின்றி *நாடோடி மன்னன்* திரைப்படத்திலே அவர் ஏற்ற மதனா பாத்திரத்தை அவர் போல எவரும் சிறப்பாக நடித்திருக்க முடியாது என்று மக்களை சொல்ல வைத்தவர் பானுமதி. இவ்வாறு புகழப்படுவதை விட ஒரு நடிகையின் வெற்றிக்கு வேறென்ன சான்று வேண்டும்?" என்று அந்த விழா மலரில் பானுமதிக்கு தனது பாராட்டுக்களைத் தெரிவித்திருந்தார் எம்.ஜி.ஆர்.

படப்பிடிப்பின் போது நடந்த சின்னச் சின்ன பிரச்னைகளை மனதில் கொள்ளாமல் அவர் பானுமதியைப் பாராட்டியிருந்தது கண்டு பானுமதி நெகிழ்ச்சி அடைந்தார்.

அன்றைய சினிமா உலகம் எவ்வளவு ஆரோக்கியமாக இருந்தது என்பதற்கு இந்த நிகழ்ச்சிகள் ஒரு உதாரணம்.

4

பாரதிராஜாவின் உலக சாதனை

இயக்குனர் இமயம் என்று ரசிகர்கள் கொண்டாடும் பாரதிராஜா எப்படிப்பட்ட படைப்பாளி என்பதை தமிழ் ரசிகர்கள் நன்கு அறிவார்கள். ஆனால் இதுவரை உலக சினிமா வரலாற்றில் எந்த இயக்குனரும் செய்யாத, செய்யத் துணியாத ஒரு சாதனையை அனாயாசமாகச் செய்தவர் அவர் என்பதை பலர் அறிந்திருக்க வாய்ப்பில்லை.

நான் பத்திரிகையாளனாக பணியாற்றிக் கொண்டிருந்த போதுதான் எனக்கும் இயக்குனர் பாரதிராஜாவிற்கும் முதல் முதலாக அறிமுகம் ஏற்பட்டது. படப்பிடிப்பு தளங்களில் செய்தி சேகரிக்கச் செல்லும்போது நான் அவரை அடிக்கடி சந்தித்துப் பேசுவேன். அப்போதே அவரிடம் ஒரு பொறி இருந்ததை என்னால் உணர முடிந்தது என்றாலும் தமிழ்த்திரையுலகின் போக்கையே ஒரு கால கட்டத்தில் மாற்றக் கூடிய திறன் படைத்தவர் அவர் என்பது அப்போது எனக்குத் தெரியாது.

கே.ஆர்.ஜி. தயாரித்த படங்கள் பலவற்றில் பாரதிராஜா அப்போது உதவி இயக்குனராகப் பணியாற்றிக் கொண்டிருந்தார். கே.ஆர்.ஜியின் படங்களுக்கு நான் பத்திரிகைத் தொடர்பாளராக பணியாற்றிக் கொண்டிருந்ததால் அந்த அலுவலகத்தில் பாரதிராஜாவும் நானும் அடிக்கடி சந்தித்துப் பேசிக் கொள்வது வழக்கம்.

அப்போது கே.ஆர்.ஜியின் அலுவலகம் தியாகராய நகரில் அமைந்திருந்தது. நாங்கள் இருவரும் அங்கிருந்து பனகல் பார்க் வரை நடந்து வந்து அங்கேதான் பஸ் ஏறுவோம். ஒரு நாள் பனகல் பார்க்கில் நின்று கொண்டிருந்தபோது மயிலு என்ற பெயரில் ஒரு கதையைச் சொன்னார் அவர். "ரொம்பவும் வித்தியாசமாக இருக்கிறது" என்று அந்தக் கதையை நான் பாராட்டினேன்.

அந்தச் சம்பவம் நடந்து மூன்று மாதங்களுக்குப் பின்னர் ஒரு நாள் மயிலு கதையைப் படமாக்க எஸ்.ஏ.ராஜ்கண்ணு என்ற தயாரிப்பாளர்

முன்வந்திருக்கும் மகிழ்ச்சியான செய்தியை என்னிடம் அவர் பகிர்ந்து கொண்டார்.

அப்போது கமல்ஹாசனுக்கும் எனக்கும் இருந்த நெருக்கம் அவருக்கு நன்றாகத் தெரியும். அது தவிர கே.ஆர்.ஜி. தயாரித்த ஆயிரத்தில் ஒருத்தி என்ற திரைப்படத்திற்காக சம்பளத்தைப் பேசி கமல்ஹாசனை ஒப்பந்தம் செய்தது நான்தான் என்ற விவரமும் அவருக்குத் தெரியும் என்பதால் அப்போது 16 வயதினிலே என்று பெயர் மாற்றம் பெற்றிருந்த மயிலு படத்தில் கதாநாயகனாக நடிக்க கமல்ஹாசனைப் பார்த்து பேசுவதற்காக நானும் பாரதிராஜாவும்தான் அருணாச்சலம் ஸ்டுடியோவிற்கு சென்றோம். மயிலு படத்தின் கதை கமல்ஹாசனுக்கு முன்பே தெரியும் என்பதால் அந்தப் படத்திலே நடிக்க எந்த மறுப்பும் சொல்லாமல் அவர் ஒப்புக்கொண்டார்.

கமல்ஹாசன் ஸ்ரீதேவி ஜோடியாக நடிக்க 16 வயதினிலே படத்தின் படப்பிடிப்பு சிவசமுத்திரத்தை ஒட்டி அமைந்துள்ள கிராமங்களில் நடைபெற்றபோது படப்பிடிப்பைப் பார்ப்பதற்காக சென்னையிலிருந்து சில பத்திரிகையாளர்களை நான் சிவசமுத்திரத்திற்கு அழைத்துச் சென்றேன்.

அங்கே பத்திரிகையாளர்கள் மத்தியிலே பாரதிராஜாவை அறிமுகப்படுத்தி பேசிய தயாரிப்பாளர் எஸ்.ஏ.ராஜ்கண்ணு "இவரை சாதாரணமான ஒரு டைரக்டர் என்று நினைக்காதீர்கள். இன்று மிகவும் பிரபலமாக உள்ள பாலச்சந்தருக்கு சவால் விடக் கூடிய ஒரு இயக்குனர் இவர்" என்று பாரதிராஜாவை பாராட்டிப் பேசினார்.

அன்று அவர் சொன்ன அந்த வார்த்தைகள் ஒவ்வொன்றும் உண்மை என்பதை தனது அற்புதமான படைப்புகள் மூலம் தொடர்ந்து பாரதிராஜா நிரூபித்தது எல்லோரும் அறிந்த ஒரு விஷயம்.

அந்த படத்தின் முதற்கட்ட படப்பிடிப்பு முடிந்ததும் "செந்தூரப் பூவே" பாடல் காட்சியையும் மற்றும் சில காட்சிகளையும் எனக்கு எடிட்டிங் அறையில் போட்டுக் காண்பித்தார் பாரதிராஜா. அந்த பாடல் காட்சிகள் பிரமிப்பின் எல்லைக்கே என்னை அழைத்துச் சென்றன. அந்த பாடல் காட்சிகளை மிகவும் புதுமையான கோணங்களில் அற்புதமாகப் படமாக்கியிருந்தார் அவர்.

பாடல்களைப் பார்த்துவிட்டு அவரிடம் பேசிக் கொண்டிருக்கும் போது "நான் படம் எடுத்தால் அதற்கு நீங்கள்தான் டைரக்டர்" என்று அவரிடம் கூறினேன்.

அதற்குப் பிறகு 16 வயதினிலே படம் வெளிவந்து எப்படிப்பட்ட சாதனைகளை செய்தது என்பதை நீங்கள் அனைவரும் அறிவீர்கள். அந்தப் படத்தை அடுத்து *கிழக்கே போகும் ரயில்* படத்தின் படப்பிடிப்பு நடந்து கொண்டிருந்தபோது பாரதிராஜாவிடம் ஐயாயிரம் ரூபாயை முன்பணமாகக் கொடுத்துவிட்டு "நீங்கள் எனக்காக ஒரு படம் இயக்கித் தர வேண்டும்" என்றேன்.

"முழுவதும் புதுமுகங்களை வச்சி நான் இப்போ எடுத்துக் கிட்டிருக்கிற *கிழக்கே போகும் ரயில்* படத்தின் ரிசல்டைப் பார்த்துவிட்டு அதைப்பற்றி முடிவெடுப்போம்" என்றார் அவர்.

"அந்தப்படம் வெற்றி பெற்றாலும் வெற்றி பெறவில்லை என்றாலும் நீங்கள்தான் டைரக்டர்" என்று சொல்லிவிட்டு அவரிடம் பணத்தைக் கொடுத்தேன்.

கிழக்கே போகும் ரயில் படம் ஒரு வருடம் ஓடி மிகப் பெரிய சாதனையைப் படைத்ததும் கே.ஆர்.ஜிக்காக *சிகப்பு ரோஜாக்கள்* படத்தை இயக்கிய அவர் அடுத்து மனோஜ் கிரியேஷன்ஸ் என்ற பெயரில் சொந்தமாக பட நிறுவனம் ஒன்றை ஆரம்பித்து *புதிய வார்ப்புகள்* என்ற படத்தை எடுத்தார். அந்தப்படத்தில்தான் கே.பாக்யராஜ் கதாநாயகனாக அறிமுகமானார். அந்த நான்கு படங்களுமே மிகப்பெரிய வெற்றிப்படங்களாக அமைந்தன.

அந்த படங்களைத் தொடர்ந்து பாரதிராஜா இயக்கிய *நிறம் மாறாத பூக்கள்* படமும் வெள்ளிவிழா கண்டதையடுத்து தொடர்ந்து ஐந்து வெற்றிப்படங்களைக் கொடுத்த முதல் தமிழ்ப்பட இயக்குனர் என்ற பெருமையைப் பெற்றார் பாரதிராஜா.

இதற்கிடையில் கார்த்திக் ராதா இருவரும் அறிமுகமான *அலைகள் ஓய்வதில்லை* படத்தில் பாரதிராஜாவிடம் நான் உதவி இயக்குனராக சேர்கின்ற ஒரு சூழ்நிலை உருவானது. அந்தப் படத்திற்குப் பிறகு பாரதிராஜாவின் இயக்கத்தில் கமல்ஹாசன் நடித்த *டிக் டிக் டிக்* உருவானது.

இப்படி மொத்தம் பத்து படங்களை இயக்கிய பின்னர் எனது பட நிறுவனமான காயத்ரி பிலிம்ஸ்க்காக பாரதிராஜா இயக்கிய படம்தான் *மண்வாசனை*.

அந்தப்படத்தில்தான் கின்னஸ் சாதனைகளையெல்லாம் தாண்டி ஒரு இமாலய சாதனையைச் செய்தார் பாரதிராஜா.

மண்வாசனை படத்திற்காக மொத்தம் நாற்பது நாட்கள் நடிகை ராதாவின் கால்ஷீட்டை நான் வாங்கி வைத்திருந்தேன். அதனால்தான் அந்த படத்தின் தொடக்கவிழா அழைப்பிதழில் கூட அவரது படம் இடம் பெற்றிருந்தது. அவருக்கு ஜோடியாக சிவகுமாரை நடிக்க வைக்கலாம் என்பது என்னுடைய எண்ணமாக இருந்தது. ஆனால் பாடல் பதிவிற்கு பின்னாலே மொத்தமாக புதுமுகங்களைப் போட்டு அந்தப் படத்தை எடுக்கலாம் என்று முடிவு செய்தார் பாரதிராஜா.

நளினி

மண்வாசனை படத்திலே கதாநாயகியாக நடிக்க நாங்கள் முதலில் தேர்ந்தெடுத்தது பத்மினியின் உறவுக்கார பெண்ணான ஷோபனாவை. அவரைப்பார்த்து பேசி படத்திலே நடிக்க அவர் ஒப்புக்கொண்ட பின்னர் அதைப்பற்றிய செய்தியை பத்திரிகைகளில் அறிவித்து விட்டு பாரதிராஜாவும் நானும் *அலைகள் ஓய்வதில்லை* படத்தின் இந்திப் பதிப்பான *லவ்வர்ஸ்* படத்தின் படப்பிடிப்பிற்காக பம்பாய் சென்று விட்டோம். நான் அந்த படத்திலே உதவி இயக்குனராகப் பணியாற்றிக் கொண்டிருந்தேன்.

நாங்கள் இந்திப்படத்தின் படப்பிடிப்பை முடித்துவிட்டு சென்னை வருவதற்குள் அப்போது பிளஸ்டூ படித்துக் கொண்டிருந்த ஷோபனா படத்தில் நடித்தால் தன்னுடைய படிப்பு பாதிக்கப்படும் என்று ஒரு காரணத்தைச் சொல்லிவிட்டு அந்தப்படத்திலிருந்து விலகிக் கொண்டார். பின்னர் அந்த இடத்திற்கு வந்த ரேவதியும் பிளஸ் டூ மாணவிதான் என்பது வேறு விஷயம்.

கதாநாயகி ரேவதி என்பதை முடிவு செய்தவுடன் அடுத்து நாங்கள் கதாநாயகனைத் தேடத் தொடங்கினோம். இரண்டு மாதங்கள் தொடர்ந்து நாங்கள் கதாநாயகன் வேட்டையில் ஈடுபட்டும் கதாநாயகன் கிடைத்தபாடில்லை.

இதற்கிடையில் 1983 ஆம் ஆண்டு பிப்ரவரி மாதம் 12 ஆம் தேதி தேனீ அருகே அமைந்துள்ள வீரபாண்டியில் படப்பிடிப்பை தொடங்க முடிவு செய்த பாரதிராஜா மதுரைக்கு போய் அங்குள்ள கல்லூரி ஏதாவது ஒன்றில் கதாநாயகனைத் தேடிக் கொள்ளலாம் என்றார். அதற்கு நானும் ‘சரி’ என்று ஒப்புக் கொண்டேன்.

ரேவதி, வினு சக்ரவர்த்தி, காந்திமதி, ஓய்.விஜயா, விஜயன் உட்பட பல நடிகர் நடிகைகளும் தொழில் நுணுக்கக் கலைஞர்களுமாக ஏறக்கறைய எண்பது பேர் நேராக போடிநாயக்கனூர் சென்று விட பாரதிராஜா, கதாசிரியர் கலைமணி நான் ஆகிய மூவரும் கதாநாயகனைத் தேடி மதுரைக்குப் புறப்பட்டோம்.

முப்பது நாட்கள் தொடர்ந்து படப்பிடிப்பு நடத்த அரிசி, பருப்பு என்று மளிகை சாமான்கள் உட்பட எல்லாவற்றையும் வாங்கிக் கொண்டு பத்து சமையல்காரர்களையும் கூட்டிக் கொண்டு படப்பிடிப்பிற்கு எண்பது பேர் புறப்பட்டு விட்டனர்.

ஆனால் படத்தில் நாயகனாக நடிக்க வேண்டியவர் அன்றுவரை தேர்வு செய்யப்படவில்லை.

தமிழ் சினிமா வரலாற்றில் மட்டுமின்றி உலக சினிமா வரலாற்றில் அதுவரை நடைபெறாத ஒரு அதிசயமாக அமைந்தது அந்த நிகழ்ச்சி.

மதுரைக்கு போன நாங்கள் கல்லூரி கல்லூரியாக தேடியதுதான் மிச்சம். நாயகனுக்குரிய தோற்றத்துடன பாரதிராஜாவின் எதிர்பார்ப்பை ஈடு செய்கின்ற மாதிரி ஒரு பையனும் கிடைக்கவில்லை.

சோர்ந்துபோன நான் “மீனாட்சி கோவிலுக்கு போய் சாமி கும்பிட்டு வந்து அப்புறம் தேட ஆரம்பிப்போம்” என்று கூறி பாரதிராஜாவை அழைத்துக் கொண்டு கோவிலுக்குப் போனேன்.

சாமி கும்பிட்டு விட்டு நாங்கள் காரில் ஏறியபோது ஒரு பையன் டைரக்டருக்கு கை கொடுப்பதற்காக காருக்கு வெளியே தடுமாறிக் கொண்டிருந்தான். அவனையே பார்த்துக் கொண்டிருந்த அவர் “அவனைக் காரில் ஏத்திக்க” என்று என்னிடம் சொன்னார்.

மதுரைக்கு அருகே அமைந்திருந்த தேனிதான் பாரதிராஜாவின் சொந்த ஊர் என்பதால் அவன் அவரது ஊரைச் சேர்ந்த பையனாக இருப்பான் போலிருக்கிறது என்று எண்ணியபடியே அவனை காரில் ஏற்றிக் கொண்டேன்.

பின்னர் ஒரு மெஸ்ஸில் சாப்பிட்டுவிட்டு நாங்கள் தங்கியிருந்த ஹோட்டலுக்குப் போனோம்.

அந்த பையனைப் பார்த்து “சிரி” என்றார்.

அவன் சிரித்தான்.

"முறை" என்றார்.

அவன் முறைத்தான்.

அடுத்தபடியாக என்னைப் பார்த்து "நல்லாயிருக்கான்யா இவனையே ஹீரோவாகப் போட்டுவிடலாம்" என்றார்.

அந்தப் பையனின் பெயர் பாண்டியன்.

மீனாட்சி அம்மன் கோவில் பக்கத்தில் அப்போது வளையல் கடை வைத்திருந்த அந்த வாலிபன்தான் *மண்வாசனையில்* நாயகனாக அறிமுகமானான். பல ஊர்களில் வெள்ளிவிழா கொண்டாடிய அந்தப்படம் மதுரையில் 231 நாட்கள் ஓடி சாதனை படைத்தது.

அதற்குப் பிறகு பாண்டியன் ஏறக்குறைய எழுபத்தி ஐந்து படங்களில் முப்பதுக்கும் மேற்பட்ட நாயகிகளுக்கு ஜோடியாக நடித்தான்.

உலக சினிமா வரலாற்றில் இப்படி ஒரு அதிசயம் நடந்திருக்கிறதா என்றால் இல்லை என்றுதான் சொல்ல வேண்டும்.

அப்படி ஒரு ஒப்பற்ற சாதனையை நிகழ்த்த பாரதிராஜாவிற்குத் துணையாக நின்றது அவரது உழைப்பும் தன்னம்பிக்கையும்தான்.

5

தங்கப் பதக்கத்தை வென்ற முதல் தமிழ்ப் படமான *சம்சாரம் அது மின்சாரம்* உருவான கதை

சிறந்த பொழுதுபோக்குப் படத்திற்கான பிரிவில் தங்கப் பதக்கத்தைப் பெற்ற முதல் தமிழ்ப் படம் விசுவின் இயக்கத்திலே உருவான *சம்சாரம் அது மின்சாரம்*.

ஏ.வி.எம் நிறுவனத்திற்கு புகழையும், பணத்தையும் ஒரு சேர சம்பாதித்துக் கொடுத்த அந்தப் படத்தை ஏ.வி.எம் நிறுவனம் தயாரித்தது கதை போன்ற ஒரு சுவையான நிகழ்ச்சி.

ரஜினிகாந்த் கதாநாயகனாக நடிக்க ஏ.வி.எம் நிறுவனம் தயாரித்த படம் நல்லவனுக்கு நல்லவன். அந்த படத்தின் கதை அமைப்பில் உதவியதற்காக கதாசிரியரான விசுவுக்கு தான் பேசிய ஊதியத்தை விட இரு மடங்கு ஊதியத்தைக் கொடுத்தார் எம். சரவணன்.

"எனக்கு நீங்க பணம் கொடுக்கறதை விட ஒரு படத்தை இயக்க வாய்ப்பு கொடுத்தால் நன்றாக இருக்கும்" என்று விசு அப்போது சரவணனிடம் சொன்னார்.

அப்போது விசு ஒரே நேரத்தில் நான்கு படங்களை இயக்கிக் கொண்டிருந்தார். படங்களை இயக்க தொடர்ந்து வாய்ப்புகள் கிடைத்துக் கொண்டு இருந்தாலும் ஏ.வி.எம் பேனரில் ஒரு படத்தை இயக்க வேண்டும் என்று ஆசைப்பட்டார் அவர்.

அவரது கோரிக்கையை ஏற்றுக் கொண்ட சரவணன் கூடவே அதற்கு ஒரு நிபந்தனையை விதித்தார். "இப்போது நீங்கள் நான்கு படங்களை இயக்கிக்கொண்டிருக்கிறீர்கள். அவைகளை முடித்துவிட்டு வாருங்கள். நிச்சயமாக நாம் சேர்ந்து ஒரு படம் பண்ணலாம்.ஏ.வி.எம். மில் படம் பண்ணும் போது உங்களுக்கு வேறு எந்த கமிட்மெண்டும் இருக்கக் கூடாது என்றும் உங்களது முழு கவனமும் அந்த படத்திலேயே இருக்க வேண்டும் என்று நான் விரும்புகிறேன்" என்று அவர் சொல்ல அதை மறுக்காமல் ஏற்றுக் கொண்ட விசு இரண்டாண்டுகள் கழித்து மீண்டும் சரவணனை சந்திக்க வந்தார்.

"நீங்க சொன்ன மாதிரியே இப்போது எனக்கு எந்த கமிட்மெண்டும் இல்ல நான் உங்களுக்குப் படம் பண்ணத் தயார்" என்று சொன்ன விசு அடுத்து சரவணனிடம் ஒரு முக்கியமான கேள்வியைக் கேட்டார்.

"இப்போது எனக்கு சுத்தமா மார்க்கெட் இல்லை. அது உங்களுக்குப் பாரவாயில்லையா?" என்பதுதான் அந்தக் கேள்வி.

அவருடைய இரண்டு மூன்று படங்கள் தோல்வி அடைந்திருந்ததால் திரையுலக நியதிப்படி மார்க்கெட்டை இழந்திருந்தார் அவர்.

"மார்க்கெட்டைப் பற்றி எனக்குக் கவலையில்லை. உங்களுக்கு கொடுத்த வாக்கை நிறைவேற்ற நான் தயாராக இருக்கிறேன். அதனால அதைப்பற்றி எல்லாம் யோசிக்காமல் கதையைச் சொல்லுங்கள். நாம் படம் பண்ணலாம்" என்றார் சரவணன்.

அன்று முதல் கிட்டத்தட்ட தினம் ஒரு கதை என்கிற அளவில் பல கதைகளை விசு சொன்னார். ஆனால் அந்தக் கதைகள் எதுவுமே சரவணனைக் கவரவில்லை.

இப்போது விசுவிற்கு ஒரு சந்தேகம் வந்தது.

நமக்கு மார்க்கெட் இல்லை என்பதால் சான்ஸ் தர விருப்ப மில்லாமல்தான் நாம் சொல்லும் கதைகளை எல்லாம் சரவணன் நிராகரிக்கிறாரோ என்பதுதான் அவரது சந்தேகம்.

அந்த சந்தேகத்தை மனதிலேயே வைத்துகொண்டு இராமல் ஒரு நாள் சரவணனிடமே கேட்டு விட்டார் விசு.

"அப்படி ஒரு எண்ணம் எனக்கு இருந்தால் அதை நேரடியாகவே உங்களிடம் சொல்லி விடுவேன். நான் உங்களிடம் குடும்பம் ஒரு கதம்பம் போல ஒரு நல்ல குடும்பக் கதையை எதிர்பார்க்கிறேன். அது மாதிரி ஒரு கதையை நீங்கள் இதுவரை சொல்லவில்லை. இப்போது நீங்கள் சொன்னாலும் நாளையே படப்பிடிப்பைத் தொடங்க நான் தயார்" என்றார் சரவணன்.

அவர் இப்படி சொன்னதைத் தொடர்ந்து விசு ஒரு கதையைச் சொன்னார்.

அந்தக் கதையைக் கேட்ட உடனே சரவணன் அவர்களுக்குப் பிடித்து விட்டது.

“இந்தக் கதை ரொம்பப் பிரமாதமாக இருக்கிறதே இதை ஏன் நீங்கள் இத்தனை நாள் சொல்லவில்லை?” என்று சரவணன் கேட்ட போது அந்தக் கதையை ஏன் அத்தனை நாள் சொல்லவில்லை என்பதைப் பற்றி சொன்னார் விசு.

“நான் சொன்னது என்னுடைய உறவுக்கு கை கொடுப்போம் நாடகத்தின் கதை. இந்தக் கதையை கே.எஸ். கோபாலகிருஷ்ணன் ஏற்கனவே படமாக எடுத்துவிட்டார். நடிகர் ஒய்.ஜி. மகேந்திரன் இயக்கிய அந்தப் படம் சரியாக ஓடவில்லை. அதனால்தான் உங்களிடம் சொல்லவில்லை” என்றார் விசு.

சரவணனோடு சேர்ந்து அந்தக் கதையைக் கேட்ட சிலர் “ஏற்கனவே தமிழில் எடுத்து ஓடாத ஒரு கதையை எதுக்கு இப்ப விசு சொன்னார்?” என்று யோசித்தபடி இருக்க அவர்கள் மட்டுமின்றி விசுவும் எதிர்பார்க்காத ஒரு முடிவை எடுத்தார் சரவணன்.

“கதை எனக்கு மிகவும் பிடித்திருக்கிறது விசு. அந்தப் படம் ஓடவில்லை எனபது கூட ஒரு வகையில் நல்லதுதான். நாம் இந்த கதையை மீண்டும் புதிதாக எடுப்போம்” என்று சொன்ன சரவணன் அவர்கள் அடுத்து கே.எஸ். கோபாலகிருஷ்ணனிடமிருந்து அந்தக் கதைக்கான உரிமையை வாங்கினார்.

அதற்குப் பிறகு அந்தப் படத்திற்கான கதை விவாதம் நடந்தது.

அப்போது “மக்களைக் கவர ஜனரஞ்சகமான விஷயம் எதுவும் இந்தக் கதையில் இல்லையே” என்ற சந்தேகத்தை எழுப்பினார் சரவணன்.

“என்ன வேண்டும் என்று எதிர்பார்க்கிறீர்கள்” என்று விசு கேட்க “காமெடி வேண்டும்” என்றார் அவர்.

“நானும் என் தம்பி கிஷ்முவும் பண்ற காமெடி இருக்கே” என்று விசு சொல்லியபோது “உங்க காமெடி நகர்ப்புறத்துக்கு ஓகே. தாம்பரம் தாண்டி உள்ள மக்களுக்கு வேறு விதமான காமெடி வேண்டும்” என்று சரவணன் அவர்கள் வெளிப்படையாக சொன்ன பதிலால் லேசாக எரிச்சல் அடைய ஆரம்பித்தார் விசு.

“என்னால கவுண்டமணி, செந்தில் காமெடியை எல்லாம் இந்தப் படத்தில சேர்க்க முடியாது. அது இந்தக் கதைக்கு பொருந்தவும் பொருந்தாது” என்றார்.

"நான் அவங்களைப் போடச் சொல்லலையே. ஒரு வீட்டு வேலைக்காரி பாத்திரத்தை உருவாக்குங்கள். அந்த வேடத்தில் நடிக்க ஆச்சி மனோரமாவைப் போடுங்கள்... அந்த வேலைக்காரி அந்த வீட்டில் எல்லோரிடமும் நான்கு பழகுகின்றவராகவும் அந்த வீட்டு பிரச்னைகள் எல்லாவற்றிலும் தலையைக் கொடுக்கின்றவராகவும் இருக்கட்டும்" என்று சரவணன் சொல்லி முடிப்பதற்குள் "இல்லை சார் அது மாதிரி கேரக்டர் எல்லாம் சேர்த்தா கதை கேட்டுப் போய் விடும்" என்றார் விசு.

"நான் சொன்னது ஒரு யோசனைதான். ஒரு எழுத்தாளர் என்ற முறையில் அதைப் பற்றி எந்த சிந்தனையும் செய்யாமல் நான் சொல்லி முடிப்பதற்குள்ளாகவே கதை கெட்டுப் போய்விடும் என்று நீங்கள் சொல்வதை என்னால் ஏற்றுக் கொள்ள முடியாது.

நான் சொன்னதைப் பற்றி யோசியுங்கள். இரண்டு மூன்று நாட்கள் யோசித்த பிறகும் அந்த வேலைக்காரி பாத்திரம் இந்த கதைக்குப் பொருந்தாது என்று உங்களுக்கு தோன்றினால் என்னிடம் சொல்லுங்கள் அதற்குப் பிறகு வேறென்ன செய்யலாம் என்று நாம் அனைவரும் சேர்ந்து யோசிப்போம்" என்று சொல்லி அவரை அனுப்பி வைத்தார் சரவணன்.

இந்த சம்பவம் நடந்து நான்கு நாட்கள் கழித்து சரவணன் அவர்களை சந்திக்க வந்தார் விசு.

மூன்று நாள் வீட்டில் சும்மா உட்கார்ந்து விட்டு "நான்தான் சொன்னேனே சார், அந்த கேரக்டர் இந்தக் கதைக்கு பொருந்தாது" என்ற பல்லவியோடு சரவணனை சந்திக்க அவர் வரவில்லை.

"நீங்க சொன்ன கேரக்டர் இந்தக் கதைக்குள்ள எப்படி போய் 'செட்' ஆச்சின்னே தெரியலை சார்" என்று சரவணனிடம் சொன்ன அவர் அந்த வேலைக்காரியின் பாத்திரத்தை மிக அழகாக அந்தக் கதைக்குள் சேர்த்து தான் எப்படிப்பட்ட ஒரு சிறந்த படைப்பாளி என்பதை நிரூபித்தார்.

கண்ணம்மா என்று பெயர் சூட்டப்பட்ட அந்தப் பாத்திரத்தை படத்திலிருந்து உருவினால் அந்தக் கதையே காலி ஆகி விடும் போலிருக்கு என்று பின்னர் விசுவே சொல்கின்ற அளவிற்கு அமைந்த அந்தக் கதாபாத்திரத்தை மனோரமா தனது அபாரமான நடிப்பாற்றலால் மேலும் வலிமையாகத் தாக்கினார்.

மொத்தம் முப்பத்தி ஐந்து நாட்களில் முப்பத்தி நான்காயிரம் அடி பிலிமில் எடுக்கப்பட்ட அந்தப் படம் வசூலில் மிகப் பெரிய சாதனையைப் படைத்தது மட்டுமின்றி சிறந்த பொழுதுபோக்குப் படத்திற்கான பிரிவில் தேசிய அளவில் சிறந்த படமாகத் தேர்ந்தெடுக்கப் பட்டு முதன் முதலாக சிறந்த தமிழ்ப்படத்திற்கான தங்கப்பதக்கத்தை வென்று ஏ.வி.எம் நிறுவனத்துக்கு மட்டுமின்றி தமிழ்நாட்டிற்கே பெருமை தேடித் தந்தது.

ஏ.வி.எம் தயாரிப்பான நல்லவனுக்கு நல்லவன் படத்தின் திரைக்கதை அமைப்பிற்கு உதவப் போனபோது தங்கப் பதக்கத்தை வெல்லப்போகிற ஒரு படத்தை இயக்குகின்ற வாய்ப்பை அந்த சந்தர்ப்பம் பெற்றுத் தரப் போகிறது என்று அப்போது விசு நினைத்துப் பார்த்திருப்பாரா?

திரைப்படங்களை விட அதிகமான திருப்பங்களைக்கொண்டதாக நமது வாழ்க்கை அமைந்திருக்கிறது என்பதற்கு அந்தப் பட அனுபவம் ஒரு நல்ல உதாரணம்.

6

சுருளிராஜனால் மறக்க முடியாத நூறு ரூபாய் நோட்டு

நடிகவேள் எம்.ஆர். ராதாவைப் போல மிகவும் வித்தியாசமான குரலுக்குச் சொந்தக்காரர் சுருளிராஜன். எந்த சினிமா பின்னணியும் இன்றி சினிமா உலகிற்குள் நுழைந்த சுருளிராஜன் 1980 ஆம் ஆண்டில் மட்டும் 50 திரைப்படங்களில் நடித்து சாதனை புரிந்தவர். இந்தச் சாதனை இன்றுவரை யாராலும் முறியடிக்கப்படாத ஒன்று.

மதுரையில் நடைபெற்ற அமெச்சூர் நாடகங்களில் நடிக்கத் தொடங்கிய சுருளிராஜனின் வசனம் பேசுகின்ற பாணியும் அவரது குரலும் ரசிகர்களிடையே மிகுந்த வரவேற்பைப் பெற்றதைக் கண்ட அவரது நண்பர்கள் அனைவரும் "முயற்சி செய்தால் நீ நிச்சயம் சினிமாவில் பெரிய ஆளாக வரலாம்" என்று அவரிடம் கூறினார்கள்.

அதுக்கு பிறகும் மதுரையில் இருக்க சுருளிராஜனின் மனம் ஒப்புக் கொள்ளுமா?

சினிமா வாய்ப்புத் தேடி 1959 ஆம் ஆண்டு சென்னைக்கு வந்த சுருளிராஜன் 'அய்யா தெரியாதய்யா' ராமராவின் நாடகக் குழுவில் இணைந்தார். "நான் ஒரு நகைச்சுவை நடிகனாக வெளியே தெரிந்ததற்கு முக்கிய காரணம் ராமாராவ் அவர்கள்தான். அவருடைய நாடகத்தில் நல்ல வாய்ப்பை வழங்கி எனது முன்னேற்றத்திற்கு காரணமாக இருந்தவர் அவர்தான்" என்று பல பத்திரிகைப் பேட்டிகளில் மனம் திறந்து ராமாராவ் பற்றி குறிப்பிட்டிருக்கிறார் சுருளிராஜன்.

சுருளிராஜனின் முன்னேற்றத்துக்குப் பெரிதும் காரணமாக இருந்த இன்னொருவர் கதாசிரியரும் இயக்குனருமான டி.என். பாலு.

சிவாஜி கணேசன், கமல்ஹாசன், ஜெய்சங்கர் ஆகியோரது படங்களுக்கு கதை வசனம் எழுதி இயக்குகின்ற வாய்ப்பை எழுபதுகளிலும் எண்பதுகளிலும் பெற்ற டி.என். பாலுதான் ஜெய்சங்கர் அறிமுகமான ஜோசப் தளியத்தின் இரவும் பகலும் படத்தின் கதாசிரியர்.

தான் எழுதி இயக்கி நடித்த *நினைக்கவே இல்லை* என்ற நாடகத்திற்கு இயக்குனர் ஜோசப் தளியத்தை அழைத்திருந்தார் டி.என். பாலு. அந்த நாடகத்தில் முக்கிய வேடம் ஒன்றில் நடித்த சுருளிராஜனின் நடிப்பும், அவர் வசனங்களைப் பேசிய விதமும் ஜோசப் தளியத்துக்கு மிகவும் பிடித்துப் போனது. சுருளிராஜனுக்கு சினிமாவில் நல்ல வாய்ப்புகளைத் தரவேண்டும் என்று அன்றே முடிவு செய்து விட்டார் அவர். ஆனால் அவர் அப்போது இயக்கி கொண்டிருந்த *இரவும் பகலும்* படத்தில் எல்லா பாத்திரங்களுக்கும் நட்சத்திரத் தேர்வு முடிந்துவிட்டு இருந்ததால் அந்த படத்தில் ஒரு சிறிய பாத்திரத்தில்தான் சுருளிராஜனை அவரால் பயன்படுத்த முடிந்தது.

1965 ஆம் ஆண்டு பொங்கலன்று வெளியான *இரவும் பகலும்* படத்தில் மட்டுமின்றி *எங்க வீட்டுப் பிள்ளை* படத்திலும் ஒரு சிறு கதாபாத்திரத்தில் இடம்பெற்றிருந்தார் சுருளிராஜன்.

எங்க வீட்டுப் பிள்ளை திரைப்படத்தில் துணை நடிகர்கள் பட்டியலில் சுருளி என்று அவர் பெயர் இடம் பெற்றிருந்தது. ஆனால் *இரவும் பகலும்* பட டைட்டிலில் அவர் பெயர் இடம் பெறவில்லை.

இரவும் பகலும் படத்தில் சரியான முறையில் சுருளிராஜனை பயன்படுத்த முடியவில்லையே என்ற வருத்தம் ஜோசப் தளியத்திற்கு இருந்ததால் தனது அடுத்த படமான *காதல் படுத்தும் பாடு* படத்தில் முக்கியமான கதாபாத்திரத்தில் சுருளிராஜனை அவர் நடிக்க வைத்தார்.

அந்த படத்தில் நடிக்க முன்பணமாக நூறு ரூபாய் நோட்டு ஒன்றை சுருளிராஜனிடம் கொடுத்தார் ஜோசப் தளியத்.

ஒரு நகைச்சுவை நடிகருக்கு முன் பணம் நூறு ரூபாய்தானா என்று நீங்கள் ஆச்சர்யப்பட ஆரம்பிப்பதற்கு முன்னாள் சுருளிராஜனை அந்த நோட்டு படுத்திய பாட்டை உங்களுடன் பகிர்ந்து கொள்ள விரும்புகிறேன்.

அந்த நோட்டை கையில் வாங்கியவுடன் சுருளிராஜனுக்கு ஏற்பட்ட பிரமிப்பு அடங்க ரொம்ப நேரம் ஆனது. ஏனென்றால் நூறு ரூபாய் நோட்டு என்று ஒன்று இருக்கிறது என்று அவருக்குத் தெரியுமே தவிர நூறு ரூபாய் நோட்டை அதுவரை அவர் கண்ணால் பார்த்ததேயில்லை.

அதிசயமாக அந்த நோட்டையே கொஞ்ச நேரம் பார்த்துக் கொண்டிருந்த அவர் பயபக்தியோடு அந்த நோட்டை மடித்து தன் பாக்கெட்டுக்குள் வைத்துக் கொண்டார். பின்னர் ஜோசப் தளியத்திற்கு மனதார நன்றி கூறிவிட்டு அலுவலகத்தை விட்டு வெளியே வந்தார்.

அந்த அலுவலகத்திலிருந்து அவரது வீட்டுக்கு செல்வதற்கு பஸ் டிக்கெட் எடுக்க அவரது கையில் சில்லறைக் காசு எதுவும் இல்லை.

அந்த அலுவலகத்திற்கும் சுருளிராஜன் வீட்டுக்கும் இருந்த இடையில இருந்த தூரமோ பல மைல்கள்.

பையில் இருக்கிற நூறு ரூபாயை மாற்றினால் பஸ்ஸிலும் போகலாம், ஆட்டோவிலும் போகலாம். டாக்சியிலும் போகலாம். ஆனால் அதுக்கு நூறு ரூபாய் நோட்டை மாற்ற வேண்டும்.

அப்படி மாற்றிவிட்டால் யாரிடமும் அந்த நோட்டைக் காட்ட முடியாது என்பதால் அந்த நூறு ரூபாய் நோட்டை பாக்கெட்டில் பத்திரமாக வைத்துக் கொண்டு அதை தொட்டுத் தொட்டு பார்த்தபடியே பல மைல் நடந்து வீடு போய்ச் சேர்ந்தாராம் அவர்.

அதற்குப்பிறகு லட்சக்கணக்கில் சுருளிராஜன் சம்பாதித்தார் என்றாலும் அந்த முதல் நூறு ரூபாய் நோட்டு அவரைப் பொறுத்தவரை மறக்க முடியாததாகிவிட்டது.

காதல் படுத்தும் பாடு படத்தைப் பொறுத்தவரையில் அது சுருளிராஜனுக்கு மட்டுமல்ல பல பேருக்கு திரையுலகின் வாசல்களைத் திறந்து வைத்த படம்.

அந்தப்படத்தில்தான் கதாசிரியர் கலைஞானம் கதாசிரியராக அறிமுகமானார். வாணிஸ்ரீ தமிழில் கதாநாயகியாக அறிமுகமானார். எஸ். எஸ். சந்திரன் நடிகராக அறிமுகமானார். தமிழ்த் திரையுலகில் பல படங்களுக்கு படத்தொகுப்பாளராகப் பணியாற்றிய வெள்ளைச்சாமி அவர்கள் படத் தொகுப்பாளராக அறிமுகமானதும் இந்தப் படத்தில்தான்.

காதல் படுத்தும் பாடு படத்தில் நடித்துக்கொண்டிருக்கும் போதே அந்தப் படத்தில் நடிப்பதற்கான அவரது ஊதியம் மொத்தத்தையும் வாங்கிச் செலவழித்துவிட்டார் சுருளிராஜன்.

கையில் சல்லிக்காசு இல்லாத நிலையில் நாடகம் நடத்தலாம் என்று அவர் வெளியூர் சென்றபோது அங்கே ஒரு வாரம் கடுமையாக மழை பெய்தது.

அதனால் கொஞ்சம் காசு பார்க்கலாம் என்ற எண்ணத்தில் நாடகம் நடத்தப் போன அவரது எண்ணம் ஈடேறாதது மட்டுமல்ல பொருளாதார ரீதியாக மிகப் பெரிய சிக்கலை சந்திக்க வேண்டிய சூழலும் அவருக்கு ஏற்பட்டது.

சென்னைக்குத் திரும்பவே பெரிதும் சிரமப்பட்டு ஒரு வழியாக சென்னை திரும்பிய சுருளிராஜனை அவர் குடியிருந்த வீட்டின் சொந்தக்காரர் வாடகை பணத்தைக் கேட்டு விரட்டு விரட்டு என்று விரட்டினார்.

மதியம் சாப்பிடவே கையில் காசு இல்லை இந்த நிலையில் வாடகையை எங்கே கொடுப்பது?

இப்படி எல்லா பக்கத்திலிருந்தும் பிரச்னைகள் சூழ்ந்ததால் விரக்தியின் எல்லைக்கே சென்றார் சுருளிராஜன்.

இனியும் சினிமா வாழ்க்கையை நினைத்துக் கொண்டு இங்கே இருக்கவேண்டுமா என்றெல்லாம் நினைக்கத் தொடங்கியது அவர் மனது.

அந்த நேரம் பார்த்து அவரது நண்பர் சிவராஜ் அவரைப் பார்க்க வர சோகத்தின் உச்சியில் இருந்த சுருளிராஜன் "இந்த வாழ்க்கை எனக்குத் தேவைதானா?" என்று சலிப்போடு அவரிடம் கேட்டார்.

அவர் இப்படிக் கேட்டபோது அந்த சோகம் அந்த நண்பரை தொற்றிக் கொள்ளவில்லை. மாறாக அவரது முகத்தில் புன்னகை தோன்றியது.

"நேராக ஜெமினி கார்னருக்கு ஒரு முறை போய் பார்த்துவிட்டு அதற்குப் பிறகு இந்த வாழ்க்கை உனக்குத் தேவையா இல்லையா என்பதை முடிவு செய்" என்றார் நண்பர் சிவராஜ்.

"ஏன் அங்கே யாராவது ஜோசியம் சொல்றவங்க இருக்காங்களா?"

"அதெல்லாம் உனக்கு எதுக்கு? முதல்ல போய் பார்த்துட்டு வா... அப்புறம் பேசு" என்றார் அந்த நண்பர்.

ஜெமினி கார்னருக்கும் தனது வாழ்க்கைக்கும் என்ன சம்பந்தம் என்று புரியாவிட்டாலும் நண்பர் சொல்கிறாரே என்பதற்காக ஜெமினிக்கு நடந்தே சென்றார் சுருளிராஜன்.

அங்கு போய்ப் பார்த்தவுடன் அவரால் தனது கண்களையே நம்ப முடியவில்லை.

தான் காண்கின்ற காட்சி நிஜம்தானா என்று கண்ணை கசக்கிக் கொண்டு பார்த்தார். அது போதாதென்று தன் கையையும் ஒரு முறை கிள்ளிப் பார்த்துக் கொண்டார்.

சுருளிராஜனை அப்படி ஒரு நிலைமைக்குத் தள்ளியது எது தெரியுமா?

ஜெமினி கார்னரில் வைக்கப்பட்டிருந்த அவரது மிகப் பெரிய கட் அவுட்.

காதல் படுத்தும் பாடு படத்திற்காக வைக்கப்பட்டிருந்த விளம்பரத்தில் அப்படி ஒரு முக்கியத்துவத்தை சுருளிராஜனுக்குத் தந்திருந்தார் ஜோசப் தளியத்.

அந்த விளம்பரத்தைப் பார்த்தவுடன் சுருளிராஜனின் கண்களில் இருந்து அவரையுமறியாமல் ஆனந்தக் கண்ணீர் வழிந்தோடியது. அவரது பசி பறந்து போனது. அதுவரை அவர் மனதில் இருந்த வேதனை எங்கே போனது என்று தெரியவில்லை.

சினிமாவில் இனி தனக்கு எதிர்காலமே இல்லை என்று அவநம்பிக்கையோடு இருந்த சுருளிராஜன் இனி சினிமாதான் தனது வாழ்க்கை என்று முடிவெடுத்ததிலே அந்த கட் அவுட்டுக்கு முக்கிய இடம் உண்டு.

அதற்குப்பிறகு சுருளிராஜனின் வாழ்க்கையில் இறங்குமுகமே இல்லை.

7

ஐந்து முதல்வர்களை உருவாக்கிய தமிழ் சினிமா!

தென்னிந்தியத் திரைவானில் தமிழ் திரை உலகிற்கு மட்டும் ஒரு தனிப்பெருமை உண்டு.

அது என்ன?

இந்தியத் திரை உலகமே தனது புருவத்தை உயர்த்தி ஆச்சரியத்துடன் அண்ணாந்து பார்த்த அதிசயக் கலைஞன், சிம்மக்குரலோன் சிவாஜி கணேசன் அறிமுகமானதும், தனது நடிப்புத் திறனால் வெள்ளித்திரையில் அதிசயங்கள் புரிந்ததும் தமிழ்த் திரை உலகில் தான் என்பதா?

தனது கட்சியை ஆரம்பித்த ஐந்து ஆண்டுகளில் தமிழகத்தின் ஆட்சிப் பொறுப்பை ஏற்றது மட்டுமின்றி, பதவி ஏற்ற நாள் முதல் இந்தப் பூவுலகை விட்டு மறைந்த நாள் வரை தோல்வி என்பதையே அறியாத வெற்றித் திருமகனாக வலம் வந்த பொன்மனச் செம்மல் பல அரிய சாதனைகளை நிகழ்த்தியது இந்த தமிழ்த் திரையுலகில்தான் என்பதா?

சிவாஜிக்குப் பிறகு யார் என்ற கேள்விக்கு தனது ஈடு இணையற்ற நடிப்புத் திறனாலும், அர்ப்பணிப்பாலும் பதிலைச் சொல்லி தமிழ்க் கலைஞர்கள் வட்டத்திற்குப் பெருமை சேர்த்து, நடிப்பில் விஸ்வரூபமெடுத்து நிற்கும் 'உலக நாயகன்' கமல்ஹாசன் தமிழ்த் திரையுலகின் தவப்புதல்வன் என்பதா?

கன்னடம், தெலுங்கு, இந்தி என்று எல்லா மொழிகளிலும் முதலிடத்தில் இருக்கும் கலைஞர்கள் எல்லோருமே ஒரே குரலில் தமிழ்த் திரை உலகிற்கு மட்டுமல்ல, இந்தியத் திரை உலகத்திற்கே சூப்பர் ஸ்டார் ரஜினிதான் என்று உரக்கச் சொல்கின்ற தமிழ்த் திரை உலகின் அதிசயப் பிறவியான ரியல் சூப்பர் ஸ்டார் ரஜினிகாந்த் தமிழ்த் திரை உலகினரின் தனிச் சொத்து என்பதா?

இரட்டை ஆஸ்கரை வென்று இதுவரை இசை உலகில் யாரும் செய்யாத அரிய சாதனையைச் செய்த அதிசய இசைக்கலைஞர் ஏ.ஆர்.ரகுமானை வார்த்தெடுத்தது தமிழ்த் திரை உலகம்தான் என்பதா?

இப்படிப் பட்டியல் போடுவதென்றால் தமிழ்த் திரை உலகிலிருந்து புறப்பட்டு இந்தியத் திரைவானில் மின்னிக்கொண்டிருக்கும் நட்சத்திரங்கள், இயக்குனர்கள், ஒளிப்பதிவாளர்கள் என்று தமிழ் திரை உலகினரின் சாதனைகளைச் சொல்லிக் கொண்டே போகலாம்.

ஆனால் இவை எல்லாவற்றிற்கும் மகுடம் வைத்தது போல தமிழகம் பெற்றெடுத்த தனிப் பெருமை ஒன்று உண்டு.

தமிழகத்தின் அரியணைக்குப் பெருமை சேர்த்த ஐந்து முதல்வர்களை உருவாக்கிய அரிய சாதனைதான் அது.

இந்திய அரசியல் வரலாற்றில் கலைத்துறையில் புரட்சிகரமான எழுத்தாளராக அறிமுகமாகி, பின்னர் அரியணை ஏறி, அரிய வரலாற்றைப் படைத்த பெருமைக்குரியவர் அறிஞர் அண்ணா மட்டுமே.

1909ஆம் ஆண்டு பிப்ரவரி மூன்றாம் நாள் காஞ்சிபுரத்தில் பிறந்த அறிஞர் அண்ணா திரை உலகிலிருந்து நாட்டை ஆள வந்த முதல்வர் மட்டுமல்ல – திராவிட இயக்கங்களிலிருந்து நாட்டை ஆளும் பொறுப்பை ஏற்ற முதல் முதலமைச்சரும் அவர்தான்.

தமிழ் சினிமாக் கலைஞர்களை அரசியல் பிரச்சாரத்திற்கு பயன்படுத்திய வித்தகர் என்ற பெருமைக்கும் சொந்தக்காரர் அறிஞர் அண்ணாதான்.

நடுத்தரக் குடும்பத்தைச் சேர்ந்த அறிஞர் அண்ணா தனது அபாரமான பேச்சுத் திறனால் மக்களைக் கட்டிப் போடும் வல்லமை படைத்தவராக விளங்கினார்.

நல்லதம்பி படத்தின் மூலம் திரை உலகிற்கு அறிமுகமான அவர் வேலைக்காரி, ஓர் இரவு உட்பட எண்ணற்ற திரைப்படங்களுக்கு கதை வசனம் எழுதியவர். அறிஞர் அண்ணாவின் ஓர் இரவு படத்தைப் பார்த்து விட்டு 'தென்னாட்டு பெர்னாட்ஷா' என்று அண்ணாவைப் பாராட்டினார் எழுத்தாளர் கல்கி.

பல இலக்கியப் படைப்புகளைத் தந்த அண்ணா நடிப்புத் துறையையும் விட்டு வைக்கவில்லை. தனது *சிவாஜி கண்ட இந்து சாம்ராஜ்யம்* நாடகத்தில் காகப் பட்டராக நடித்தார். இந்த நாடகத்தின் மூலம் தான் வி.சி. கணேசன், சிவாஜி கணேசன் ஆனார் என்பது கூடுதல் தகவல்.

இது தவிர, தமிழகத்தைத் தொடர்ந்து ஆண்ட நான்கு முதல்வர்களை உருவாக்கித் தந்த தாய்த் தமிழகத்தின் காவலர், நிறுவனர் என்ற தனிப் பெருமையும் அண்ணாவிற்கு உண்டு.

1969ஆம் ஆண்டு அண்ணாவின் மறைவுக்குப் பிறகு ஆட்சி கட்டிலில் அமர்ந்தவர் கலைஞர் மு. கருணாநிதி.

அறிஞர் அண்ணா அவர்களுக்குத் திரை உலகத்தோடு இருந்த தொடர்பு என்பது திரைப்படங்களுக்கு கதை வசனம் எழுதியது மட்டுமே. அவரால் தயாரிப்பாளர், கதை வசனகர்த்தா, பாடலாசிரியர் என பல தகுதிகளில் திரை உலகோடு நெருங்கிய தொடர்பு கொண்டிருந்தவர் கலைஞர் கருணாநிதி. அதைத் தவிர சொந்தமாக நாடகக் குழுவை நடத்தி, அதில் கதாநாயகனாக நடித்த பெருமைக்கும் சொந்தக்காரர் அவர்.

கலை உலகில் மட்டுமே முழு மூச்சோடு பணியாற்றியவர்கள் கூட எளிதில் சாதிக்க முடியாத பல சாதனைகளை அரசியலில் தீவிரமாக ஈடுபட்டுக் கொண்டிருந்த போதிலும் திரையுலகில் கலைஞர் சாதித்தார் என்றால் அதற்கு காரணம் அவரது கடுமையான உழைப்புதான்.

இலக்கிய உலகிற்கு பல தரமான படைப்புகளைத் தந்த கலைஞர் முதலில் வசனம் எழுதிய படங்கள் ஆன *ராஜகுமாரி*, *அபிமன்யு* ஆகிய இரண்டு படங்களுமே அவர் வசனத்திற்கு வேறொருவர் சொந்தம் கொண்டாடிய கொடுமை நிகழ்ந்தது.

அதனால் காயமடைந்த அவரது மனப் புண்ணுக்கு மருந்து போட வந்தாள் *மந்திரகுமாரி*.

மந்திரகுமாரி முதல் இதுவரை 75க்கும் மேற்பட்ட படங்களுக்கு கதை வசனம் எழுதியுள்ள இவர் 5 முறை தமிழ்நாட்டை ஆண்ட பெருமைக்கு சொந்தக்காரர்.

அறிஞர் அண்ணா, கலைஞர் கருணாநிதி, புரட்சித்தலைவர் எம்.ஜி.ஆர், புரட்சித் தலைவி ஜெயலலிதா, திருமதி.வி.என். ஜானகி

ஆகிய ஐந்து முதல்வர்களுமே தமிழ்த் திரையுலகத்தைச் சார்ந்தவர்கள் என்றாலும், இந்தப் பட்டியலில் பின்னால் இடம் பெற்றுள்ள மூவருக்கும் முன்னால் எடுத்து இடம்பெற்றுள்ள இருவருக்கும் உள்ள சிறிய வித்தியாசத்தை இங்கே பதிவு செய்வது அவசியம் என்று நினைக்கிறேன்.

முழுநேர அரசியல்வாதியான அண்ணா கலைத்துறையிலும் தன் கவனத்தைச் செலுத்திப் புகழ் பெற்றவர்.

"என்னுடைய கட்சி வேலைகளில் இடையூறு இல்லாமல் இருந்தால் திரைப்படத்திற்கு வசனம் எழுத ஒப்புக் கொள்கிறேன்" என்ற நிபந்தனையுடன் தனது முதல் திரைப்பட வாய்ப்பை ஒப்புக் கொண்டவர் கலைஞர் கருணாநிதி.

அறிஞர் அண்ணாவும், கலைஞர் கருணாநிதியும் அரசியலில் இருந்து கொண்டே கலைத்துறைக்கு சேவை புரிந்தவர்கள்.

ஆனால் முழுக்க முழுக்க கலைத் துறையிலிருந்து அரசியலுக்கு வந்து ஆட்சிப் பொறுப்பை ஏற்றவர்கள் என்றால் அந்தப் பெருமைக்கு சொந்தக்காரர்களாக புரட்சித் தலைவரையும், புரட்சித் தலைவியையும், எம்.ஜி.ஆர் மறைவுக்குப் பின்னர் 24 நாட்கள் மட்டுமே முதல்வராகப் பணியாற்றிய வி.என். ஜானகியையும் மட்டுமே கூற முடியும்.

அதிலும் ஒரு நடிகர் நாடாள முடியுமா என்ற மில்லியன் டாலர் கேள்விக்கு 'முடியும்' என்று அழுத்தம் திருத்தமாக தனது ஆட்சித் திறனால் எம்.ஜி.ஆர் பதில் சொன்னார் என்றால் அந்த நான்கெழுத்து 'முடியும்' என்ற வார்த்தைக்குப் பின்னே எவ்வளவு உழைப்பு இருந்தது, எவ்வளவு தியாகம் இருந்தது, எவ்வளவு நம்பிக்கை இருந்தது என்பதை எண்ணிப் பார்க்க வேண்டும்.

திரைப்பட நடிகர்களுக்கு வழங்கப்படக் கூடிய உயர் விருதான 'பாரத்' விருதைத் தமிழ் திரையுலகிற்குப் பெற்றுத் தந்த முதல் கதாநாயகனான எம்.ஜி.ஆர் 1972ஆம் ஆண்டு அக்டோபர் மாதம் தி.மு.க.விலிருந்து நீக்கப்பட்டார்.

1972ஆம் ஆண்டு அக்டோபர் 17 ஆம் நாள் அண்ணா திராவிட முன்னேற்றக் கழகத்தை தொடங்கி எம்.ஜி.ஆர், சினிமா, அரசியல் என்று இரட்டைக் குதிரைகளில் 5 ஆண்டுகள் சாமர்த்தியமாக சவாரி செய்த சாகசத்திற்குச் சொந்தக்காரர்.

கட்சி ஆரம்பித்த ஐந்தே ஆண்டுகளில் 1977ல் ஆட்சியைப் பிடித்த அவரது அசகாயத் திறன் கண்டு இந்தியாவே வியந்தது.

1977ல் ஆட்சியைப் பிடித்தது மட்டுமல்ல, அதற்குப் பிறகு அவர் மறையும் வரை “அவர்தான் எங்களது முதல்வர்” என்று தமிழக மக்களில் பெரும் பகுதியினர் ஒரே குரலில் சொல்கின்ற அளவில் தமிழ்ச் சமுதாயத்தின் ஒன்று திரண்ட ஆதரவைப் பெற்றிருந்தாரே அது அவரது அபாரமான சாதனை.

புரட்சி தலைவரின் மறைவிற்குப் பிறகு சில காலம் தமிழகத்தை ஆளும் வாய்ப்பைப் பெற்ற அவரது துணைவியார் வி.என். ஜானகி தமிழ்க் கலை உலகின் பிரதிநிதி என்பதும் எண்ணற்ற தமிழ்த் திரைப்படங்களின் கதாநாயகி என்பதும் தமிழ்ப்பட உலகம் பெருமைப்பட்டுக் கொள்ளக்கூடிய ஒன்று.

1991 ஆம் ஆண்டில் ஆட்சிப் பொறுப்பேற்ற புரட்சித் தலைவி ஜெயலலிதா, தமிழ், தெலுங்கு, கன்னடம், இந்தி, ஆங்கிலம் என்ற பல மொழிகளில் நூற்றுக்கும் மேற்பட்ட திரைப்படங்களில் நடித்தவர்.

புரட்சித் தலைவரோடு அதிகமான திரைப்படங்களில் ஜோடியாக நடித்தவர் என்ற பெருமைக்குச் சொந்தக்காரரான இவர் அரசியல் ஆர்வம் காரணமாக 1982இல் அ.இ.அ.தி.மு.க.வில் உறுப்பினரானார்.

“பெண்ணின் பெருமை” என்ற தலைப்பில் அண்ணா தி.மு.க.வின் அரசியல் மாநாட்டில் அவர் பேசிய பேச்சு பெண்ணினத்தின் பெருமையை மட்டுமின்றி புரட்சித் தலைவி ஜெயலலிதா அவர்களின் அபாரமான அறிவுத் திறனையும் பேச்சாற்றலையும் அரசியல் உலகிற்கு அறிவிப்பதாக அமைந்தது.

கட்சியில் சேர்ந்த ஓராண்டிலேயே அண்ணா தி.மு.க.வின் கொள்கை பரப்புச் செயலாளராகப் பதவி ஏற்ற ஜெயலலிதாவை அவரது அபாரமான ஆங்கிலப் புலமை காரணமாக ராஜ்யசபா உறுப்பினராக ஆக்கினார் எம்.ஜி.ஆர்.

புரட்சித் தலைவரின் மறைவுக்குப் பிறகு தங்களை அன்பு காட்டி, அரவணைத்து, ஆதரவு தரக்கூடிய அன்புத் தாயாகவும், எதிரிகளின் தாக்குதல்களிலிருந்து கட்சியைக் காக்கக் கூடிய வீராங்கனையாகவும் புரட்சித் தலைவி ஜெயலலிதாவைப் பார்த்தனர் அண்ணா திமுகவின் கோடான கோடி தொண்டர்கள்.

1989 ஆம் ஆண்டில் எதிர்க்கட்சித் தலைவர் பதவியை அலங்கரித்த முதல் பெண்மணி என்ற அடையாளத்துடன் சட்டசபைக்குள் அடியெடுத்து வைத்த புரட்சித் தலைவி ஜெயலலிதா அடுத்த ஆட்சியைப் பிடிக்க எடுத்துக் கொண்டது இரண்டே ஆண்டுகள் தான்.

வாக்காளர்களால் தேர்ந்தெடுக்கப்பட்ட தென்னிந்தியாவின் முதல் பெண் முதலமைச்சர் என்ற தனிப் பெருமையுடன் 1991 ஆம் ஆண்டு தமிழகத்தை ஆள்கின்ற பொறுப்பை அவர் ஏற்றுக் கொண்டார்.

2016 ஆம் ஆண்டில் ஆர்.கே. நகர் தொகுதியில் வெற்றி பெற்று தமிழக முதல்வராக ஆறாவது முறையாக முடிசூடிய ஜெயலலிதா தமிழ்நாட்டை இந்தியாவிலேயே முதன்மை மாநிலமாக்க உறுதி பூண்டு அதற்காகக் கடுமையாக உழைத்தவர்.

1967 ஆம் ஆண்டில் தமிழகத்தின் ஆட்சிப் பொறுப்பு தமிழ்த் திரையுலகின் பிரதிநிதியான அறிஞர் அண்ணாவிடம் ஒப்படைக்கப்பட்டது. அதற்குப் பிறகு கடந்த 50 ஆண்டுகளில் பிரதிநிதிகள் மாறினாலும் ஆட்சிப் பொறுப்பை கலை உலகப் பிரதிநிதிகளிடம் இருந்து யாராலும் பறிக்க முடியவில்லை என்பதுதான் உண்மை.

8

ஜெமினி கணேசன் சாவித்திரி ஜோடியின் காதலும் மோதலும்

டி.ஆர். ராஜகுமாரி தொடங்கி நயன்தாரா வரையிலே எண்ணற்ற நடிகைகளை தமிழ் சினிமா ரசிகர்கள் தங்களது கனவுக்கன்னிகளாகப் பார்த்திருக்கிறார்கள். ஆனால் ரசிகர்கள் தங்களின் சொந்த சகோதரியாக ஒரு நடிகையைப் பார்த்தார்கள் என்றால் அந்த பெருமைக்குரியவர் இன்றுவரை சாவித்திரி மட்டுமே.

எண்ணற்ற தெலுங்கு நாடகங்களில் நடித்த சாவித்திரியை சினிமாவில் நடிப்பதற்காக அவரது பெரியப்பாவான சவுத்ரி சென்னைக்கு 1948 ஆம் ஆண்டில் அழைத்து வந்தபோது சாவித்திரிக்கு வயது பன்னிரண்டு.

சென்னையில் பல தயாரிப்பாளர்களது கதவுகளைத் தட்டிய அவர்கள் ஜெமினி ஸ்டுடியோவையும் விட்டு வைக்கவில்லை.

அப்போது ஜெமினி ஸ்டுடியோவில் நட்சத்திரங்களைத் தேர்வு செய்கின்ற பொறுப்பிலிருந்தவர் ஜெமினி கணேசன்.

ஜெமினி ஸ்டுடியோவில் எல்லாமுமாக இருந்த கொத்தமங்கலம் சுப்பு சாவித்திரியை நடித்துக் காட்டச் சொன்னார். தனக்குத் தெரிந்த ஒரு தெலுங்குப் பாடலைப் பாடியபடி நடனமாடிக் காட்டினார் சாவித்திரி.

அவரது திறமையைப் பாராட்டிய கொத்தமங்கலம் சுப்பு அப்போது சாவித்திரி ரொம்பவும் சின்னப்பெண்ணாக இருந்ததால் “அடுத்த படத்தில் பார்க்கலாம்” என்று கூறி விட்டார்.

“ரொம்பவும் சூட்டிகையான பெண். வருங்காலத்தில் மிகப் பெரிய நடிகையாக வருவதற்கான அறிகுறிகள் பிரகாசமாக இருக்கின்றன” என்று ஒரு குறிப்பை எழுதி சாவித்திரி கொடுத்த புகைப்படத்துடன் ஜெமினி ஸ்டூடியோவின் ஆல்பத்தில் ஒட்டி வைத்த ஜெமினி கணேசனுக்கு ஐந்து வருடங்கள் கழித்து தன் மனதில் அந்தப் பெண்

ஒட்டிக்கொள்ளப் போகிறார் என்று அப்போது தெரிந்திருக்க வாய்ப்பில்லை.

அந்த சம்பவத்திற்குப் பிறகு ஜெமினி கணேசன் சாவித்திரியை சந்தித்தது *மனம் போல மாங்கல்யம்* படத்தின் படப்பிடிப்பில்தான். அதுவரை சிறு சிறு பாத்திரங்களில் நடித்துக் கொண்டிருந்த ஜெமினி கணேசனுக்குக் கிடைத்த முதல் பெரிய வாய்ப்பு அந்தப்படம்.

ஜெமினி கணேசனுக்கு ஜோடியாக அந்தப்படத்தில் நடித்த சாவித்திரி அப்போது மிகவும் பிரபலமான ஒரு நடிகையாக இருந்தார். *தேவதாஸ்* படத்தில் அவர் ஏற்றிருந்த பார்வதி பாத்திரம் ஆந்திராவில் மட்டுமின்றி தமிழகத்திலும் பட்டி தொட்டிவரை அவரைக் கொண்டு போய் சேர்த்திருந்தது.

அற்புதமான நடிப்பாற்றல் கொண்ட நடிகையாக விளங்கிய போதிலும் அந்த புகழ் வெளிச்சத்தால் கொஞ்சமும் பாதிக்கபடாத நடிகையாக சாவித்திரி இருந்தார். அதனால் தானோ என்னவோ சாவித்திரியை *மனம் போல மாங்கல்யம்* படத்தின் படப்பிடிப்பில் முதல் நாள் பார்த்தபோதே ராதாமோகனின் *மொழி* திரைப்படத்தில் வருவதுபோல ஜெமினி கணேசனின் உள் மனதுக்குள் விளக்குகள் எரிந்தன. மணி ஓசையும் கேட்க ஆரம்பித்தது.

சாவித்திரியைப் பொறுத்தவரை அவர் அதுவரை பார்த்த கதாநாயகர்களிலிருந்து ஜெமினிகணேசன் வித்தியாசமானவராகத் தெரிந்தார். படித்தவராக இருந்ததால் பண்போடு பழகினார்.

இவை எல்லாவற்றிற்கும் மேலாக சாவித்திரி ஜெமினியின் பக்கம் தன் பார்வையைத் திருப்பிய போதெல்லாம் காதல் கொண்ட அவரது பார்வை தன் மீது தொடர்ந்து பதிந்து கொண்டிருப்பதை சாவித்திரி உணர்ந்தார். இவை எல்லாமாகச் சேர்ந்து அந்த பதினேழு வயதுப்பெண்ணின் மனதை கட்டுப்பாடு இழக்கச் செய்தது.

அந்தக் காதல் அனுபவத்தைப் பற்றி பின்னர் குறிப்பிடும்போது "முதலில் அவரது எக்ஸ்ரே பார்வை என்னை ஊடுருவியது. நாட்கள் செல்லச் செல்ல என்னை அறியாமல் நானும் என் மனதை அவரிடம் பறி கொடுத்தேன்" என்று தனது காதல் அனுபவத்தைப் பற்றி பதிவு செய்திருக்கிறார் சாவித்திரி.

அம்பிகாபதி அமராவதி போல தெய்வீகக் காதலில் ஜெமினி கணேசனும் சாவித்திரியும் ஈடுபட்டிருந்த போதிலும் தங்களது காதலை வெளிப்படையாக அறிவிக்க முடியாத இக்கட்டில் அவர்கள் இருந்தனர்.

அதற்கு முதல் காரணம் ஜெமினிக்கு அப்போது அவரது முதல் மனைவி தவிர புஷ்பவல்லி என்ற நடிகையுடன் நெருக்கமான உறவு இருந்தது. இரண்டாவதாக தனது முதல் மனைவியான பாப்ஜி சாவித்திரியுடனான காதலை எப்படி ஏற்றுக் கொள்வாரோ என்ற பயமும் ஜெமினிக்கு அப்போது இருந்தது.

மூன்றாவது முக்கியமான காரணம் சாவித்திரியின் பெரியப்பாவான சவுத்ரி. சாவித்திரியை தனது முழு கட்டுப்பாட்டுக்குள் வைத்துக் கொண்டிருந்தார் அவர்.

இப்படி ஒரு சூழ்நிலையில் ஒருவரையொருவர் மிகத் தீவிரமாக நேசித்த ஜெமினியும் சாவித்திரியும் அலைபாயுதேபாணியில் ரகசியமாக திருமணம் செய்து கொண்டனர்.

1953 ஆம் ஆண்டிலேயே அவர்கள் இருவருக்கும் திருமணம் நடந்துவிட்டதாக பல பத்திரிகைக் குறிப்புகள் கூறுகின்றன. ஆனாலும் அவர்கள் திருமணத்தை வெளியே அறிவித்தது 1955ஆம் ஆண்டு லக்ஸ் சோப் விளம்பரத்தில் சாவித்திரி கணேஷ் என்று சாவித்திரி போட்டிருந்த கையெழுத்துதான்.

அந்தத் தம்பதிகளுக்கு திரையுலகம் வழங்கிய தீபாவளிப் பரிசாக மனம்போல மாங்கல்யம் படத்தின் வெற்றி அமைந்தது.

தலை தீபாவளிக் கொண்டாட்டத்தின்போது தனது காதல் மனைவிக்கு வெண்பட்டு சேலை ஒன்றை வாங்கி பரிசளித்தார் ஜெமினிகணேசன். அந்தச் சேலையை தீபாவளியன்று காலையில் சாவித்திரி கட்டிக் கொண்டபோது "தீபாவளியன்று கட்டிக்கொள்ள இந்த வெள்ளைக் கலர் சேலைதான் கிடைத்ததா?" என்று கடிந்து கொண்டார் சவுத்ரி. அந்த தீபாவளி தினத்தில் தனது காதல் மனைவியைப் பார்க்க ஜெமினிகணேசன் எவ்வளவோ முயற்சி செய்தார். ஆனால் சவுத்ரி அவரை அனுமதிக்கவில்லை.

அவர்கள் இருவரும் தீவிரமாகக் காதலிக்கும் விஷயம் தெரிந்ததும் ஜெமினியின் அதிகாரபூர்வமான மனைவி பாப்ஜியை விட அதிகமாக

அவர்கள் காதலுக்கு எதிர்ப்பு தெரிவித்தவர் தாலி கட்டாமலே ஜெமினியுடன் வாழ்ந்து, அந்த வாழ்க்கையின் பலனாக ரேகா, ராதா என்று இரண்டு பெண்களைப் பெற்ற புஷ்பவல்லிதான்.

1956ஆம் ஆண்டில் அபிராமபுரத்தில் ஒரு வீட்டை வாடகைக்கு எடுத்துக் கொண்டு ஜெமினி கணேசனும், சாவித்திரியும் தனிக் குடித்தனத்தைத் தொடங்கினர்.

வீரபாண்டிய கட்டபொம்மன் படத்தில் ஊமைத்துரை வேடத்தில் நடிக்க ஒப்புக் கொண்டிருந்த எஸ்.எஸ். ராஜேந்திரன் அந்தப் படத்திலிருந்து திடீரென்று விலகியவுடன் அந்தப் பாத்திரத்தில் நடித்து உதவும்படி சிவாஜி கணேசன் ஜெமினிகணேசனைக் கேட்டபோது அந்த வாய்ப்பை ஏற்க ஜெமினி முதலில் மறுத்ததற்கு முக்கியமான காரணம் அப்போது சாவித்திரி கர்ப்பமாக இருந்ததுதான்.

"சாவித்திரிக்கு ஒன்றும் ஆகாது" என்று ஜெமினிக்கு ஆறுதல் கூறிய சிவாஜி, பிரசவத்தின் போது தான் கூடவே இருப்பதாக சாவித்திரியிடம் சொல்லி அவரது அனுமதியைப் பெற்ற பிறகே அந்தப் படத்தில் நடிக்க ஒப்புக் கொண்டார் ஜெமினி. அவர்களது திருமண உறவு எந்த அளவிற்கு நெருக்கமாக இருந்தது என்பதற்கு அந்த நிகழ்ச்சி ஒரு உதாரணம்.

"இவ கூட நடிக்கும்போது ரொம்ப ஜாக்கிரதையாக இருக்கணும்ப்பா. கொஞ்சம் அசந்தாலும் நம்பளை காலி பண்ணிவிடுவா இது சத்தியம்" என்று நடிகர் திலகம் சிவாஜியால் பாராட்டப்பட்ட ஒரே நடிகை சாவித்திரிதான்.

சிவாஜி சொன்னது பொய்யல்ல, நூற்றுக்கு நூறு உண்மை என்பதை *பாசமலர்* படத்தில் சிவாஜியோடு நடித்திருந்த பல காட்சிகளில் நிரூபித்திருந்தார் சாவித்திரி. "நடிகையர் திலகம்" என்று திரை ரசிகர்கள் சாவித்திரியைக் கொண்டாட ஆரம்பித்தது "பாசமலர்" படத்திற்குப் பிறகுதான்.

சாவித்திரியின் நூறாவது படமாக கொஞ்சும் சலங்கை திரைப்படம் அமைந்தது. 1950ஆம் ஆண்டில் திரையுலகில் காலடி எடுத்து வைத்த சாவித்திரி 1962ஆம் ஆண்டில் நூறு படங்களில் நடித்து முடித்திருந்தார். அது இன்றுள்ள நடிகைகள் நினைத்து பார்க்க முடியாத சாதனை மட்டுமல்ல இனி எவராலும் முறியடிக்க முடியாத ஒரு சாதனையும் கூட.

கொஞ்சும் சலங்கை படத்திலே கதாநாயகனாக நடித்த ஜெமினிகணேசன் அந்த படத்தின் இறுதியில் குமாரி கமலாவை மணம் புரிந்து கொள்வார். கதைப்படி அதுதான் சரியான முடிவென்றாலும் ஜெமினி சாவித்திரி ஜோடியை உயிருக்குயிராக நேசித்த ரசிகர்களால் அந்த முடிவை ஏற்றுக்கொள்ள முடியவில்லை. கொஞ்சும் சலங்கை படம் அது அடைந்திருக்க வேண்டிய வெற்றியை பெற முடியாமல் போனதற்கு அது ஒரு முக்கிய காரணமாக அமைந்தது.

தமிழில் பெற்ற புகழுக்கு சற்றும் குறையாமல் தெலுங்கு பட உலகிலும் புகழ் பெற்று விளங்கியவர் சாவித்திரி. நாகேஸ்வரராவ் அவர்களோடு அதிகமான படங்களில் ஜோடியாக நடித்த நடிகை அவர் மட்டுமே. அவரோடு மட்டும் மொத்தம் நாற்பத்தி மூன்று படங்களில் ஜோடியாக நடித்துள்ளார் சாவித்திரி.

சாவித்திரியின் நடிப்புத் திறனைப்பற்றி மிகவும் உயர்ந்த அபிப்ராயம் கொண்டிருந்த நாயகர்களில் நாகேஸ்வரராவும் ஒருவர்.

“சாவித்திரி மாதிரி ஒரு நடிகையைப் பார்க்கவே முடியாது. தெலுங்குப் படம் ஒன்றிலே அவர் ஏற்று நடித்த பாத்திரத்தை இந்தியில் மீனாகுமாரியும்,வங்காள மொழியில் சுசித்ரா சென்னும் நடித்தார்கள் ஆனால் அவர்கள் இருவராலும் நடிப்பிலே சாவித்திரியின் பக்கத்தில் கூட வர முடியவில்லை” என்று குறிப்பிட்டிருக்கிறார் நாகேஸ்வரராவ்.

தமிழிலே “நடிகையர் திலகம்” என்று போற்றப்பட்ட சாவித்திரிக்கு “மகாநடி” என்று பட்டம் சூட்டி அழகு பார்த்தது தெலுங்குப் பட உலகம்.

ஜெமினி கணேசனுக்கு மூன்று மனைவிகள் மூலம் பிறந்த ஏழு குழந்தைகளுமே பெண் குழந்தைகள். தனக்கு ஆண் வாரிசே இல்லையே என்று ஜெமினி கணேசன் ஏங்கிய போது மீண்டும் கர்ப்பமானார் சாவித்திரி.

அந்தக் குழந்தையாவது ஆண் வாரிசாக இருக்குமா என்று தெரிந்து கொள்வதற்காக தனது நெருங்கிய நண்பரும், ஜோதிட வல்லுனருமான வித்வான் வே. லட்சுமணனைச் சந்தித்தார் ஜெமினிகணேசன்.

“அடுத்தது நிச்சயம் ஆண் குழந்தைதான்” என்று அவர் சொன்னது அப்படியே பலித்தது.

திரையுலகில் காலடி எடுத்து வைத்த நாள் முதல் ஒவ்வொரு வருடமும் பத்துக்கும் மேற்பட்ட படங்களில் நடித்துக் கொண்டிருந்த சாவித்திரிக்கு 1965 ஆம் ஆண்டில் பட வாய்ப்புகள் குறைந்தன.

ஆனால் அவரது காதல் கணவரான ஜெமினி கணேசனோ வைஜயந்தி மாலா, காஞ்சனா, கே.ஆர். விஜயா என்று பல நடிகைகளுடன் டூயட் பாடிக்கொண்டிருந்தார். அவர் 'காதல்மன்னன்' என்பது உலகத்துக்கே தெரிந்திருந்தபோது சாவித்திரிக்கு மட்டும் தெரியாமல் இருக்குமா என்ன? அந்த மன உளைச்சலில் மதுப்பழக்கத்துக்கு ஆளான அவர் ஒரு கால கட்டத்தில் நிதானத்தை இழக்கத் தொடங்கினார்.

"கப்பலோட்டிய தமிழன்" படத்திலே நடிக்கும் போது அவருடன் நடித்த ஜெமினிகணேசன் அவரது நடிப்பில் ஒரு சிறு திருத்தத்தை சொன்னபோது "எனக்கே நடிப்பு சொல்லித் தர்றீங்களா" என்று ஜெமினி கணேசன் மீது சீறிப் பாய்ந்ததுடன் தனது கையில் இருந்த கரண்டியையும் அவர் மீது வீசினார் சாவித்திரி. அவர்களுக்கு இடையே மிகப் பெரிய விரிசல் ஏற்பட்டிருப்பதை வெளி உலகத்துக்கு அறிவித்த முதல் சம்பவமாக அது அமைந்தது.

பட வாய்ப்புகள் அதிகமாக இல்லாததால் படங்களைத் தயாரிக்கவும் இயக்கவும் முடிவெடுத்தார் சாவித்திரி. அவரது நிதி நிர்வாகத்தை கவனித்துக் கொண்டிருந்த ஜெமினிக்கு அதில் கொஞ்சமும் உடன்பாடில்லை. அவரை எதிர்த்துக் கொண்டு படத்தைத் தயாரித்த சாவித்திரி மிகப்பெரிய கடன் சுமையில் மூழ்கினார்.

ஏற்கனவே குடும்பத்தில் ஏற்பட்டிருந்த குழப்பத்தோடு கடன்காரர்களுக்கு பதில் சொல்ல வேண்டிய சூழ்நிலையும் ஏற்பட்டதால் காலை, மாலை என்ற வித்தியாசம் இல்லாமல் மதுவிலே வீழ்ந்து கிடந்தார் அவர்.

நல்ல நேரம் வரும்போது நல்ல நண்பர்கள் சேருவது போல கெட்ட நேரம் வரும்போது கெட்ட நண்பர்களாக வந்து சேருவார்கள். அதுதான் சாவித்திரிக்கும் நேர்ந்தது.

ஒரு நாள் தான் என்ன செய்கிறோம் என்பதை உணராமல் தனது ஆருயிர் கணவனான ஜெமினி கணேசனை வீட்டை விட்டு வெளியே போகுமாறு கோபத்துடன் கூறினார் அவர்.

அன்று அந்த வீட்டை விட்டு வெளியேறிய ஜெமினி கணேசன் அதற்குப்பிறகு அந்த வீட்டில் காலடி எடுத்து வைக்கவேயில்லை.

ஒரு அழகான காதல் கதைக்கு சாவித்திரி வைத்த முற்றுப் புள்ளியாக அந்த சம்பவம் அமைந்தது.

9

எம்.ஜி.ஆருக்கு சிவாஜி எழுதிய கடிதம்

நடிப்பு என்றால் என்ன என்பதற்குப் பொருளாக விளங்கிய நடிகர் திலகம் என்னும் அந்த மகா கலைஞனோடு பத்திரிகையாளன், பத்திரிகைத் தொடர்பாளன், உதவி இயக்குநர், தயாரிப்பாளர் என்று பல தகுதிகளில் இணைந்து பணியாற்றக்கூடிய அரிய வாய்ப்பு பெற்றவன் நான். 1970 தொடங்கி 15 ஆண்டுகள் நான் நடத்திய திரைக்கதிர் பத்திரிகை அதன் ஆரம்பக்கட்டங்களில் சிவாஜி ரசிகர்களுக்காக தன்னை முழுமையாக அர்ப்பணித்துக் கொண்ட பத்திரிக்கையாகவே வெளிவந்தது. இதழ்கள் தோறும் ரசிகர்களின் கேள்விகளுக்கான சிவாஜியின் பதில்கள், சிவாஜியின் டைரி என்ற பெயரில் மாதம் முழுவதும் சிவாஜி கலந்து கொள்ளும் படப்பிடிப்புகள் மற்றும் அவரது நிகழ்ச்சிகளின் தொகுப்புகள், சிவாஜி படச் செய்திகள் என்று முழுக்க முழுக்க சிவாஜி பற்றிய செய்திகளே அந்த இதழில் நிறைந்திருக்கும். இப்படிப் பத்திரிகையாளனாக அவரோடு தொடங்கிய நட்பு அவரைக் கதாநாயகனாக வைத்துப் படம் எடுக்கின்ற அளவிற்கு வளரும் என்று நான் கனவில் கூட எண்ணியதில்லை. அதை இறைவன் எனக்களித்த வரம் என்றுதான் கூறுவேன்.

பாரதிராஜா இயக்கத்தில் வெளியான மண் வாசனைதான் தயாரிப்பாளராக எனது முதல் படம். அப்படத்தின் நூறாவது நாள் விழாவிற்குத் தலைமை தாங்கிய நடிகர் திலகம்தான் என் இரண்டாவது தயாரிப்பான வாழ்க்கை திரைப்படத்தின் நாயகன்.

சிவாஜி என்ற அந்த மாமேதையோடு நானும் என் சகோதரர் சித்ரா ராமுவும் இணைந்து தயாரித்த ஜல்லிக்கட்டு திரைப்படத் தயாரிப்பின் போது நடந்த ஒரு நிகழ்ச்சி என் வாழ்நாளில் நான் மறக்க முடியாத இனிய நிகழ்ச்சியாக அமைந்தது.

ஒரு நாள் காலையில் சிவாஜி சார் அவர்களின் வீட்டிற்குச் சென்ற நான் அவரிடம் "நாளை காலையில் 'டப்பிங்'கிற்கு ஸ்டுடியோ புக் பண்ணியிருக்கிறேன். நீங்கள் எத்தனை மணிக்கு வருகிறீர்கள்" என்று அவரைக் கேட்டேன்.

நான் அப்படிக் கேட்டவுடன் சிவாஜியின் கூரிய கண்கள் என்னை ஒரு முறை ஊடுருவிப் பார்த்தன. "அண்ணனைப் பத்தி நீ என்ன நினைச்சிக்கிட்டு இருக்கே? உன்னை என் தம்பி மாதிரி நினைச்சி பழகறதினாலே எப்படி வேணும்னாலும் என்னோட 'டீல்' பண்ணலாம்னு நினைச்சிட்டியா? உன் இஷ்டத்துக்கு டப்பிங் தியேட்டரை புக் பண்ணிட்டு என்னை டப்பிங்கிற்கு வரச் சொல்லி கூப்பிடறே?" என்றார் அவர்.

சிவாஜி அப்படி என்னிடம் கடுமையாக என்றும் பேசியதேயில்லை. ஆகவே ஒரு நிமிடம் என்ன பதில் பேசுவது என்று எனக்குப் புரியவில்லை.

நான் என்ன தவறு செய்தேன் என்று யோசித்துப் பார்த்தபோதுதான் எவ்வளவு பெரிய தவறு செய்திருக்கிறேன் என்று எனக்குப் புரிந்தது.

"எப்போது டப்பிங் பேசுகிறீர்கள்?" என்று அவரைக் கேட்டுவிட்டு அவர் என்று பேசுகிறேன் என்று சொல்கின்றாரோ அந்தத் தேதியில் 'டப்பிங்'கிற்கு ஏற்பாடு செய்யாமல் நானாக 'டப்பிங்'கிற்கு ஏற்பாடு செய்துவிட்டு அவரை அழைப்பது எந்த வகையில் நியாயம்?

என் தவறை உணர்ந்த அடுத்த நிமிடம் அவரிடம், "மன்னிச்சிக்கங்க சார். ஏதோ அவசரத்தில் தவறு செய்து விட்டேன். நாளைக்கு தியேட்டரை கேன்சல் செய்து விடுகிறேன். உங்களுக்கு எப்போது முடியுமோ அப்போது சொல்லுங்கள் தியேட்டரை புக் செய்கிறேன்" என்று சொல்லிவிட்டு கிளம்புவதற்காக சோபாவை விட்டு எழுந்தேன்.

உடனே தன் கைகளால் என் தோளைத்தொட்டு என்னை அமர்த்திய சிவாஜி "எனக்காக தியேட்டரை எல்லாம் கேன்சல் செய்ய வேண்டாம். நான் நாளைக்கு காலையில் டப்பிங் பேச வர்றேன். ஆனால் ஒரு கண்டிஷன்" என்றார்.

"எதுவாக இருந்தாலும் சொல்லுங்கள் சார் செய்யறேன்" என்றேன்.

"நாளை முதல் டப்பிங் முடியறவரைக்கும் நீ என் கூடத்தான் காலையில டிபன் சாப்பிடணும். சம்மதம்னா சொல்லு டப்பிங் பேச வர்றேன்" என்றார்.

கரும்பு தின்னக் கூலியா? உடனே சரி என்று ஒப்புக்கொண்டேன். இரண்டே நாட்களில் முழு படத்திற்கான டப்பிங்கையும் அவர் பேசி

முடித்துவிட்டார். அந்த இரண்டு நாளும் அவர் கொண்டு வந்த டிபனில் நான் மட்டுமல்ல அந்த தியேட்டர் ஒலிப்பதிவாளர், டைரக்டர், உதவி டைரக்டர்கள் என்று பத்து பேருக்கு மேல் சாப்பிட்டோம்.

1980 களில் தயாரிப்பாளர்கள் எந்த அளவிற்கு கவுரவமாக நடத்தப் பட்டார்கள் என்பதைத் தெரிவிப்பதற்கு வாழ்க்கை திரைப்படத் தயாரிப்பின் போது நடந்த இன்னொரு சம்பவம் ஒரு நல்ல உதாரணம்.

வாழ்க்கை படம் முடிந்து வெளியீட்டிற்கு தயாரானபோது படத்தில் நடித்ததற்காக 50 சதவிகித சம்பளத்தைத்தான் பெற்றிருந்தார் சிவாஜி. 1984ஆம் ஆண்டு ஏப்ரல் 14ஆம் தேதியன்று படத்தை வெளியிடுவது என்று முடிவெடுத்திருந்த நிலையில் மீதி சம்பளப் பணத்தைக் கொடுப்பதற்காக ஏப்ரல் 12ஆம் தேதியன்று சிவாஜியைத் தொடர்பு கொண்டேன். "பணம் எல்லாம் நான் அப்புறம் வாங்கிக்கறேன். நீ நாளை மறுநாள் காலையில புறப்பட்டு முதல்ல தஞ்சாவூர்ல நாங்க கட்டியிருக்கிற சாந்தி கமலா தியேட்டர் திறப்பு விழாவிற்கு வர்ற வேலையைப் பாரு. உனக்கு ஃபிளைட்ல டிக்கட் எல்லாம் கூடப் போட்டாச்சி" என்றார் அவர்.

தஞ்சாவூரில் தியேட்டர் திறப்பு விழா கோலாகலமாக நடந்து முடிந்ததும் சூரக்கோட்டையில் நண்பகல் விருந்துக்கு ஏற்பாடு செய்யப்பட்டிருந்தது.

தியேட்டரைத் திறந்து வைத்த எம்.ஜி.ஆர். நண்பகல் விருந்து முடிந்து நீண்ட நேரம் சிவாஜியோடு உரையாடிவிட்டு பிறகு சென்னை திரும்பினார். அவ்விழா நடந்த பிறகு ஒரு வேண்டுதலை நிறைவேற்றுவதற்காக வீரபாண்டி கோவிலுக்குச் சென்றுவிட்டு ஒருவாரத்துக்குப் பிறகுதான் நான் சென்னை திரும்பினேன். அதற்குப்பிறகே மீதி சம்பளத்துக்கான காசோலையை பெற்றுக்கொண்டார் சிவாஜி.

எம்.ஜி.ஆர். அவர்களும் சிவாஜி அவர்களும் எதிரும் புதிருமானவர்கள் என்ற எண்ணம் இன்றுவரை தமிழக மக்கள் மனதில் நிலவி வருகின்றது. ஆனால் அதை பலமாக பல தடவை மறுத்திருக்கிறார் சிவாஜி.

"தனிப்பட்ட முறையில் எங்களுக்கிடையே நல்லுறவு இல்லையென்றால் எதற்காக கடிதம் எழுதி என்னை அமெரிக்கா வரச்

சொல்லுகிறார் எம்.ஜி.ஆர்? எதற்காக நான் 'சார்ட்டர்ட் ஃப்ளைட்' வைத்துக் கொண்டு பால்டிமோர் சென்று அவரைப் பார்க்கிறேன்? எதற்காக அவர் காலமாவதற்கு நான்கு நாட்கள் முன்பு 'வீட்டிற்கு வா முக்கியமான பொறுப்பை உன்னிடம் கொடுக்கணும்' என்று சொல்லப்போகிறார்? இப்படி சொல்லிக்கொண்டே போகலாம். தனிப்பட்ட முறையில் நாங்கள் நல்ல நண்பர்களாகத்தான் இருந்தோம்" என்று தன் வாழ்க்கை வரலாற்றுப் புத்தகத்தில் பதிவு செய்திருக்கிறார் சிவாஜி.

எம்.ஜி.ஆர், சிவாஜி இருவரது நெருக்கத்தையும் உணர்கின்ற ஒரு வாய்ப்பு சிவாஜி அவர்கள் டாக்டர் பட்டம் பெற்றதையொட்டி அவருக்கு திரையுலகம் சார்பில் பாராட்டு விழா நடத்தியபோது எனக்குக் கிடைத்தது. அந்த பாராட்டு விழாக் குழுவில் பாரதிராஜா, ஏ.வி.எம்.சரவணன், ரஜினிகாந்த், கமல்ஹாசன், மேஜர் சுந்தரராஜன் ஆகியோரோடு நானும் முக்கிய பொறுப்பு ஏற்றிருந்தேன்.

அப்போது முதலமைச்சராக இருந்த எம்.ஜி.ஆர். விழாவிற்கு தலைமை தாங்கினால் நன்றாக இருக்கும் என்று விழாக் குழுவினர் அனைவரும் முடிவெடுத்தோம். அதில் சிக்கல் என்னவென்றால் விழா நடைபெற இருந்ததற்கு முதல் நாள்தான் எம்.ஜி.ஆர். அமெரிக்காவிலிருந்து இந்தியா திரும்புவதாக இருந்தார். ஆகவே தனது பாராட்டு விழாவிற்கு தலைமை தாங்க வேண்டும் என்று கேட்டு எம்.ஜி.ஆருக்கு சிவாஜியே தன் கைப்பட ஒரு கடிதம் எழுதி அவரை அழைத்தால் நன்றாக இருக்கும் என்று முடிவு செய்யப்பட்டது.

அந்த கடிதத்தை இயக்குநர் பாரதிராஜா தில்லிக்கு எடுத்துச் சென்று எம்.ஜி.ஆரிடம் தந்து விழாவிற்கு எம்.ஜி.ஆரை தலைமை தாங்கக் கேட்டுக் கொள்வது என்றும் திட்டமிடப்பட்டது.

அந்த கடிதத்தில் கையெழுத்திட வேண்டிய சிவாஜி அவர்கள் அப்போது கோபிசெட்டிப்பாளையத்தில் மண்ணுக்குள் வைரம் படப்பிடிப்பில் இருந்தார். கோபிச்செட்டிபாளையம் சென்று எம்.ஜி.ஆருக்கு சிவாஜி எழுதும் கடிதத்தில் கையெழுத்து வாங்கும் பொறுப்பு என்னிடம் ஒப்படைக்கப்பட்டது. அதன்படி நான் கோபிசெட்டிபாளையம் சென்று சிவாஜி அவர்களிடம் கையெழுத்தை வாங்கிக்கொண்டு சென்னை திரும்பினேன். எனக்குத் தெரிந்து எம்.ஜி.ஆருக்கு சிவாஜி எழுதிய ஒரே கடிதம் அதுவாகத்தான் இருக்கும்

என்பதால் புகழ் பெற்ற அக்கடிதத்திற்கு ஒரு பிரதி எடுத்து அப்போதே பத்திரப்படுத்திக் கொண்டேன்.

இத்தனை தீவிர முயற்சிகளுக்குப் பிறகும் அந்த விழாவில் எம்.ஜி.ஆர். அவர்களால் கலந்து கொள்ள முடியவில்லை. அது நீண்ட நாட்களுக்கு என் மனதிற்குள் ஒரு குறையாகவே இருந்தது. அந்தக் குறையை நானும் எனது சகோதரர் சித்ரா ராமுவும் இணைந்து தயாரித்த ஜல்லிக்கட்டு நூறாவது நாள் விழாவில் தீர்த்துக் கொண்டேன். அதற்கு பெரிதும் உதவியாக இருந்தவர் ஜல்லிக்கட்டு படத்தின் நாயகனான சத்தியராஜ்.

சிவாஜியும் சத்யராஜும் இணைந்து நடித்த ஜல்லிக்கட்டு திரைப்படத்தின் 100வது நாள் விழாவிற்கு எம்.ஜி.ஆர். தான் தலைமை.

"பல்லாண்டு காலம் திரையுலகை ஆண்ட ஈடு இணையற்ற கலைச் சக்ரவர்த்திகளாக எம்.ஜி.ஆரும், சிவாஜியும் இருந்த போதிலும் சிவாஜி நடித்த திரைப்படத்தின் 100வது நாள் விழாவில் எம்.ஜி.ஆர். கலந்து கொள்வது இதுவே முதல் முறை" என்று அந்த விழாவில் கலந்து கொண்ட அனைவரும் பாராட்டிய போது நான் அடைந்த மகிழ்ச்சிக்கு அளவேயில்லை.

ஜல்லிக்கட்டு நூறாவது நாள் விழாவின் போது நடந்த இன்னொரு ரசமான நிகழ்ச்சி என்னால் எப்போதும் மறக்க முடியாத ஒன்று.

ஜல்லிக்கட்டு நூறாவது நாள் விழா அழைப்பிதழின் முகப்பில் எம்.ஜி.ஆர். படத்தையும், நடுப்பக்கத்தில் சத்தியராஜ் படத்தையும். கடைசி பக்கத்தில் சிவாஜி படத்தையும் அச்சிட்டிருந்தோம். அந்த அழைப்பிதழை எப்படி வேண்டுமானாலும் மடிக்கலாம் என்பதால் சிவாஜி அவர்களிடம் அழைப்பிதழைக் கொடுக்கும்போது சிவாஜி அவர்கள் படம் முதலில் வரும்படி மடித்து அவரிடம் கொடுத்தேன். அழைப்பிதழைப் படித்துப் பார்த்துவிட்டு அழைப்பிதழை என்னிடம் சிவாஜி திரும்பக் கொடுத்தபோது அதன் முதல் பக்கத்தில் எம்.ஜி.ஆர். இருப்பது போல மடித்து என்னிடம் கொடுத்தார் சிவாஜி. என் மனதைக் காயப்படுத்தாமல் அதே நேரத்தில் இதற்கெல்லாம் நான் அப்பாற்பட்டவன் என்று அவர் சொல்லாமல் சொன்ன விதம் இருக்கிறதே அது இன்றளவும் என் மனதில் ஆழப் பதிந்துள்ள ஒன்று.

சிவாஜி போன்ற இமாலயத் திறமை கொண்ட நடிகரை இனி எக்காலத்திலும் இந்தத் திரையுலகம் சந்திக்கப் போவதில்லை என்பது

எந்த அளவுக்கு உண்மையோ அதைப்போல நூறு மடங்கு உண்மை சிவாஜி போன்று பழகுவதற்கு எளிமையான, இனியவரான மனிதனை இந்தத் திரையுலகம் இனி எந்தக்காலத்திலும் சந்திக்கப் போவதில்லை என்பதும்.

10

எம்.ஜி.ஆரை கண்கலங்க வைத்த கதை

பிரபல பாடலாசிரியரான மருதகாசி அல்லி பெற்ற பிள்ளை என்ற பெயரில் தயாரித்த சொந்தப் படம் தோல்வியடைந்ததால், பெரும் நஷ்டத்திற்கு உள்ளானார். மருதகாசிக்கு உதவுவதற்காக அவருக்குத் தன்னுடைய கதை ஒன்றை படமாக்கக் கொடுத்தார் கே.எஸ்.கோபாலகிருஷ்ணன்.

கே.எஸ்.ஜி கொடுத்த கதையின் பெயர் *தூண்டாமணி விளக்கு.*

கே.எஸ்.ஜி. யின் கதையை வாங்கிப் படித்த மருதகாசி அந்தக் கதையை திரைப்படமாக ஆக்கினால் நிச்சயமாக அது வெற்றி பெறும் என்று திடமாக எண்ணினார்.

அந்த படத்தின் கதை வசனத்தையும் கே.எஸ்.ஜியே எழுத வேண்டும் என்று மருதகாசி கேட்டுக் கொள்ள அதற்கும் கே.எஸ்.ஜி சம்மதித்ததைத் தொடர்ந்து அந்தப் படத்துக்கு பூஜை போடப்பட்டது.

சிவாஜிகணேசன், சாவித்திரி, எஸ்.வி.ரங்காராவ், எஸ்.ஏ.அசோகன் ஆகிய பிரபலமான நட்சத்திரங்கள் அந்தப்படத்தில் நடிக்க ஒப்பந்தம் செய்யப்பட்டனர் என்றாலும் மருதகாசி பொருளாதார ரீதியில் மிகவும் சிரமப்பட்டுக் கொண்டிருந்ததால் அந்தப்படத்தை அவரால் தொடர முடியவில்லை.

அந்தச் சந்தர்ப்பத்தில் கே.எஸ்.கோபாலகிருஷ்ணனின் நெருங்கிய நண்பர் ஒருவர் எம்.ஜி.ஆர், தனக்கு ஒரு படம் நடித்துத் தர சம்மதித்திருப்பதாகவும் அதற்கு ஒரு கதையைத் தர முடியுமா என்றும் கோபாலகிருஷ்ணனிடம் கேட்டார்.

"எம்.ஜி.ஆர் எப்போது கதை கேட்கிறார் என்று கேட்டுக் கொண்டு வாருங்கள். நான் வந்து கதை சொல்கிறேன்" என்று அவருக்கு பதிலளித்தார் கோபாலகிருஷ்ணன்.

"உங்களை உடனே எம்.ஜி.ஆர். அழைத்துவரச் சொன்னார்" என்று அன்று மாலையே அந்த நண்பர் வந்து நிற்க இருவரும் எம்.ஜி.ஆரின் வீட்டுக்கு புறப்பட்டனர்.

எம்.ஜி.ஆரோடு கே.எஸ்.கோபாலகிருஷ்ணனுக்கு நாடக காலத்திலேயே நல்ல பழக்கம் இருந்ததால் காரை விட்டு இறங்கிய கோபாலகிருஷ்ணனை சிரித்தபடியே அவர் வரவேற்றார்.

சிவாஜி கணேசன் நடிப்பதாக இருந்து நின்று போன *தூண்டாமணி விளக்கு* கதையை சிறு சிறு மாற்றங்களுடன் எம். ஜி. ஆருக்கு சொன்னார் கோபாலகிருஷ்ணன். எம்.ஜி.ஆருக்கு அந்தக் கதை மிகவும் பிடித்துப் போனதைத் தொடந்து அந்தப் படத்தின் படப்பிடிப்பு உடனே தொடங்கியது.

சிவாஜி நடிப்பதாக இருந்து படப்பிடிப்பிற்கு முன்னரே நின்று போன அந்தப் படம் எம்.ஜி.ஆர். நடித்து இரண்டு நாள் படப்பிடிப்பு நடந்த பிறகு நின்று போனது.

அந்தக் கதையை சில மாதங்களுக்குப் பிறகு *கற்பகம்* என்ற பெயரில் சொந்தமாக எடுத்தார் கே.எஸ்.கோபாலகிருஷ்ணன். அப்போது அதில் கதானாயகனாக நடித்தவர் ஜெமினிகணேசன்.

எம்.ஜி.ஆர். நடிப்பதாக இருந்த அந்தப் படம் நின்றதற்கான காரணம் என்ன?

கற்பகம் படத்தின் கதையை காட்சிவாரியாக எம்.ஜி.ஆருக்கு விளக்கினார் கோபாலகிருஷ்ணன். கதாநாயகனின் முதல் மனைவியான கற்பகத்தின் குடும்பப் பாங்கு, தான் பெறாத குழந்தையிடம் அவள் காட்டும் எல்லையற்ற பாசம், பின்னர் அவள் காலமான பிறகு இரண்டாம்தாரமாக வேறொரு பெண்ணைத் திருமணம் செய்து கொள்ளும்படி மாமனாரே வற்புறுத்தும் போது முதல் மனைவியை மறக்க முடியாமல் கணவன் படும் வேதனை ஆகியவற்றை கோபாலகிருஷ்ணன் விவரித்தபோது எம்.ஜி.ஆரின் கண்கள் அவரையும் அறியாமல் கலங்கின. தனது உள்ளத்து உணர்ச்சிகளை மற்றவர்களுக்கு முன்னால் வெளிக்காட்ட விரும்பாமல் அடுத்த அறைக்கு சென்று விட்டார் அவர்.

"உங்கள் கதையைக் கேட்டவுடன் அவருக்கு காலம் சென்ற அவரது முதல் மனைவியின் நினைவு வந்து விட்டது என்று

நினைக்கிறேன்" என்று கோபாலகிருஷ்ணனிடம் தயாரிப்பாளரான அந்த நண்பர் கூறிக் கொண்டிருக்கும்போது அதைக் கேட்டபடியே அறையில் இருந்து வெளியே வந்த எம்.ஜி.ஆர். "அவர் சொல்வது உண்மைதான்" என்று சொல்லிவிட்டு "படத்தின் பிற்பகுதியை நான் பின்னால் கேட்டுக் கொள்கிறேன். அதற்கு முன் மாமனாரின் வற்புறுத்தலுக்கு இணங்கி கதாநாயகன் இரண்டாவது திருமணம் செய்து கொண்டானா இல்லையா அதை மட்டும் சொல்" என்று கோபாலகிருஷ்ணனிடம் கேட்டார்.

"தன்னைப் பெற்ற தாயாகவே தனது முதல் மனைவியை நினைத்து வந்த கதாநாயகன் குழந்தையின் ஏக்கத்தை போக்குவதற்காக இரண்டாவது திருமணத்திற்கு ஒப்புக் கொள்கிறான். இரண்டாவது மனைவியும் கற்பகம் காட்டிய தாய் அன்பிற்கு தான் சளைத்தவள் அல்ல என்கின்ற அளவிற்கு அந்தக் குழந்தையின் மீது அன்பு காட்டுகிறாள். அதைப் பார்த்தபிறகே அவளை நாயகன் திருமணம் செய்து கொள்கிறான்" என்று கோபாலகிருஷ்ணன் சொல்லி முடித்ததும் "அருமையான கதை" என்று பாராட்டிய எம்.ஜி.ஆர் "உடனே இதற்கு வசனம் எழுதி விடு" என்றார்.

அப்போது அடுத்த வாரமே படப்பிடிப்பை ஆரம்பித்தால்தான் தனக்கு பைனான்ஸ் கிடைப்பது எளிதாக இருக்கும் என்று அந்தத் தயாரிப்பாளர் கூற சிறிது நேரம் யோசித்த எம்.ஜி.ஆர். பின்னர் கோபாலகிருஷ்ணனைப் பார்த்து "கதையின் தொடக்கத்தில், அதாவது முதல் மனைவியை மணப்பதற்கு முன் பண்ணையாரும் ஹீரோவும் சந்திக்கும் இரண்டு காட்சிகளுக்கு வசனம் எழுதிக் கொண்டு வா அந்தக் காட்சிகளுக்கான படப்பிடிப்பை முதலில் நடத்துவோம். பின்னர் இரு கதாநாயகிகளையும் தேர்ந்தெடுத்த பின்னர் தொடர்ந்து படப்பிடிப்பை நடத்திக் கொள்ளலாம்" என்றார்.

எம்.ஜி.ஆர். படங்களைப் பொறுத்தவரையில் நடிகர் நடிகைகள் தொழில் நுட்பக் கலைஞர்கள் ஆகிய அனைவரையும் அவரேதான் தேர்ந்தெடுப்பார் என்பதை கோபாலகிருஷ்ணன் அறிந்திருந்த காரணத்தால் வேறு எந்தக் கேள்வியும் கேட்காமல் அவர் சொன்ன இரண்டு காட்சிகளுக்கும் வசனம் எழுதினார் அவர்.

அதையடுத்து படப்பிடிப்புத் தேதியையும் படப்பிடிப்பு நடைபெற உள்ள ஸ்டுடியோ பற்றியும் கோபாலகிருஷ்ணனுக்கு தெரிவித்த பட

அதிபர் படப்பிடிப்பு அன்று அதிகாலையிலேயே வந்து விடும்படி அவரைக் கேட்டுக் கொண்டார்.

கற்பகம் படத்திலே கதாநாயகன், கதாநாயகி அளவிற்கு முக்கியத்துவம் உள்ள பாத்திரம் அந்த மாமனார் பாத்திரம், ஆகவே அந்தப் பாத்திரத்தில் யார் நடிக்கிறார்கள் என்பதைப்பற்றி தெரிந்து கொள்ள விரும்பிய கோபாலகிருஷ்ணன் அது பற்றி தயாரிப்பாளரிடம் கேட்ட போது அதை எல்லாம் எம்.ஜி.ஆர். தான் முடிவெடுத்து இருக்கிறார் என்றும் படப்பிடிப்பு நாள் அன்றுதான் யார் நடிக்கப் போகிறார் என்ற விவரம் தெரியும் என்றும் தயாரிப்பாளரிடமிருந்து பதில் வந்தது.

படப்பிடிப்பு நாள் அன்று அந்த மாமனார் பாத்திரத்தில் நடிக்க வந்திருந்தவரைப் பார்த்ததும் கோபாலகிருஷ்ணன் அடைந்த ஏமாற்றத்துக்கு அளவேயில்லை என்றுதான் சொல்ல வேண்டும்

எம்.ஜி.ஆர் தேர்ந்தெடுத்திருந்த நடிகர் நல்ல பண்பட்ட நடிகர்தான். ஆனால் உருவ அமைப்பைப் பொறுத்தவரை எம். ஜி. ஆருக்கு மாமனாராக அவரை ரசிகர்கள் ஏற்றுக் கொள்வது சிரமம் என்று கோபாலகிருஷ்ணன் மனதிற்குப் பட்டது. அந்த பாத்திரத்திற்கு கே.எஸ்.ஜி. யின் ஒரே தேர்வு எஸ்.வி.ரங்காராவ் மட்டுமே.

நடிகர் தேர்வு சரியாக அமையவில்லையே என்ற வருத்தத்தில் இருந்த கோபாலகிருஷ்ணனை இன்னும் அதிகமான சோகத்தில் ஆழ்த்தியது, அன்றைய காட்சிகளை எம்.ஜி.ஆர். தேர்ந்தெடுத்திருந்த இயக்குனர் படமாக்கிய விதம். அதைப் பார்த்துக் கொண்டிருந்த அவரது மனதிற்குள் ஒரு நல்ல கதை சிதைக்கப் பட்டு விடுமோ என்ற அச்சம் தோன்றியது. ஆனால் அதை எம்.ஜி.ஆரிடம் எப்படி எடுத்து சொல்வது? அதனால் மனக்குமைச்சலுடன் செட்டின் ஓரத்தில் ஒதுங்கி விட்டார் கோபாலகிருஷ்ணன்.

அன்று முழுவதும் அவர் படப்பிடிப்பில் ஈடுபாடு இல்லாமல் இருந்ததை அந்த பரபரப்பான படப்பிடிப்புக்கு இடையேயும் எம்.ஜி.ஆர். கவனித்திருக்கிறார் என்பது அந்த இரண்டு நாள் படப்பிடிப்பு முடிவடைந்த பிறகு எம்.ஜி.ஆரின் அழைப்பின் பேரில் அவரை சந்திக்கச் சென்றபோதுதான் கோபாலகிருஷ்ணனுக்குத் தெரிந்தது.

"என்ன தம்பி, நீ எப்போதும் படப்பிடிப்பில் நடிகர்களுக்கு வசனம் சொல்லிக் கொடுப்பது, நடிப்பு சொல்லிக் கொடுப்பது என்று

ஒரு வினாடி கூட உட்காராமல் துரு துறுவென்று இருப்பாயாமே. அப்படிப்பட்ட நீ நம்ம படப்பிடிப்பில் பேசாமல் ஒதுங்கி நின்று விட்டாயே, என்ன காரணம்?" என்று கேட்டார் எம்.ஜி.ஆர்.

நீங்கள் மாமனார் பாத்திரத்தில் நடிக்கத் தேர்ந்தெடுத்திருந்த நடிகரை எனக்குப் பிடிக்கவில்லை என்றும் இயக்குனர் காட்சியைப் படமாக்கிய விதத்தில் எனக்கு உடன்பாடில்லை என்றும் எம்.ஜி.ஆரிடம் கூற முடியுமா? ஆகவே அதை எல்லாம் அப்படியே மனதுக்குள் புதைத்துக் கொண்டு "நான் சொல்லித் தருகின்ற அளவிற்கு அங்கு நடிகர்கள் யாருமில்லையே" என்று பதிலளித்தார் கோபாலகிருஷ்ணன்.

எம்.ஜி.ஆர் எப்படிப்பட்டவர். கோபாலகிருஷ்ணன் மனதில் உள்ளது என்னவென்பதை வரவழைக்க அவருக்கு வழி தெரியாதா என்ன?

"அன்று படப்பிடிப்பில் நடந்தது எதுவுமே உனக்குப் பிடிக்கவில்லை என்பது தெரிந்துதான் உன்னை வரவழைத்தேன். அதனால் இப்போது உண்மையான காரணம் என்ன என்பதை சொல்" என்றார் எம்.ஜி.ஆர்.

அவர் பரிவோடு கேட்ட விதம் தனது மனக்குறையை அவரிடம் சொல்லலாம் என்ற தைரியத்தை கோபாலகிருஷ்ணனுக்குக் கொடுத்ததால் "மாமனார் பாத்திரம் ஏற்றவரின் உருவ அமைப்பு இயக்குனரின் திறமை ஆகிய இரண்டுமே தனக்கு திருப்தியாக இல்லை" என்றார் கே.எஸ்.ஜி.

சிறிது நேரம் மவுனமாக இருந்த எம்.ஜி.ஆர் "உன் மனதுக்குப் பட்ட இரண்டு குறைகளுமே நியாயமானதுதான். இயக்குனரைப் பற்றி நாம் எப்போது வேண்டுமானால் முடிவெடுத்துக் கொள்ளலாம். மாமனார் பாத்திரத்திற்கு எந்த நடிகரைப் போட்டால் சரியாக இருக்கும் என்று நீ நினைக்கிறாய்?" என்று கேட்டார்.

"உங்களுக்கு மாமனாராக நடிப்பவர் ரங்காராவ் போல இருக்க வேண்டும்" என்று கே.எஸ்.ஜி சொன்னவுடன் "அதென்ன ரங்காராவைப் போல. ரங்காராவைப் போட்டால் சரியாக இருக்கும் என்று நேராக சொல்ல வேண்டியதுதானே" என்றார் எம்.ஜி.ஆர்.

"இந்தப் படத்தைப் பொறுத்தவரை நான் கதை வசனகர்த்தாதானே" என்று கோபாலகிருஷ்ணன் சொன்னவுடன் வாய் விட்டு சிரித்த எம்.ஜி.ஆர் "சரி ரங்காராவையே ஒப்பந்தம் செய்யச் சொல்கிறேன்.

இப்போது திருப்திதானே" என்று கேட்க "பூரண திருப்தி" என்று கூறிவிட்டு அவரது இல்லத்தை விட்டுப் புறப்பட்டார் கோபாலகிருஷ்ணன்.

அந்தச் சம்பவத்திற்குப் பிறகு அந்தப் படத்தின் படப்பிடிப்பு நடைபெறவே இல்லை. அந்த இடைப்பட்ட காலத்தில் அந்தப் படத்தின் தயாரிப்பாளரும் கே.எஸ்.ஜியைச் சந்திக்கவேயில்லை.

ஒரு நல்ல கதை இப்படி முடங்கிப் போவதை பொறுத்துக் கொள்ள முடியாமல் அந்தத் தயாரிப்பாளரைத் தேடி கோபாலகிருஷ்ணன் சென்ற போதுதான் படம் தயாரிக்கும் சூழ்நிலையில் அந்தத் தயாரிப்பாளர் இல்லை என்பது அவருக்குத் தெரிய வந்தது.

அந்தப் படத்திற்காக அந்தப் படத் தயாரிப்பாளர் விநியோகஸ்தர்களிடம் வாங்கியிருந்த பணத்தை எல்லாம் திருப்பிக் கொடுத்துவிட்டு அந்தக் கதையின் உரிமையை திரும்பப் பெற்று அந்தப் படத்தை எடுத்தார் கோபாலகிருஷ்ணன்.

சிவாஜி கணேசன் நடிப்பதாக இருந்து பின்னர் எம்.ஜி.ஆர். கதாநாயகனாக இரண்டு நாட்கள் நடித்த அந்தக் கதை இறுதியில் ஜெமினி கணேசன் நாயகனாக நடிக்க கற்பகம் என்ற பெயரில் வெளியானது மட்டுமின்றி வசூலில் மிகப்பெரிய சாதனை புரிந்தது.

அந்தக் கற்பகம் படத்திலேதான் புன்னகை அரசி என்று ரசிகர்களால் இன்றும் கொண்டாடப்படும் கே.ஆர்.விஜயா கதாநாயகியாக அறிமுகமானார்.

அதுவரை கதாசிரியராகவும், இயக்குனராகவும் இருந்த கே.எஸ்.கோபாலகிருஷ்ணனை ஸ்டுடியோ அதிபராக ஆக்கியதும் அந்த கற்பகம் படம்தான்.

11

கலைவாணரின் பதினோரு கோடி ரூபாய் கடனைத் தள்ளுபடி செய்த தயாரிப்பாளர்

கலைவாணர் என்.எஸ். கிருஷ்ணனுடன் இணைந்து பிரபல படத் தயாரிப்பாளரான ஏ.எல்.சீனிவாசன் தயாரித்த படம் பணம்.

அந்தப் படத்திற்கு வசனம் எழுதியவர் கலைஞர் மு.கருணாநிதி. நாயகனாக சிவாஜி கணேசனும் நாயகியாக பத்மினியும் நடித்த அந்தப் படத்தை இயக்கியவர் என்.எஸ். கிருஷ்ணன். அவர் இயக்கிய இரண்டாவது படமான அந்தப் படத்திற்கு பல சிறப்புகள் உண்டு.

சிவாஜியும் பத்மினியும் இணைந்து நடித்த முதல் படம் அது.

சிவாஜியும் என்.எஸ். கிருஷ்ணனும் இணைந்த பணியாற்றிய முதல் படமும் அதுதான்.

எம்.ஜி.ஆர் நடித்த ஜெனோவா திரைப்படத்திற்கு இசையமைக்க ஒப்பந்தம் ஆகி இருந்தாலும் எம்.எஸ். விஸ்வநாதன் – ராமமூர்த்தி ஆகிய இருவரும் இணைந்து இசை அமைத்து வெளியான முதல் படமாக பணம்படமே அமைந்தது. அந்தப் படத்தின் டைட்டிலில்தான் அவர்கள் இருவரின் பெயரும் முதன் முதலாக இடம்பெற்றது.

பணம் படம் உருவான காலகட்டத்தில் டி. பாலசுப்ரமணியம் என்ற நடிகரும், அப்பா துரைசாமி என்ற நடிகரும் தந்தை வேடத்தில் நடிப்பதில் புகழ்பெற்றவர்களாக இருந்தனர். பெரும்பாலும் எல்லாக் படங்களிலும் அவர்கள்தான் தந்தை வேடத்தில் நடித்து வந்தனர். அப்படிப்பட்ட சூழ்நிலையில் பணம் படத்தில் இடம் பெற்றிருந்த மிகவும் முக்கியமான அப்பா வேடத்தில் நடிக்க ஒல்லியாக இருந்த ஒரு இளைஞரை அழைத்துக் கொண்டு வந்த கலைவாணர் அந்த வேடத்தை அவருக்கே கொடுக்க வேண்டும் என்று பிடிவாதம் பிடித்தபோது ஏ.எல். சீனிவாசனுக்கு என்ன பதில் சொல்வதென்றே தெரியவில்லை.

அவர் தயங்குவதைப் பார்த்த கலைவாணர் "யோசிக்காதேப்பா இவன் அந்த பாத்திரத்தில அபாரமாக நடிப்பான்" என்றார். அநியாயத்துக்கு ஒல்லியாக இருந்த அந்த இளைஞனால் அந்த வலுவான தந்தை பாத்திரத்தில் நடிக்க முடியுமா என்று சீனிவாசன் யோசித்துக் கொண்டிருந்தபோது "இவனுக்கு சம்பளமாக ஒரு ஆயிரம் ரூபாய் கொடுத்துவிடு" என்று இன்னொரு குண்டைத் தூக்கிப் போட்டார் கலைவாணர்.

அவர் சொன்னதைக் கேட்டு ஏ.எல்.சீனிவாசன் அதிர்ச்சி அடைந்தார் என்றால் அவரைப் போல இரு மடங்கு அதிர்ச்சி அடைந்தார் அந்த அப்பா நடிகர்.

ஏனென்றால் அந்த அப்பா நடிகர் அப்போது நாடகத்தில் நடிக்க வாங்கிக் கொண்டிருந்த சம்பளம் வெறும் பத்து ரூபாய். அதுவும் ஒரு நாளைக்கு அல்ல ஒரு மாதத்துக்கு.

ஒரு மாதத்துக்கு பத்து ரூபாய் சம்பளம் வாங்கிக் கொண்டிருந்தவருக்கு ஒரு படத்தில் நடிக்க ஆயிரம் ரூபாய் சம்பளமாக பேசப் பட்டால் அவர் அதிர்ச்சி அடையாமல் என்ன செய்வார்?

வேறு வழியின்றி கலைவாணர் சொல்கிறாரே என்பதற்காக அந்த நடிகருக்கு ஆயிரம் ரூபாயை ஏ.எல்.எஸ் கொடுத்த போது "வாங்கிக்க உன் நடிப்புத் திறமைக்கு இதெல்லாம் ஒரு சம்பளமேயில்லை" என்றாராம் கலைவாணர்.

இப்படி கலைவாணரால் போற்றப்பட்ட நடிகர் தமிழ்த் திரைப்பட ரசிகர்கள் எல்லோருக்கும் நன்கு அறிமுகமான நடிகர்தான்.

அவர் பெயர் கே.ஏ. தங்கவேலு.

"உன் நடிப்புத் திறமைக்கு இதெல்லாம் ஒரு சம்பளமேயில்லை" என்று கலைவாணர் சொன்னதை பணம் திரைப்படத்திலே எல்லாக் காட்சிகளிலும் நிரூபித்திருந்தார் தங்கவேலு.

பணம் படத்தைத் தயாரித்த ஏ.எல். சீனிவாசன் 1957 ஆம் ஆண்டு சிவாஜி பானுமதி ஜோடியாக நடிக்க *அம்பிகாபதி* என்ற படத்தைத் தயாரித்தார்.

ஏ.எல். சீனிவாசன் எடுத்த முதல் திரைப்படமான *பணம்* படத்தில் அவருடன் பங்குதாரராக இருந்த கலைவாணர் என்.எஸ். கிருஷ்ணன் *அம்பிகாபதி* திரைப்படத்திலே நகைச்சுவை பாத்திரத்திலே நடித்தார்.

அந்த படத்தின் படப்பிடிப்பு நடைபெற்றுக் கொண்டிருந்தபோது கலைவாணரை மன ரீதியாக பல பிரச்னைகள் பாதித்தன. அதற்கு அப்போது சினிமா உலகில் சிலர் நடந்து கொண்ட விதமும் முக்கியமான காரணமாக அமைந்தது.

தனது மன ஓட்டத்தை ஒரு பத்திரிகையில் கட்டுரையாக வடித்த அவர் "கலை உலகிற்கு உள்ளே வருகின்றவர்களின் மனம் எப்போது பணத்தை மட்டுமே நாடிச் செல்லத் தொடங்குகிறதோ அப்போது கலை நிச்சயமாக பாதிக்கப்படும். அப்படித்தான் இப்போது தமிழ்ப் பட உலகம் பாதிக்கப்பட்டு வருகிறது.

கலை உலகத்தில் உள்ளவர்கள் அனைவரும் தங்களை ஒரே குடும்பத்தினராக எண்ணிப் பழக வேண்டும். அந்த நிலை இன்றைய தமிழ்ப் பட உலகில் இருக்கிறதா என்றால் இல்லை. ஒருவரையொருவர் பெரும்பாலும் உதட்டளவில்தான் நேசிக்கிறார்கள். உள்ளமெல்லாம் போட்டியும் பொறாமையும்தான் நிரம்பியிருக்கிறது" என்று அந்தக் கட்டுரையில் குறிப்பிட்டிருந்தார்.

அந்தக் கருத்துக்களை எல்லாம் கலைவாணர் வெளியிட்டது 1957 ஆம் ஆண்டில். ஆனால் இன்று வரை கலை உலகில் அதே நிலை இருந்து வருவதுதான் மிகப் பெரிய சோகம்.

1957 ஆம் ஆண்டு ஆகஸ்ட் மாதம் 15ஆம் தேதி, தென்னிந்திய சினிமா பத்திரிகையாளர் சங்கம் சுதந்திரத் திருநாளை கொண்டாடிய போது என்.டி. ராமாராவ் கலந்து கொண்ட கதம்ப நிகழ்ச்சி ஒன்றை இயக்கிய கலைவாணர், தனது மனைவி மதுரத்துடன் இணைந்து ஒரு நகைச்சுவை நாடகத்தையும் அந்த விழாவில் நடத்தினார்.

அதுதான் அவர் கலந்து கொண்ட கடைசி விழா.

ஆகஸ்ட் மாதம் 16ஆம் தேதி மஞ்சள் காமாலை நோய்க்கு சிகிச்சை பெறுவதற்காக சென்னை பொது மருத்துவ மனையில் சேர்க்கபட்ட கலைவாணர் உடல்நிலை 29ஆம் தேதி இரவு மிகவும் மோசமானது. அதைத் தொடர்ந்து ஆகஸ்ட் மாதம் 30ஆம் தேதி பகல் பதினோரு மணியளவில் அவர் உயிர் பிரிந்தது.

அந்த மரணச் செய்தி ஏ.எல். சீனிவாசனை இடியெனத் தாக்கியது. செய்தி கேட்டு அப்படியே அதிர்ந்து போனார் அவர்.

அம்பிகாபதி படத்திலே கலைவாணர் நடிக்க வேண்டிய காட்சிகள் பல இன்னும் மீதம் இருந்தன. ஆனால் ஏ.எல்.எஸ். அதிர்ச்சி அடைந்தது அதற்காக அல்ல. கலைவாணர் என்ற நல்ல நண்பர் மறைந்துவிட்டாரே என்ற கவலைதான் அவரை மிகுந்த அதிர்ச்சிக்குள்ளாக்கியது.

மறைந்த கலைவொணருக்கு ஒரு சிலை அமைத்து அந்தச் சிலையை ஊர் மக்கள் வணங்குவது போல ஒரு காட்சியை அமைத்து அம்பிகாபதி படத்திலே அந்தப்பாத்திரத்திற்கு ஒரு முடிவைத் தந்த ஏ.எல்.எஸ் அம்பிகாபதி படத்தை கலைவாணர் என்.எஸ்.கிருஷ்ணனுக்கு காணிக்கையாக்கியிருந்தார்.

அதற்குப் பிறகு ஏ.எல்.சீனிவாசன் செய்த ஒரு செயல் அவர் எவ்வளவு சிறந்த மனிதாபிமானி என்பதை கலை உலகிற்கு உணர்த்தியது.

பணம் திரைப்படத்தை ஏ.எல். சீனிவாசனுடன் இணைந்து தயாரித்த கலைவாணர் என்.எஸ். கிருஷ்ணன் ஏறக்குறைய மூன்று லட்சம் ரூபாயை ஏ.எல். சீனிவாசனுக்குக்குத் தரவேண்டி இருந்தது.

கலைவாணரின் மறைவுக்குப் பிறகு ஏ.எல். சீனிவாசனுக்கு அவர் தர வேண்டிய அந்தப் பணத்தை தள்ளுபடி செய்து உதவும்படி தென்னிந்திய நடிகர் நடிகர் சங்கம் ஏ.எல். சீனிவாசனுக்கு 1957 ஆம் ஆண்டு செப்டம்பர் மாதம் 27 ஆம் தேதி கடிதம் ஒன்றை அனுப்பியது.

அந்தக் கடிதம் கிடைத்த அடுத்த நாளே தென்னிந்திய நடிகர் சங்கத்துக்கு கீழ்க்கண்ட கடிதத்தை எழுதினார் ஏ.எல். சீனிவாசன்.

அன்புடையீர்

வணக்கம்.

27 ஆம் தேதியிட்ட தங்கள் அன்புமிக்க கடிதம் கிடைக்கப் பெற்றோம் என்பதை நன்றியுடன் தெரிவித்துக் கொள்ளுகிறோம்.

காலஞ்சென்ற திரு. என். எஸ். கிருஷ்ணன் அவர்களிடமிருந்து எங்களுக்கு வர வேண்டிய தொகை ரூபாய் 3,70,337-5_2 (மூன்று லட்சத்து எழுபதாயிரத்து முன்னூற்று முப்பத்தேழு ரூபாய் ஐந்தனா இரண்டு பைசா) வையும் தள்ளுபடி செய்து கணக்கை நேர் செய்துவிட்டோம் என்பதை இதன் மூலம் அறிவிக்கிறோம்.

தங்கள் உண்மையுள்ள
ஏ.எல். சீனிவாசன்

மதராஸ் பிக்சர்ஸ் உரிமையாளர்

என்று அந்தக் கடிதத்திலே எழுதியிருந்தார் ஏ.எல்.எஸ்.

தென்னிந்திய நடிகர் சங்கத்தின் சார்பாக அப்போது வெளிவந்து கொண்டிருந்த *நடிகன் குரல்* இதழ் கலைவாணர் இறந்த பிறகு அவருக்கு நினைவு மலர் ஒன்றை வெளியிட்ட போது அந்த இதழிலே ஏ.எல்.எஸ் நடிகர் சங்கத்துக்கு எழுதிய கடிதத்தை அப்படியே பிரசுரித்தது. அது மட்டுமின்றி கலைவாணர் திரு. என்.எஸ். கிருஷ்ணன் அவர்கள் பால் தமிழகம் செலுத்தும் அளவில்லாத மதிப்புக்கும் அன்புக்கும் எடுத்துக் காட்டாக மதராஸ் பிக்சர்ஸ் உரிமையாளர் திரு. ஏ.எல்.எஸ் அவர்கள் ஒப்புயர்வற்றதோர் அரும்பெரும் தியாகப் பணி ஆற்றியிருக்கிறார்.

> **திரு. என்.எஸ். கிருஷ்ணன்அவர்களிடமிருந்து தனக்கு சேர வேண்டியிருந்த ஒரு பெருந்தொகையை, ஏறக்குறைய மூணே முக்கால் லட்சம் ரூபாய்களைத் தியாகம் செய்திருக்கிறார். தென்னிந்திய நடிகர் சங்கத்தின் வேண்டுகோளை ஏற்று கருணையுடன் இந்த மகத்தான தியாகம் புரிய முன்வந்த திரு. ஏ.எல்.எஸ் அவர்களுக்கு சங்கம் தனது இதயம் கனிந்த பெரு நன்றியைத் தெரிவித்துக் கொள்கிறது.**

என்று ஏ.எல்.எஸ். அவர்களுக்கு நன்றி தெரிவித்து ஒரு செய்தியையும் அந்த இதழிலே வெளியிட்டிருந்தது நடிகர் சங்கம்.

அன்று ஏ.எல்.எஸ் அவர்கள் தள்ளுபடி செய்த தொகையின் இன்றைய மதிப்பு ஏறக்குறைய பதினோரு கோடி ரூபாயைத் தாண்டும்.

மூணே முக்கால் லட்சம் ரூபாய்களைத் தள்ளுபடி செய்தபோது ஏ.எல்.எஸ் பொருளாதார ரீதியாக மிகப் பெரிய லட்சாதிபதி இல்லை. ஆனால் மற்றவர்களுக்கு உதவுகின்ற மனதைப் பொருத்த வரையில் அவர் கோடீஸ்வரராக இருந்தார். அதனால்தான் ஒரு நொடி கூட யோசிக்காமல் நடிகர் சங்கத்திலிருந்து கடிதம் வந்த மறுநாளே அந்தத் தொகையை ரத்து செய்து கடிதம் அனுப்ப அவரால் முடிந்தது.

இது போன்ற பெருந்தன்மையான அவரது நடவடிக்கைகள்தான் தயாரிப்பாளர் என்ற நிலையிலிருந்து தயாரிப்பாளர்களின் தலைவர் என்ற நிலைக்கு அவரை உயர்த்தியது. இல்லையென்றால் பட உலகில் தயாரிப்பாளராக அடியெடுத்து வைத்த எட்டு ஆண்டுகளில் அவரால் தென்னிந்திய திரைப்பட வர்த்தக சபைக்கு தலைவராக ஆகியிருக்க முடியுமா?

12

கலைஞரைக் காதலித்த கவியரசர் கண்ணதாசன்

சேலம் *மாடர்ன் தியேட்டர்ஸ்* நடத்திக் கொண்டிருந்த *சண்ட மாருதம்* என்ற பத்திரிகையில் ஆசிரியராகப் பணியாற்றச் சென்ற போதுதான் அந்த நிறுவனத்தோடு கவிஞர் கண்ணதாசனுக்கு முதல் முதலாக தொடர்பு ஏற்பட்டது.

சேலத்திலே தங்கி இருந்தபோது திராவிட முன்னேற்றக் கழகத்தைச் சேர்ந்த தலைவர்களில் ஒருவரான நாவலர் நெடுஞ்செழியன் கலந்து கொண்ட ஒரு ஒரு பொதுக் கூட்டத்திற்குப் போனார் கண்ணதாசன். நாவலர் பேசிய பேச்சு அவரைப் பெரிதும் கவர்ந்தது.

அதற்குப் பிறகு நேரடியாக இல்லை என்றாலும் ஒரு விதத்தில் *சண்டமாருதம்* பத்திரிகையில் கண்ணதாசன் தனது வேலையை இழப்பதற்கும், பின்னர் அந்தப் பத்திரிகையே மூடப்படுவதற்கும் நெடுஞ்செழியனே காரணமாக அமைந்தார்.

நாவலர் நெடுஞ்செழியன் எழுதி ஒரு பத்திரிகையில் வெளிவந்திருந்த கட்டுரை கண்ணதாசனை மிகவும் கவர்ந்ததால் அதை *சண்டமாருதம்* பத்திரிகையில் மறுபிரசுரம் செய்ய விரும்பிய அவர் அச்சுக் கோப்பவரிடம் அந்த கட்டுரையை வெட்டிக் கொடுத்து அச்சு கோர்க்கச் சொன்னார்.

சண்டமாருதம் பத்திரிகையின் நிர்வாகியாக இருந்தவருக்கு நாவலரின் அந்த கட்டுரையை *சண்டமாருதம்* பத்திரிகையில் பிரசுரிப்பதில் உடன்பாடில்லை. ஆகவே அந்தக் கட்டுரையை பிரசுரிக்கக் கூடாது என்றார் அவர்.

பத்திரிகையின் ஆசிரியராக இருந்த கண்ணதாசனுக்கு தனது உரிமையில் தேவையில்லாமல் அந்த நிர்வாகி மூக்கை நுழைப்பதாகத் தோன்றியது.

ஆகவே அதற்கு மேலும் அந்த பத்திரிகையில் நீடிக்க விரும்பாத அவர் உடனடியாக ஒரு ராஜினாமா கடித்ததை எழுதி *மாடர்ன்*

தியேட்டர்ஸ் உரிமையாளரான டி.ஆர். சுந்தரத்தின் மேஜை மீது வைத்தார்.

மாடர்ன் தியேட்டர்ஸ் நிர்வாகத்தைப் பொருத்தவரைக்கும் யார் ராஜினாமா கடிதத்தை எழுதிக் கொடுத்தாலும் அவர்களை அழைத்து "ஏன் ராஜினாமா செய்கிறீர்கள்?" என்று கேட்கும் பழக்கமோ அல்லது வெளியே போகிறேன் என்று கூறுபவர்களை சமாதானப்படுத்தி அங்கேயே தொடர்ந்து இருக்கச் செய்யும் பழக்கமோ மாடர்ன் தியேட்டர்ஸ் முதலாளியான டி.ஆர். சுந்தரத்துக்கு எப்போதுமே இருந்ததில்லை. ராஜினாமா கடிதம் தரப்பட்டால் உடனே அதை வாங்கிக் கொண்டு கணக்கைத் தீர்த்து அனுப்பச் சொல்வதுதான் டி.ஆர். சுந்தரத்தின் வழக்கம்.

ஆனால் கண்ணதாசன் விஷயத்தில் டி.ஆர். சுந்தரம் அப்படி நடந்து கொள்ளவில்லை.

என்ன காரணத்தாலோ முதல் சந்திப்பிலேயே கண்ணதாசனை அவருக்கு மிகவும் பிடித்துப் போனது. அதனால்தான் ராஜினாமா கடிதம் கொடுத்த அவரை கணக்குத் தீர்த்து அனுப்பாமல் தன்னை சந்திக்க வரும்படி அவருக்கு சொல்லி அனுப்பினார் அவர்.

கண்ணதாசன் அவரைச் சந்தித்தபோது "போகத்தான் போகிறாயா?" என்று அவர் கேட்டதும் கண்ணதாசனால் 'ஆமாம்' என்று உடனே பதில் சொல்ல முடியவில்லை. அவர் மீது டி.ஆர். சுந்தரம் காட்டிய அன்பும் பாசமும்தான் அப்படி பதில் சொல்லவிடாமல் கண்ணதாசனைக் கட்டிப் போட்டது. ஒரு விதமான தயக்கத்துடன் மவுனமாக நின்று கொண்டிருந்தார் அவர்.

"உனக்குப் பத்திரிகை வாழ்க்கை பிடிக்கவில்லை என்றால் விடு. பத்திரிகையை மூடி விடுவோம். நீ நமது சினிமா கதை இலாகாவிலே சேர்ந்துவிடு" என்றார் டி.ஆர்.எஸ்.

அவர் அப்படி சொன்னதைக் கேட்டதும் கண்ணதாசன் அடைந்த நிம்மதிக்கு அளவேயில்லை. மகிழ்ச்சியோடு அந்தப் பணியை ஏற்றுக் கொண்டார்

உடனடியாக சண்டமாருதம் பத்திரிக்கை நிறுத்தப்பட்டது.

கண்ணதாசன் கதை இலாகாவில் சேர்ந்தார். சம்பளமும் முப்பது ரூபாய் உயர்ந்தது.

திரைக்கதைக்கான தொழில் நுணுக்க வார்த்தைகள் பலவற்றை அங்கேதான் கண்ணதாசன் கற்றுக் கொண்டார்.

திரைப்படங்களுக்கு திரைக்கதை எழுத கண்ணதாசனுக்கு பயிற்சிக் களம் அமைத்துத் தந்த *மாடர்ன் தியேட்டர்ஸ்*தான் எம்.ஜி.ஆர், கலைஞர் மு. கருணாநிதி, எம்.ஜி. சக்ரபாணி, ஜி. ஆர். நாதன் என்று பல நண்பர்களை கண்ணதாசனுக்குப் பெற்றுத் தந்தது.

அந்த நண்பர்கள் பட்டியலில் கண்ணதாசனுக்கு முதலில் அறிமுகமானவர் எம்.ஜி. சக்ரபாணிதான். அவர் அப்போது *மாடர்ன் தியேட்டர்ஸில்* மாதச் சம்பளத்தில் பணியாற்றிக் கொண்டிருந்தார்.

மாடர்ன் தியேட்டர்ஸில் நிரந்தர நடிகராக இருந்த எம்.ஜி.சக்ரபாணி அப்போது கோயம்பத்தூர் லாட்ஜ் என்ற உணவு விடுதியில் தங்கியிருந்தார். அவரோடு இரவு வெகு நேரம் வரை பேசிக் கொண்டிருப்பது கண்ணதாசனின் வழக்கம். அப்படி அவரோடு பேசிக் கொண்டிருந்த போதுதான் கருணாநிதி என்ற பெயர் கண்ணதாசனுக்கு அறிமுகமாயிற்று. கருணாநிதியின் வசனம் எழுதும் ஆற்றல் பற்றி அடிக்கடி கண்ணதாசனிடம் சொல்வார் சக்ரபாணி.

கருணாநிதி வசனம் எழுதிய *அபிமன்யு* படம் சேலத்திலே உள்ள அம்பிகா தியேட்டரில் வெளியான போது அந்தப் படத்தைப் பார்க்க, கண்ணதாசனை அழைத்துச் சென்றவர் சக்கரபாணிதான்.

அந்தப் படத்தில் கலைஞர் கருணாநிதி எழுதியிருந்த வசனங்களைக் கேட்டு மிரண்டு போனார் கண்ணதாசன். "அப்படி ஒரு சொல்லாட்சியை அதுவரை எந்தத் திரைப்படத்திலும் தான் கண்டதில்லை" என்று பல கட்டுரைகளில் குறிப்பிட்டிருக்கிறார் கவிஞர்.

"ஒடிந்த வாளானாலும் ஒரு வாள் கொடுங்கள்."

"அண்ணன் செய்த முடிவை கண்ணன் மாற்றுவதற்கில்லை."

"அர்ச்சுனனால் கூடத் துளைக்க முடியாத சக்ர வியூகத்தை அபிமன்யூ துளைத்து விட்டானென்றால் அங்கேதானிருக்கிறது ஆச்சாரியரின் விபீஷண வேலை."

போன்ற அந்த படத்தின் வசனங்கள் கண்ணதாசனின் காதுகளில் திரும்பத் திரும்ப ஒலித்துக் கொண்டேயிருந்தன.

தொடர்ந்து ஆறு நாட்கள் அந்தப் படத்தைப் பார்த்தார் கண்ணதாசன். அதற்கு முன்னரும் சரி பின்னரும் சரி கண்ணதாசன் அப்படி எந்தத் திரைப்படத்தையும் திரும்பத் திரும்ப பார்த்ததேயில்லை.

கருணாநிதியின் வசனங்கள் மீது அவருக்கு ஏற்பட்ட காதல் காரணமாக நாளடைவில் கருணாநிதி என்ற பெயரையே காதலிக்கத் தொடங்கினார் கண்ணதாசன். அதைத் தொடர்ந்து கருணாநிதியை எப்படியாவது சந்திக்க வேண்டும், அவரோடு பேச வேண்டும் என்ற ஆவல் அவருக்குப் பிறந்தது.

அவருடைய அந்த ஆசை நிறைவேறுகின்ற சூழல் *மந்திரி குமாரி* நாடகம் மூலம் வந்தது.

குண்டலகேசி காப்பியத்தை அடிப்படையாகக் கொண்டு *மந்திரி குமாரி* என்ற நாடகத்தை எழுதினார் கலைஞர். கும்பகோணத்திலே அரங்கேற்றப்பட்ட அந்த நாடகம் ரசிகர்கள் மத்தியில் மிகச் சிறந்த வரவேற்பைப் பெற்றது. தொடர்ந்து பல நாட்கள் கும்பகோணத்தில் நடத்தப்பட்ட அந்த நாடகத்தைப் பற்றி கவிஞர் கா.மு. செரீப் மாடர்ன் தியேட்டர்ஸ் அதிபரான டி.ஆர். சுந்தரத்திடம் கூற டி.ஆர். சுந்தரம், இயக்குனர் எல்லிஸ்.ஆர். டங்கன் ஆகிய இருவரும் கும்பகோணம் சென்று அந்த நாடகத்தைப் பார்த்தனர். நாடகம் அவர்கள் இருவருக்குமே மிகவும் பிடித்திருந்தது. அதை தொடர்ந்து கலைஞரை சந்தித்து அந்த நாடகத்தைப் படமாக்கும் உரிமைகளை வாங்கி வருவதற்காக கா.மு.செரீப்பை திருவாரூருக்கு அனுப்பி வைத்தார் டி.ஆர்.எஸ்.

மாடர்ன் தியேட்டர்ஸில் பணியாற்ற வந்த கலைஞரை கோயம்பத்தூர் லாட்ஜில்தான் முதலில் முறையாக சந்தித்தார் கண்ணதாசன். எம்.ஜி. சக்கரபாணி கலைஞரை அவருக்கு அறிமுகம் செய்து வைத்த போது தனது காதலியைப் பார்ப்பது போல ஒரு பரவசத்துடன் அவரைப் பார்த்தார் கண்ணதாசன். அந்த முதல் சந்திப்பு அனுபவம் குறித்து தனது *நெஞ்சுக்கு நீதி* புத்தகத்தின் முதல் பாகத்தில் கலைஞர் கருணாநிதி பதிவு செய்துள்ளார்.

"மாதம் ஐந்நூறு ரூபாய் சம்பளத்தில் 1949 ஆம் ஆண்டில் மாடர்ன் தியேட்டர்ஸில் எழுத்தாளனாக அமர்ந்தேன்.

அங்கே செரீபுடன் மருதகாசி என்ற நண்பரும் பாட்டு எழுதிக் கொண்டிருந்தார். அந்த பட நிலையத்திற்கு ஒத்திகைக் கூடம் என்றொரு

இடம் உண்டு. அங்கே சில கதாசிரியர்களும், பாடலாசிரியர்களும் இசைத் துறையினரும், நடிகர்களும் தங்கியிருந்தனர். நான் ஓட்டல் ஒன்றில் தங்கியிருந்தேன். ஒத்திகைக் கூடத்தில்தான் கதை பற்றிய விவாதங்கள், பாட்டமைத்தல், இசையமைப்பு இவையாவும் நடைபெறும். எம்.ஜி. சக்ரபாணியும், கா.மு. செரீப்பும் ஒரு நாள் அங்கே ஒரு நண்பரை எனக்கு அறிமுகப்படுத்தினார்கள்.

வளர்ந்த உருவம், நெற்றி முழுவதும் திருநீற்றுப்பூச்சு.

அவரைப் பார்த்த உடனேயே அவர் முகத்தில் 'இவர் எதைப்பற்றியும் கவலைப்படாதவர்' என்று கொட்டை எழுத்தில் எழுதி இருந்ததை நான் புரிந்து கொண்டேன். அந்த நண்பர்தான் மிகுந்த கவித்திறன் பெற்றவராக விளங்கும் கண்ணதாசன்" என்று அந்த நூலில் குறிப்பிட்டிருக்கிறார் கலைஞர்.

சந்தித்த கணம் முதல் கலைஞரை உயிருக்குயிராக நேசிக்கத் தொடங்கிய கண்ணதாசன் "ஒரு நாளாவது ஒருவரை ஒருவர் காணாமலிருந்தால் எதையோ பறி கொடுத்தது போலிருக்கும்" என்று குறிப்பிட்டுள்ளார்.

அந்த இரு நண்பர்களிடையே ரகசியம் என்பதே இல்லாமலிருந்தது.

ஒருவர் கையில் இன்னொருவர் தலை வைத்துத் தூங்குகின்ற அளவுக்கு பாசத்தை வளர்த்துக் கொண்ட அவர்கள் இருவருக்கும் நடுவே எத்தனையோ முறை கருத்து வேறுபாடுகள் ஏற்பட்டு இருந்தாலும் அதை எல்லாம் தாண்டிய ஒரு பிணைப்பு அவர்கள் இருவருக்குமிடையே இருந்தது என்றால் அதற்குக் காரணம் அவர்கள் நட்பு எந்த எதிர்பார்ப்பும் இல்லாத தூய நட்பாக இருந்ததுதான்.

13

கே. பாலச்சந்தரை பயமுறுத்திய தயாரிப்பாளர்

பச்சை விளக்கு தொடங்கி அனுபவி ராஜா அனுபவி, நவக் கிரகம், பூவா தலையா, அவள் ஒரு தொடர்கதை என்று தமிழ்ப்பட உலகம் என்றும் மறக்க முடியாத பல அற்புதமான படங்களைத் தயாரித்த ராம. அரங்கண்ணல் கதாசிரியர், வசனகர்த்தா, நடிகர், தயாரிப்பாளர், அரசியல்வாதி எனப் பன்முகம் கொண்டவர்.

அரசியலில் அறிஞர் அண்ணா, கலைஞர், எம்.ஜி.ஆர் ஆகியோருக்கும் கலை உலகில் சிவாஜி, கே. பாலச்சந்தர் தொடங்கி பலருக்கும் நெருங்கிய தோழராக இருந்தவர் அவர்.

அரங்கண்ணல் திரைப்படத் துறையில் லாபகரமாக செயல்பட்டது இயக்குனர் சிகரம் கே. பாலச்சந்தர் அவர்களோடு இணைந்து படங்களை எடுக்கத் தொடங்கிய பிறகுதான். அதற்கு அச்சாரம் போட்டவர் அரங்கண்ணல் அவர்களின் நண்பரான கோட்டையூர் அண்ணாமலை என்ற நண்பர்.

சினிமா எடுக்க வேண்டும் என்ற ஆசைப்பட்ட அவர் தனது நண்பரான அரங்கண்ணலின் கதை வசனத்தில்தான் படம் எடுக்க வேண்டும் என்பதில் உறுதியாக இருந்தார். அப்போது அரங்கண்ணல் 'சலசலப்பு ஜானகி' என்றொரு தொடர்கதை எழுதியிருந்தார். அந்தக் கதையையே சினிமாவுக்குத் தகுந்த மாதிரி மாற்றி அமைத்து அனுபவி ராஜா அனுபவி என்று அதற்குப் பெயர் சூட்டினார் அரங்கண்ணல்.

அந்தச் சமயத்தில் கே. பாலச்சந்தர் இயக்கத்தில் நீர்க்குமிழி என்ற படத்தைத் தயாரித்துக் கொண்டிருந்த பிரபல கதாசிரியரான ஏ.கே.வேலன் அரங்கண்ணலுக்கு அந்தப் படத்தைப் போட்டுக் காட்டினார். அந்தப் படம் அரங்கண்ணலை மிகவும் கவர்ந்தது. அதை விடவும் அரங்கண்ணலைக் கவர்ந்தது அந்தக் கதையை பாலச்சந்தர் திரையிலே சொல்லியிருந்த விதம்.

ஆகவே அனுபவி ராஜா அனுபவி படத்திற்கு பாலச்சந்தரையே இயக்குனர் ஆக ஒப்பந்தம் செய்ய விரும்பினார் அரங்கண்ணல்.

ஆனால் தயாரிப்பாளர் அண்ணாமலையோ கிருஷ்ணன் பஞ்சுவை இயக்குனராகப் போட ஆசைப்பட்டார். இறுதியில் அவரை ஒரு வழியாக சமாதானப்படுத்தி பாலச்சந்தரை ஒப்பந்தம் செய்ய வைத்தார் அரங்கண்ணல்.

அனுபவி ராஜா அனுபவி படத்தின் கதையை எழுதிய அரங்கண்ணல்தான் அந்தப்படத்தின் வசனங்களையும் எழுதினார் என்றாலும் அப்போது அரங்கண்ணல் தமிழ்நாடு சட்டசபையில் எம்.எல்.ஏ. வாக இருந்ததால் வசனகர்த்தா என்ற முறையில் தினமும் படப்பிடிப்புக்கு அவரால் செல்லமுடியவில்லை.

அரங்கண்ணல் எழுதித் தந்திருந்த *அனுபவி ராஜா அனுபவி* படத்தின் காட்சிகள் பலவற்றில் மாற்றம் தேவைப்பட்ட போதெல்லாம் அரங்கண்ணலின் அனுமதி இன்றி அவர் எழுதிய வசனங்களில் பல மாற்றங்களைச் செய்து படமாக்கி விட்டார் இயக்குனர் கே. பாலச்சந்தர்.

படத்தின் முதல் கட்ட படப்பிடிப்பு முடிவடைந்ததும் எடுத்த வரையிலான படத்தைப் போட்டுப் பார்க்க அரங்கண்ணல் வந்தார். ஆனால் இயக்குனரான பாலச்சந்தர் அந்தக் திரையீட்டுக்கு வரவில்லை.

அரங்கண்ணல் எழுதியிருந்த வசனத்தில் பல மாற்றங்களைத் தான் செய்திருந்ததால் படத்தின் கதை வசனகர்த்தாவாக மட்டுமின்றி படத் தயாரிப்பாளராகவும் இருந்த அரங்கண்ணல் அந்த மாற்றங்களை எப்படி எடுத்துக் கொள்வாரோ என்ற தயக்கத்தில்தான் பாலச்சந்தர் அந்தத் திரையீட்டுக்கு வரவில்லை.

படத்தைப் பார்த்துவிட்டு திரை அரங்கை விட்டு வெளியே வந்த அரங்கண்ணல் அருகில் நின்று கொண்டிருந்த தயாரிப்பு நிர்வாகியிடம் ‘பாலசந்தர் எங்கே’ என்றுதான் முதலில் கேட்டார். அவர் வரவில்லை என்று அந்தத் தயாரிப்பு நிர்வாகி சொன்னதும் ஆளை அனுப்பி பாலச்சந்தரை அழைத்து வரச் சொன்னார்.

அரங்கண்ணல் அழைத்து வரச் சொன்னார் என்ற செய்தியுடன் தயாரிப்பு நிர்வாகி வந்தபோது நிச்சயமாக இந்த படம் பிரச்னையில் தான் முடியப்போகிறது என்று எண்ணிக்கொண்டே காரில் ஏறினார் பாலச்சந்தர்.

திரை அரங்கிற்கு பாலச்சந்தர் வந்ததும் "வசனங்கள்ல நிறைய மாற்றம் பண்ணியிருக்கீங்க போல இருக்கு" என்று அரங்கண்ணல் ஆரம்பித்த உடன் அடுத்து அவர் என்ன சொல்லப் போகிறாரோ என்று பாலசந்தர் மட்டுமல்ல சுற்றியிருந்தவர்களும் அமைதியாகி விட்டார்கள்.

"இனி எடுக்கப் போகிற காட்சிகள் எல்லாவற்றிற்கும் நீங்களே வசனம் எழுதிவிடுங்கள்" என்றார் அரங்கண்ணல்.

அவர் அப்படிச் சொன்னதும் மிரண்டு போனார் பாலச்சந்தர்.

அவர் எழுதிய பல வசனங்களைத் தான் மாற்றி எழுதிப் படமாக்கியதில் ஏற்பட்ட கோபத்தில்தான் அவர் அப்படிச் சொல்கிறார் என்ற எண்ணத்தில் சற்று கலக்கத்துடன் பாலச்சந்தர் அரங்கண்ணலைப் பார்த்தபோதுதான் தான் சொன்னதை தவறான அர்த்தத்தில் பாலச்சந்தர் புரிந்துகொண்டிருக்கிறார் என்பது அரங்கண்ணலுக்கு புரிந்தது.

உடனே உரக்க சிரித்தபடியே "நீங்க என்னுடைய வசனத்தை மாத்திட்டீங்களே என்ற கோபத்தில் நான் அப்படி சொல்லவில்லை. உண்மையில் உங்க வசனங்கள் எல்லாமே ரொம்ப நல்லாயிருக்கு. இந்தக் கதைக்கு நான் எழுதிய வசனங்களில் நீங்க செய்திருக்கும் மாற்றங்களும் ரொம்ப சரியாக இருக்கு. அதனால உங்க வசனத்தை ரசித்துத்தான் அப்படி சொன்னேன்" என்றார் அரங்கண்ணல்.

அவர் அப்படிச் சொன்ன பிறகுதான் சமாதானம் ஆனார் பாலச்சந்தர்.

அனுபவி ராஜா அனுபவி படத்திற்குப் பிறகு எத்தனையோ படங்களை அரங்கண்ணல் தயாரித்த போதிலும் வசனம் எழுத தனது பேனாவை ஒரு முறை கூட அவர் திறக்கவேயில்லை.

அரங்கண்ணலுக்கு மரியாதை செய்கின்ற விதத்திலே *அனுபவி ராஜா அனுபவி* படத்தின் டைட்டிலில் நடிகர்கள் பெயருக்கு முன்னாலே கதை அரங்கண்ணல் என்று டைட்டிலில் போட்டார் பாலச்சந்தர்.

அந்தப் படத்தின் வளர்ச்சியோடு சேர்ந்து பாலச்சந்தர் அரங்கண்ணல் ஆகியோரது நட்பும் வளர்ந்தது. தனது அரசியல்

நண்பர்கள் எல்லோரிடமும் "இவர்தான் பாலு. மிகப்பெரிய இயக்குனர்" என்று பெருமையோடு பாலச்சந்தரை அறிமுகம் செய்து வைப்பார் அரங்கண்ணல்.

அனுபவி ராஜா அனுபவி படத்தைத் தொடர்ந்து பாலச்சந்தர் உருவாக்கிய *எதிர் நீச்சல்* படத்தை அப்போது முதல்வராக இருந்த அறிஞர் அண்ணாவிற்குப் போட்டுக் காட்டலாம் என்று பாலச்சந்தரிடம் அரங்கண்ணல் சொன்னபோது "அவர் சிகிச்சைக்காக அமெரிக்கா செல்லவிருக்கிற நேரத்தில் அவரைத் தொந்திரவு படுத்த வேண்டாமே" என்றார் பாலச்சந்தர்.

"இல்ல பாலு, படம் பார்க்கறதுன்னா நிச்சயமாக அண்ணா சரி என்று சொல்லிவிடுவார். தவிர இந்த *எதிர்நீச்சல்* நாடகமாக நடத்தப்பட்டபோது நாங்கள் இருவருமே அந்த நாடகத்தைப் பார்த்திருக்கிறோம்" என்று சொன்ன அரங்கண்ணல் பாலச்சந்தரை அண்ணாவின் வீட்டிற்கு அழைத்துச் சென்றார்.

படத்தைப் பார்க்க ஒப்புக் கொண்ட அண்ணா படம் முழுவதையும் ரசித்துப் பார்த்துவிட்டு பாலச்சந்தரையும் நாகேஷையும் வெகுவாகப் பாராட்டினார். அறிஞர் அண்ணா பார்த்த கடைசிப்படம் கே.பாலச்சந்தரின் கை வண்ணத்தில் உருவான *எதிர் நீச்சல்* தான்.

"நான் தமிழில் கே. பாலச்சந்தர் இயக்கத்தில் தயாரித்த *அவள் ஒரு கதையின்* தெலுங்குப் பதிப்பான *அந்துலேனி கதா* படத்தை மூன்று மாதங்களுக்குள் படமாக்கி முடித்தார் கே. பாலச்சந்தர்.

அவர் மட்டும் அந்த உதவியைச் செய்யாமல் இருந்திருந்தால் இந்த சமுதாயத்தில் கடன் சுமையால் நான் அமுங்கிப் போய் இருந்திருப்பேன். என் வாழ்வில் நான் சந்தித்துக் கொண்டிருந்த பல தொல்லைகள் நீங்கியதற்கு பாலச்சந்தர் செய்த அந்த உதவிதான் காரணம்."

அவள் ஒரு கதை படத் தயாரிப்பாளர் ராம. அரங்கண்ணல்

14

கே.வி. மகாதேவன் மீது எம்.எஸ். விஸ்வநாதன் வைத்திருந்த பக்தி

ஆரம்ப காலத்தில் டி.எஸ். பாலையாவின் நாடகங்களுக்கெல்லாம் மெட்டுப்போடுவது தவிர நாடகத்தின் போது ஆர்மோனியம் வாசிக்கும் வேலையையும் செய்து வந்த விஸ்வநாதன் இடைவேளைக்குப் பிறகு நாடகத்தில் சின்னச் சின்ன வேடங்களில் தோன்றுவதை வழக்கமாக வைத்துக் கொண்டிருந்தார். அனுமார் வேடம், ராஜா வேடம் என்று பல வேடங்கள் ஏற்று நடித்த அவரை காலிசெய்ய சனிபகவான் ஒரு வில்லின் ரூபத்தில் வந்தார்.

ஒரு நாள் இராமாயண நாடகத்தில் சீதையின் சுயம்வரத்தில் கலந்து கொள்கின்ற ராஜாவின் வேடத்தில் விஸ்வநாதன் நடித்தார். அந்தக் காட்சியில் தப்பித் தவறி வில்லை உடைத்துவிட்டால் பிரச்னையாகி விடும் என்பதால் ஒரு முறைக்கு இரு முறை ஒத்திகை எல்லாம் பார்த்துக் கொண்டுதான் மேடைக்குப் போனார் விஸ்வநாதன். ஆனால் விதி அன்று செய்த சதியின் காரணமாக அவர் வில்லைத் தொட்டவுடனேயே அது "மளார்" என்று முறிந்து விழுந்தது. அதைத் தொடர்ந்து அந்த நாடக அரங்கத்தில் பெரும் கூச்சல் எழுந்தது

"வில்லை உடைத்த ராஜாவுக்கு சீதாவை கட்டி வை" என்று வில்லங்கமான ரசிகர்கள் சிலர் குரல் கொடுக்கத் தொடங்கினார்கள். விஸ்வநாதனுக்கு என்ன செய்வது என்றே புரியவில்லை. மேடையின் பக்கவாட்டில் பாலையா நின்று கொண்டிருந்த பக்கம் மெல்ல பார்வையைத் திருப்பினார். அங்கே விஸ்வநாதனை எரித்து விடுவது போல் பார்த்துக் கொண்டிருந்தார் பாலையா. ரசிகர்கள் கூச்சல் அதிகமானதைத் தொடர்ந்து திரை கீழே இறக்கப்பட்டது.

திரை கீழே இறங்குவதற்காகவே காத்திருந்தது போல விஸ்வநாதனை புரட்டி எடுத்து விட்டார் பாலையா. கீழே தள்ளி மிதி மிதி என்று அவர் மிதித்ததில் விஸ்வநாதனின் மூக்கில் ரத்தம் கொட்டத் தொடங்கியது. அதுவரை அப்படி ஒரு அடியை

விஸ்வநாதன் தன்னுடைய வாழ்நாளில் வாங்கியதேயில்லை. ஆகவே வாழ்க்கையின் மீதே மிகப் பெரிய சலிப்பு விஸ்வநாதனுக்கு ஏற்பட்டது. அங்கே இருக்கப் பிடிக்காமல் பாலையாவிடம் அடி வாங்கிய மறுநாள் ஆத்தூரிலிருந்து சேலத்திற்கு கிளம்பினார் விஸ்வநாதன்.

அப்போது சேலத்தில் அமைந்திருந்த மாடர்ன் தியேட்டர்ஸ் நிறுவனம் *பர்மா ராணி* என்ற படத்தைத் தயாரித்துக் கொண்டிருந்தது. அந்தப் படத்திற்கு கே.வி.மகாதேவன் இசையமைத்துக்கொண்டிருந்தார். அவரைச் சந்தித்து கோரஸ் பாட ஒரு வாய்ப்பு கேட்கலாம் என்ற முடிவில் மாடர்ன் தியேட்டர்சுக்கு போனார் விஸ்வநாதன்.

ஜூபிடரில் பணியாற்றிய பி.எஸ். திவாகர் போன்ற சில முக்கியமான இசைக் கலைஞர்கள் விஸ்வநாதனின் இசை ஆர்வத்தைப் பற்றியும், அவருடைய திறமை பற்றியும் கே.வி. மகாதேவனுக்கு சொல்லியிருந்ததால் விஸ்வநாதனின் இசை ஞானத்தைப் பற்றி கே.வி.மகாதேவன் பூரணமாக அறிந்திருந்தார்.

ஆனாலும் விஸ்வநாதனுக்கு வாய்ப்பு கொடுக்க மறுத்தார் அவர்.

அவர் அப்படி வாய்ப்பு கொடுக்க மறுத்ததிற்கு முக்கியமான காரணம் விஸ்வநாதனின் வளர்ச்சியில் அவருக்கு இருந்த அக்கறை.

“இந்த கோரஸ் எல்லாம் வேண்டாம் விஸ்வநாதா. இதுக்குள்ளே அடி எடுத்து வைச்சிட்டே என்றால் அப்புறம் கோரஸ் பாடுவதே உனது வாழ்க்கையாகிவிடும். உன் திறமை, உன்னோட இசை ஞானம், உன்னோட இவ்வளவு நாள் உழைப்பு எல்லாம் வீணாகப் போய்விடும்.

ஒரு நல்ல யோசனை சொல்றேன் கேட்டுக்கோ. உனக்கு நல்லா தெரிந்த ஜூபிடர் பிக்சர்ஸ் முதலாளிகள் இப்ப சென்டரல் ஸ்டுடியோவை லீசுக்கு எடுத்துக் கொண்டு கோயம்பத்தூர்ல செட்டில் ஆகியிருக்காங்கன்னு கேள்விப்பட்டேன். நீ நேரா அங்கே போய் சேர்ந்து உருப்படற வழியைப் பாரு. நிச்சயமாக அவங்க உன்னை ஏத்துப்பாங்க. அவங்க அப்படி ஏத்துக்கலேன்னா உங்களை விட்டுட்டுப் போனது நான் செஞ்ச பெரிய தப்புன்னு நீ அவங்க காலில் விழுந்து கெஞ்சினா கூட தப்பில்லே” என்று சொந்த அண்ணன் தனது தம்பிக்கு அறிவுரை கூறுவது போல் மிகுந்த பாசத்துடன் கூறினார் மகாதேவன்.

ஒரு நல்ல எதிர்காலத்திற்கான வாசலை மகாதேவன் காட்டிய போதிலும் ஒருவிதமான குழப்பத்துடன் அங்கேயே நின்று கொண்டிருந்தார் விஸ்வநாதன்.

அடுத்தபடியாக ஒரு புதிய வேட்டி, சட்டைத் துணி ஆகியவற்றுடன் செலவுக்காக ஒரு இரண்டு ரூபாய் பணத்தையும் விஸ்வநாதனிடம் கொடுத்து அவருக்கு ஆசி கூறி வழி அனுப்பிவைத்தார் மகாதேவன்.

கோரஸ் பாட வாய்ப்புத் தரவில்லை என்றாலும் கே.வி. மகாதேவன் பேசிய பேச்சுக்கள், அவர் கூறிய ஆறுதல் எல்லாம் விஸ்வநாதனின் மனதிற்குள் இனம் புரியாத ஒரு மகிழ்ச்சியை ஏற்படுத்தின.

அவர் சொன்னதை ஏற்றுக் கொண்டு ஜூபிடர் பிக்சர்சுக்குத் திரும்பிய எம்.எஸ். விஸ்வநாதன் அதன் பின்னர் எம்.ஜி.ஆர் நடித்த ஜெனோவா படத்தில் இசையமைப்பாளராக அறிமுகமாகி தமிழ்ப் பட உலகின் முன்னணி இசையமைப்பாளராக உயர்ந்தார்.

எம்.எஸ்.விஸ்வநாதன் இசையமைத்தால், அந்தப் படம் நிச்சயம் வெற்றிப்படமாக ஆகிவிடும் என்று திரையுலகினர் பலரும் எண்ணுகின்ற அளவிற்கு பல வெற்றிப் படங்களைக் கொடுத்து அவர் கொடி கட்டிப் பறந்து கொண்டிருந்த நேரத்தில் அவரைத் தேடி வந்தார் பிரபல தயாரிப்பாளரான சின்னப்பா தேவர்.

எம்.ஜி.ஆரை வைத்து சின்னப்பா தேவர் தயாரித்த பல படங்களுக்கு கே.வி. மகாதேவன்தான் அப்போது இசையமைத்துக் கொண்டிருந்தார். ஆனால் அவர் இசையமைத்த படங்களை விட எம்.எஸ்.விஸ்வநாதன் இசையில் உருவாகிய படங்கள் மிக அதிகமான விலைக்கு அப்போது விற்றன.

விநியோகஸ்தர்களால் அதிகம் விரும்பப்பட்ட இசையமைப்பாளராக விஸ்வநாதன் இருந்ததால் சின்னப்பா தேவர் அடுத்து தயாரிக்கவிருந்த வேட்டைக்காரன் படத்துக்கு எம்.எஸ். விஸ்வநாதனை இசையமைப் பாளராக ஒப்பந்தம் செய்யும்படி தேவரிடம் கூறினார் எம்.ஜி.ஆர்.

அவரைப் பொறுத்தவரையில் எம்.ஜி.ஆர் பேச்சுக்கு மறு பேச்சு இல்லை என்பதால் அடுத்த நாளே மடி நிறைய பணத்தைக் கட்டிக் கொண்டு விஸ்வநாதன் விட்டுக்கு போனார் தேவர்.

“ஆண்டவனே! என்னுடைய முதல் படமான தாய்க்குப் பின் தாரத்து க்கே நீங்கதான் மியூசிக் போட்டிருக்கணும். அப்போ நீங்க மாடர்ன் தியேட்டர்ஸில் பிசியா இருந்ததால மாமா மகாதேவனைப் போட்டேன். இப்போ எம்.ஜி.ஆரை வைச்சி வேட்டைக்காரன்னு ஒரு

படம் எடுக்கிறேன். எம்.ஜி.ஆரிலிருந்து விநியோகஸ்தர்கள் வரைக்கும் எல்லோரும் அந்த படத்துக்கு நீங்கதான் மியுசிக் போடணும்னு சொல்லிட்டாங்க. அதனால நீங்க பெரிய மனசு பண்ணி படத்தை ஒத்துக்கணும்" என்றார் தேவர்.

எம்.ஜி.ஆரே சொல்லி அனுப்பி இருந்த போதிலும் தன்னுடைய இசை வாழ்க்கைக்கு வழிகாட்டியாக இருந்தவர் கே.வி. மகாதேவன் என்பதால் அந்த வாய்ப்பை ஏற்க மறுத்து பெரும் பணத்தோடு வந்த தேவர் அவர்களைத் திருப்பி அனுப்பி வைத்தார் எம்.எஸ். விஸ்வநாதன்.

தனது வாழ்க்கைப் பாதையை சரியான நேரத்தில் தனக்கு அடையாளம் காட்டிய கே.வி. மகாதேவன் மீது எம்.எஸ்.வி. எந்த அளவு மரியாதை வைத்திருந்தார் என்பதற்கு தெய்வத் திருமணங்கள் படத்தின் போது நிகழ்ந்த இன்னொரு சம்பவம் ஒரு சாட்சி.

பாஸ் என்கிற பாஸ்கரன், நான் கடவுள் ஆகிய படங்களைத் தயாரித்த கே.எஸ். சீனிவாசன், கே.எஸ். சிவராமன் ஆகியோரின் தந்தையான மணி அய்யர் தயாரித்த படம் தெய்வத் திருமணங்கள். அந்தத் திரைப்படத்தில் முதன் முறையாக கே.வி. மகாதேவன், எம்.எஸ். விஸ்வநாதன், ஜி.கே. வெங்கடேஷ் ஆகிய மூன்று இசை அமைப்பாளர்கள் இணைந்து பணியாற்றினார்கள்.

அந்தப் படத்தின் துவக்க விழாவிற்கு தினத்தந்தி நாளிதழில் ஒரு விளம்பரம் கொடுத்திருந்தார் மணி அய்யர்.

காலையில் வழக்கம்போல காப்பியைக் குடித்துவிட்டு தினத்தந்தி பேப்பரைப் பார்த்துக் கொண்டிருந்த விஸ்வநாதனின் கண்களில் அந்த தெய்வத் திருமணங்கள் விளம்பரம் பட்டது.

அந்த விளம்பரத்தைப் பார்த்த அடுத்த நிமிடம் தனது கையிலிருந்த காபி டம்ளரைக் கீழே வைத்து விட்டு சட்டையை மாட்டிக் கொண்டு கிளம்பிய எம்.எஸ்.வி. போய் நின்ற இடம் தயாரிப்பாளர் மணி அய்யரின் வீடு.

அதிகாலை ஆறுமணிக்கெல்லாம் தனது விட்டின் வாசலில் எம். எஸ். வி நின்று கொண்டிருப்பதைப் பார்த்த மணி அய்யர் அதிர்ச்சி அடைந்தவராக வெளியே வந்தார்.

தனது கையிலிருந்த தினத்தந்தி பேப்பரை அவரிடம் நீட்டிய எம்.எஸ்.விஸ்வநாதன் "இந்த விளம்பரத்தை கொடுக்கறதுக்கு முன்னாலே நீங்க பார்த்திங்களா" என்று அவரிடம் கேட்டார்.

"பார்த்தேனே" என்று பதிலளித்த மணி அய்யர் "ஏன் ஏதாவது தப்பா வந்திருக்கா?" என்று எம்.எஸ்.வி. யிடம் கேட்டார்.

"நீங்களே பாருங்க" என்று விஸ்வநாதன் காட்டிய பகுதியைப் பார்த்தவுடன்தான் விஸ்வநாதன் அந்த காலை நேரத்தில் எதற்காக தன்னைத் தேடி வந்திருக்கிறார் என்பது மணி அய்யருக்குப் புரிந்தது.

தெய்வத் திருமணங்கள் திரைப்படம் ப.நீலகண்டன், காமேஸ்வரராவ், கே.சங்கர் ஆகிய மூன்று இயக்குனர்கள் இயக்கிய படம். அந்தப் படத்திற்கு இசையமைக்க கே.வி. மகாதேவன், எம்.எஸ். விஸ்வநாதன், ஜி.கே. வெங்கடேஷ் ஆகிய மூவரையும் மணி அய்யர் ஒப்பந்தம் செய்திருந்தார்.

அப்போது எம்.எஸ். விஸ்வநாதன் மிகவும் பிரபலமாக இருந்ததால் அந்த விளம்பரத்தை டிசைன் செய்த டிசைனர் எம்.எஸ்.விஸ்வநாதன் பெயரை முதலில் போட்டுவிட்டு கே.வி. மகாதேவன் பெயரை அவருக்குக் கீழே போட்டுவிட்டார்.

"இந்த விளம்பரத்தைப் பார்த்தா மகாதேவன் சார் என்ன நினைத்துக் கொள்வார்? நான்தான் இப்படிப் போடச் சொன்னேன்னு என்னைப் பற்றி அவர் தவறாக நினைக்க மாட்டாரா" என்று எம்.எஸ்.வி. புலம்பியதைப் பார்த்த மணி அய்யர் "நீங்க ஒன்றும் கவலைப்படாதீங்க. நான் கே. வி. மகாதேவனைப் பார்த்து இந்த தப்பு எப்படி நடந்ததுன்னு விளக்கமாகச் சொல்லிவிடுகிறேன்" என்றார்.

ஆனால் அதில் எல்லாம் விஸ்வநாதன் சமாதானமாகவில்லை.

"நீங்க உடனே கிளம்புங்க. இப்பவே மகாதேவன் சார் வீட்டுக்குப் போய் விளக்கமா எல்லாத்தையும் சொல்லி விடுவோம்" என்று கூறி மணி அய்யரையும் அழைத்துக் கொண்டு நேராக மகாதேவன் விட்டுக்குச் சென்றார். அப்போது கே.வி. மகாதேவன் ஜி.என். செட்டி சாலையில் குடியிருந்தார்.

காலை வேளையில் இவர்கள் இருவரையும் பார்த்தவுடன் அவருக்கு அப்படி ஒரு அதிர்ச்சி.

மணி அய்யரும், விஸ்வநாதனும் சேர்ந்து அந்த விளம்பரக் குழப்பத்தைப் பற்றி விளக்கியவுடன் "இந்த சின்ன விஷயத்துக்காகவா இந்த காலை நேரத்தில் என்னைப் பார்க்க வந்தீர்கள். எனக்கு விஸ்வநாதனைப் பற்றி தெரியாதா? நான் இதையெல்லாம் அப்படி தப்பாக எடுத்துக் கொள்வேனா" என்று அவர்களை சமாதானப்படுத்தி அனுப்பி வைத்தார் கே.வி. மகாதேவன்.

இந்த சம்பவத்திற்குப் பிறகு படத்தின் டைட்டிலில் கே.வி.மகாதேவன், ஜி.கே. வெங்கடேஷ் ஆகிய இசையமைப்பாளர்களுக்கு அடுத்து தன் பெயர் இடம் பெறுகிற மாதிரி பார்த்துக் கொண்டார் விஸ்வநாதன்.

எவ்வளவு உயரத்திற்குச் சென்ற போதிலும் எந்த அளவிற்கு நன்றி மறக்காத குணம் கொண்டவராக எம்.எஸ்.வி. விளங்கினார் என்பதற்கு இந்த நிகழ்ச்சி ஒரு உதாரணம்.

15

நடிகை சாவித்திரியின் பெருந்தன்மை

ஜி. பாலசுப்ரமணியம் என்பவர் மிகச் சிறந்த கதாசிரியர். சிவாஜி நடித்த அன்னை இல்லம், ஆலயமணி, பாலும் பழமும், எம்.ஜி.ஆர் நடித்த கலங்கரை விளக்கம், ரகசிய போலீஸ் 115, தாழம்பூ உட்பட பல படங்களுக்கு கதை எழுதிய அவர் ஒரு நாள் பிரபல இயக்குனரான கே.எஸ். கோபாலகிருஷ்ணன் அவர்களைச் சந்திக்க வந்தார்.

தனக்கு மிகவும் அவசரமாக மூவாயிரம் ரூபாய் தேவைப்படுகிறது என்று கூறிய அவர் அதற்குப் பதிலாக தான் ஒரு கதை எழுதித் தருவதாகக் கூறினார்.

அவருக்குப் பணம் கொடுத்து விட்டு அவரோடு பேசிக் கொண்டிருக்கும் போது ஒரு கதைக் கருவை கூறிய அவர் ஏழைகள் முகத்தில் விழிப்பதே பாவம் என்கின்ற அளவிற்கு ஏழைகளை வெறுக்கக் கூடிய ஒரு பணக்காரியை மையமாக வைத்து சில காட்சிகளையும் சொன்னார்.

அவர் சொன்ன அந்த திமிர் பிடித்த பணக்காரியின் பாத்திரம் கே.எஸ்.கோபாலகிருஷ்ணனை மிகவும் கவர்ந்தது. ஆகவே, நீங்கள் எனக்கு புதிதாக வேறு கதை எழுதித் தர வேண்டாம். இப்போது சொன்னீர்கள் அல்லவா, அந்தப் பாத்திரத்தை மையமாக வைத்து நான் ஒரு கதையைத் தயார் செய்து கொள்கிறேன் என்று அவரிடம் சொன்ன கோபாலகிருஷ்ணன் அந்த பணக்காரியின் பாத்திரத்தைப் பற்றியே அடுத்த பத்து நாட்கள் யோசித்துக் கொண்டிருந்தார். அந்தப் பாத்திரத்தை மையப்படுத்தி ஒரு கதையை உருவாக்கிய பிறகு அந்தக் கதைக்கான கருவைத் தந்த ஜி. பாலசுப்ரமணியத்தை அழைத்து அந்தக் கதையைச் சொன்னார்.

கதையைக் கேட்ட அவர் கதை மிகச் சிறப்பாக வந்திருப்பதாகப் பாராட்டினார். அதைத் தொடர்ந்து அவருடன் இடைவிடாமல் ஒரு மாதம் விவாதித்து திரைக்கதை வசனம் ஆகியவைகளை எழுதி

முடித்த கோபாலகிருஷ்ணன் அடுத்து தனது காரியாலயத்திற்கு ஒரு நாள் தற்செயலாக வந்த கவிஞர் கண்ணதாசன் அவர்களிடம் அந்தக் கதையைச் சொன்னார். கதையைக் கேட்ட கண்ணதாசன் இந்தப் படம் மிகப் பெரிய வெற்றி பெறும் என்று சொன்னவுடன் நம்பிக்கையோடு நடிகர்கள் தேர்வில் இறங்கினார்.

நாயகன் நாயகி பாத்திரத்திற்கு ஜெமினி கணேசன் சரோஜாதேவி ஆகியோரை ஒப்பந்தம் செய்த கே.எஸ்.ஜி. படத்தின் அச்சாணி போன்ற திமிர் பிடித்த பணக்காரியின் பாத்திரத்திற்கு எடுப்பான தோற்றமும் எடுத்தெறிந்து பேசும் குணமும் கொண்ட எஸ். வரலட்சுமியை தேர்வு செய்தார்.

அடுத்தது அவரது கணவனின் பாத்திரம். கோபாலகிருஷ்ணன் அவர்களைப் பொறுத்தவரை அப்பா வேடம் என்றால் அவர் கண்ணை மூடிக் கொண்டு தேர்வு செய்யக் கூடிய ஒரே நடிகர் எஸ்.வி.ரங்காராவ் அவர்கள்தான். ஆனால் இந்தப் படத்தில் வரலட்சுமிக்கு ஜோடியாக ரங்காராவ் அவர்களை அவரால் ஏற்றுக் கொள்ள முடியவில்லை. வரலட்சுமிக்கு அப்பா மாதிரிதான் அவர் தெரிந்தாரே தவிர கணவன் மாதிரி தெரியவில்லை. ஆகவே டி.கே.பகவதி அவர்களை அந்தப் பாத்திரத்திற்கு தேர்வு செய்த கோபாலகிருஷ்ணன் ஜெமினி, சரோஜாதேவி, எஸ். வரலட்சுமி, டி.கே. பகவதி, நாகேஷ் ஆகியோரின் படங்களைப் போட்டு *பணமா பாசமா* என்ற பெயரில் புதிய படத்தின் விளம்பரத்தை பத்திரிகையில் வெளியிட்டார்.

அந்த விளம்பரம் வந்த அன்று காலை முதலே கோபால கிருஷ்ணனின் அலுவலகத்தில் டெலிபோன் மணி ஓயாமல் அடிக்க ஆரம்பித்தது.

ஒருவர் "உனக்கென்ன மூளைக் கோளாறு ஏதாவது ஏற்பட்டு விட்டதா? சரோஜாதேவிக்குக் கல்யாணம் ஆன உடனேயே அவரது மார்க்கெட் போய்விட்டது. அவரைப் போய் கதாநாயகியாகப் போட்டு படம் எடுக்கிறாயே" என்றார்.

இன்னொருவரோ "முதல் வேலையாக இந்த நடிகர்களையெல்லாம் தூக்கிப் போட்டுவிட்டு வேற நடிகர்களை போட்டு படம் எடு" என்றார்.

அடுத்து போனில் பேசிய ஒரு விநியோகஸ்தர் "வரலட்சுமி பகவதி இவங்களை எல்லாம் யாருக்குத் தெரியும்? சித்தி படம் ஓடிவிட்டதால்

நீ யாரைப்போட்டு படம் எடுத்தாலும் மக்கள் படம் பார்ப்பார்கள் என்று நினைத்துக் கொண்டிருக்கிறாயா?" என்று கேள்வி கேட்டதோடு நிற்காமல் "நிச்சயம் இந்தப் படம் படு தோல்விதான்" என்று ஆசீர்வாதமும் செய்தார்.

ஆனால் இந்த விமர்சனங்களால் எந்த பாதிப்பும் அடையாமல் யாரை ஒப்பந்தம் செய்திருந்தாரோ அவர்களை வைத்தே நம்பிக்கையோடு படப்பிடிப்பைத் தொடங்கினார் கோபாலகிருஷ்ணன்.

ஆனால் அவரது நம்பிக்கையை குலைக்கின்ற மாதிரி ஒரு நிகழ்சசி முதல் நாள் படப்பிடிப்பில் நடைபெற்றது.

அப்படி ஒரு சோதனையை கோபாலகிருஷ்ணன். அதுவரை சந்தித்ததேயில்லை என்றுதான் சொல்லவேண்டும். *பணமா பாசமா* படத்தின் மிகப் பெரிய வெற்றிக்கு எந்த கதாபாத்திரம் காரணமாக அமையப் போகிறது என்று கோபாலகிருஷ்ணன் எண்ணிக் கொண்டிருந்தாரோ அந்த திமிர் பிடித்த பணக்காரியின் பாத்திரத்தில் நடித்த எஸ். வரலட்சுமி எந்த உணர்ச்சியும் இல்லாமல் மரக்கட்டை போல நடித்துக் கொண்டிருந்தார். பல படங்களில் நல்ல நல்ல பாத்திரங்களில் எல்லாம் நடித்த அவர் அப்படி நடித்தது கோபாலகிருஷ்ணனுக்கு மட்டுமல்ல அவருடன் நடித்துக் கொண்டிருந்த நடிகர்களுக்கும் மிகுந்த ஏமாற்றத்தைத் தந்தது.

அவர் படங்களில் நடித்து சில வருடங்கள் ஆகியிருந்ததால் தொடர்பு விட்டிருக்க வேண்டும் என்று எண்ணிய கோபால கிருஷ்ணன் தொடர்ந்து நடித்தால் தான் எதிர்பார்க்கும் அளவிற்கு நடித்து விடுவாரென எதிர்பார்த்து அவரால் முடிந்த அளவு வரலட்சுமி எப்படி நடிக்க வேண்டுமென்று நடித்துக் காண்பித்தார். ஆனால் வரலட்சுமியால் கே.எஸ்.கோபாலகிருஷ்ணன் நடித்துக் காட்டியதில் பத்து சதவிகிதம் கூட நடிக்க முடியவில்லை.

அந்தப் பாத்திரம் தோல்வி அடைந்தால் மொத்த படமும் தோல்வியடையும் என்பதை அறிந்திருந்த மற்ற நட்சத்திரங்கள் நன்றாக யோசித்து ஒரு முடிவெடுங்கள் என்று கோபாலகிருஷ்ணனிடம் நாசுக்காக சொன்னார்கள்.

இனியும் வரலட்சுமியோடு போராடி அவரை நடிக்க வைக்க முடியாது என்ற முடிவுக்கு கோபாலகிருஷ்ணனும் வந்துவிட்டிருந்ததால்

அந்த பாத்திரத்திற்கு வேறு நடிகையைப் போடுவது என்ற முடிவுக்கு அவர் வந்தார். ஆனால் ஆணவமும் அழுத்தமும் கொண்ட அந்த பாத்திரப்படைப்பில் நடிக்கக் கூடிய இன்னொரு நடிகை யார் என்பதைத் தேர்ந்தெடுப்பது அவ்வளவு எளிதாக இல்லை. திரும்பத் திரும்ப யோசித்ததில் சாவித்திரி அந்த பாத்திரத்தை ஏற்று நடித்தால் அந்தப் பாத்திரம் தான் எதிர்பார்க்கின்ற வெற்றியை நிச்சயம் அடையும் என்ற முடிவுக்கு வந்த கோபாலகிருஷ்ணன் நேராக சாவித்திரியின் வீட்டுக்கு சென்றார்.

பணமா பாசமா படத்தில் வரலட்சுமியின் பாத்திரம் என்ன என்பதை விளக்கி விட்டு வரலட்சுமியால் ஒரு பத்து சதவிகிதம் கூட தான் எதிர்பார்த்தமாதிரி நடிக்க முடியவில்லை என்பதை சாவித்திரியிடம் சொன்ன கோபாலகிருஷ்ணன் “எப்படியாவது நீ அந்தப் பாத்திரத்தில் நடித்து என்னைக் காப்பாற்ற வேண்டும்” என்று சாவித்திரியிடம் வேண்டி கேட்டுக் கொண்டார்.

கோபாலகிருஷ்ணன் சொன்னதை எல்லாம் பொறுமையாகக் கேட்ட சாவித்திரி “நீங்க சொல்றது எல்லாம் சரிதான் வாத்யாரே. ஆனால் ஒரு முக்கியமான விஷயத்தை மறந்து விட்டீங்களே” என்றார். கே.எஸ்.கோபாலகிருஷ்ணனை எப்போதும் வாத்தியாரே என்றுதான் கூப்பிடுவார் சாவித்திரி.

எதை மறந்து விட்டேன் என்பது போல கோபாலகிருஷ்ணன் சாவித்திரி முகத்தைப் பார்க்க “உங்க படத்தில் வரலட்சுமியின் மகளான சரோஜாதேவிக்கு ஜோடியா நடிக்கிறது யாரு? என் கணவரான ஜெமினி கணேசன்.

இப்ப சொல்லுங்க. நிஜ வாழ்க்கையில் அவருக்கு மனைவியாக உள்ள நான் படத்தில் அவருக்கு மாமியாராக நடித்தால் ரசிகர்கள் ஏற்றுக் கொள்வார்களா?” என்று நியாயமான ஒரு கேள்வியை சாவித்திரி எழுப்பிய போதுதான் உணர்ச்சி வேகத்தில் எப்படிப்பட்ட தவறை செய்ய இருந்தோம் என்பது கோபால கிருஷ்ணனுக்கு புரிந்தது.

இனி அந்த பாத்திரத்திற்கு யாரை ஒப்பந்தம் செய்வது எப்படி படத்தை முடிப்பது என்று எண்ணியபோது அவர் தலை கிர்ர்ரென்று சுற்றியது.

அப்போது சாவித்திரி அவரிடம் “எஸ்.வரலட்சுமி மிகச் சிறந்த நடிகை எந்த பாத்திரத்தையும் ஏற்று நடிக்கக் கூடிய ஆற்றல் பெற்றவர்

என்பதை ஏற்கனவே பல படங்களில் அவர் நிரூபித்து இருக்கிறார். அது மட்டுமில்லாமல் அவர் பாடகி என்பதால் முக பாவங்கள் மிக எளிதாக மாறும். அவர் ஏதாவது பிரச்னையில் இருக்காரோ என்னவோ அதனால் கூட அவரால் இன்று நடிக்க முடியாமல் போயிருக்கலாம். அதனால நீங்க விட்டுக்கு போய் இன்னிக்கு நிம்மதியா தூங்குங்க. நாளை காலையிலும் வரலட்சுமி நீங்க எதிர்பார்க்கிறபடி நடிக்கலேன்னா அவரை மாற்றிவிடுங்கள். அவரை மாற்றுவதோடு ஜெமினியையும் மாற்றிவிடுங்கள்; வரலட்சுமி பாத்திரத்தில் நான் நடிக்கிறேன்"என்றார்.

ஜெமினியின் பாத்திரத்திற்கு வேறு ஒரு நடிகரை ஏற்பாடு செய்து தரும் பொறுப்பை ஜெமினியிடமே விட்டு விடுவோம் என்று சாவித்திரி சொன்னதில் கொஞ்சம் நிம்மதி ஏற்பட்டதால் விட்டுக்கு வந்து சாப்பிட்டுவிட்டு படுத்தார் கோபாலகிருஷ்ணன்.

படுத்தாரே தவிர தூக்கம் வந்ததா என்றால் இல்லை.

இரவு பதினோரு மணிவரை படுக்கையில் புரண்டு கொண்டிருந்த அவர் எதற்கும் வரலட்சுமியைப் போய்ப் பார்த்து பேசி அவரை அந்தப் பாத்திரத்திற்கு மீண்டும் தயார் செய்து பார்ப்போம் என்ற எண்ணத்துடன் எஸ்.வரலட்சுமி விட்டுக்கு காரை எடுத்துக் கொண்டு போனார்.

இவர் அவரது வீட்டு வாசலுக்குப் போகும்போது எஸ்.வரலட்சுமியின் வீட்டிலிருந்து வெளியே வந்து கொண்டிருந்தார் சாவித்திரி. கோபாலகிருஷ்ணனைப் பார்த்ததும் "வாத்தியாரே. நெருப்பு மாதிரி வரலட்சுமியைத் தயார் பண்ணிவிட்டு வந்திருக்கிறேன். நாளைக்கு படப்பிடிப்பில் அவர் எப்படி தூள் கிளப்புகிறார் என்று பாருங்கள். கவலைப்படாம வீட்டுக்கு போய் தூங்குங்க" என்றார்.

மறுநாள் காலையில் படப்படிப்பிற்கு வந்த வரலட்சுமி உண்மையாகவே நெருப்பு மாதிரிதான் இருந்தார். கோபாலகிருஷ்ணன் என்ன எதிர்பார்த்தாரோ அதை விட பல மடங்கு சிறப்பாக நடித்து அந்த செட்டிலிருந்த அனைவரது பாராட்டையும் பெற்றார் அவர்.

அவர் நடிக்க நடிக்க சாவித்திரியின் பெருந்தன்மையை நினைத்து மனம் உருகிப்போனார் கே.எஸ். கோபாலகிருஷ்ணன்.

தான் நடிக்காத ஒரு படத்திலே ஒரு நடிகை சிறப்பாக நடிக்க வில்லை என்பதற்காக அவரது வீட்டுக்கு போய் ஏறக்குறைய நான்கு

மணி நேரம் அவரோடு இருந்து அவரை அந்தப் பாத்திரத்துக்கு தயார் செய்வது என்றால் அதற்கு எப்படிப்பட்ட பெரிய மனது வேண்டும்.

கடந்த ஐம்பது ஆண்டுகளில் சாவித்திரிக்குப் பிறகு அப்படி ஒரு பெருந்தன்மையான நடிகையை இன்றுவரை தமிழ்த் திரையுலகம் சந்தித்திருக்கிறதா என்றால் இல்லை என்பதைத் தவிர வேறு என்ன பதில் சொல்ல முடியும்?

16

சரோஜாதேவியை தமிழிலே அறிமுகம் செய்த சின்ன அண்ணாமலை

சின்ன அண்ணாமலை என்ற பெயரைச் சொன்னவுடன் பலருக்கு அவர் சிவாஜி கணேசன் ரசிகர் மன்றத் தலைவராக இருந்ததுதான் நினைவுக்கு வரும். சின்ன அண்ணாமலை பன்முகத் திறமை கொண்ட மிகச் சிறந்த ஒரு திறமைசாலி.

எழுத்தாளர், கதாசிரியர், மேடைப்பேச்சாளர், திரைப்படத் தயாரிப்பாளர் என்று பல துறைகளில் பெயர் பெற்று விளங்கிய அவர் கலையுலகில் பலரோடு நெருக்கமான தொடர்பில் இருந்தவர். முப்பது ஆண்டுகளுக்கும் மேலாக தமிழ் ரசிகர்களின் கனவுக்கன்னியாக இருந்த கன்னடத்து பைங்கிளி சரோஜாதேவியை தமிழிலே அறிமுகம் செய்தவர் இவர்தான் என்பது பலர் அறிந்திராத ஒரு செய்தி.

மக்கள் திலகம் எம்.ஜி.ஆர். நடித்துக் கொண்டிருந்த சக்ரவர்த்தி திருமகள் என்ற திரைப்படத்தில் பணியாற்றும் வாய்ப்பு கிடைக்கப் பெற்ற அவர் அந்தப் படப்பிடிப்பின்போதுதான் எம்.ஜி.ஆரோடு நெருங்கிப் பழகத் தொடங்கினார்.

சின்ன அண்ணாமலைக்கும் அரசியல் ஈடுபாடு உண்டென்பதால் சக்ரவர்த்தி திருமகள் படப்பிடிப்பின் இடைவேளையில் சலிக்காமல் அவரோடு அரசியல் விவாதம் செய்வாராம் எம்.ஜி.ஆர்.

நாட்கள் செல்லச்செல்ல படப்பிடிப்பு தளத்தில் இருவரும் ஒன்றாகவே உணவு அருந்துகின்ற அளவுக்கு அவர்கள் நட்பு வளர்ந்தது. சின்ன அண்ணாமலை நகைச்சுவையாகப் பேசுவதில் வல்லவர் என்பதால் தன்னுடன் பழகுகின்ற எவரையும் மிக எளிதில் கவர்ந்துவிடக்கூடிய ஆற்றல் அவருக்கு இருந்தது.

எம்.ஜி.ஆருடன் நெருக்கமாகப் பழகவும், அவரோடு மனம் விட்டுப் பேசவும் வாய்ப்பு கிடைக்கப்பெற்ற அவர் ஒரு நாள் எம்.ஜி.ஆரிடம், "நீங்கள் ஏன் ராஜா ராணி கதையிலேயே நடித்துக்

கொண்டிருக்கிறீர்கள். நல்ல சமூகக் கதையில் நடித்தால் என்ன?” என்று கேட்டார்.

அப்போது சமூகப் படங்களில் நடிப்பதில் எம்.ஜி.ஆருக்கு ஒரு தயக்கம் இருந்தது. அதுமட்டுமின்றி அவர் நடித்த சில சமூகப் படங்கள் மிகப்பெரிய தோல்விப் படங்களாக அமைந்தன. ஆகவே சமூகப்படங்களில் நடிப்பது பற்றி சின்ன அண்ணாமலை கேட்டபோது “சந்தர்ப்பம் வந்தால் பார்க்கலாம்” என்று சொல்லி பேச்சை வேறு திசைக்கு மாற்றினார் எம்.ஜி.ஆர்.

எம்.ஜி.ஆர். சொல்லவில்லை என்றாலும் எதனால் அவர் சமூகப் படங்களைத் தவிர்க்கிறார் என்பது சின்ன அண்ணாமலைக்குத் தெளிவாக தெரிந்து இருந்தது.

சமூகக் கதைக்கு ஏற்ற முகம் தனக்கு இல்லை என்றும் அதனால் கிராப் வைத்தால் பார்க்க நன்றாக இருக்காது என்றும் எண்ணிக் கொண்டிருந்த எம்.ஜி.ஆர். கத்திச்சண்டை இல்லை என்றால் தனது படம் ஓடாது என்று நினைத்துக் கொண்டிருப்பதால்தான் சமூகக் கதையில் நடிக்க பயப்படுகிறார் என்பது சின்ன அண்ணாமலைக்கு தெளிவாக புரிந்தது.

இதெல்லாம் தெளிவாக தெரிந்திருந்தும் “நான் ஒரு சமூகக் கதை எடுக்கலாம் என்றிருக்கிறேன். நீங்கள்தான் அதில் நடிக்க வேண்டும்” என்று ஒரு நாள் எம்.ஜி.ஆரிடம் என்று கேட்டார் அவர்.

சிறிது நேரம் யோசித்த எம்.ஜி.ஆர். “உங்களுக்கு தைரியமிருந்தால் எனக்கொன்றும் ஆட்சேபணை இல்லை. நல்ல கதையாகப் பாருங்கள்” என்று அவரிடம் சொன்னார்.

அப்போது தேவ் ஆனந்த் நடித்த பாக்கெட் மார் என்ற இந்திப்படத்தின் தமிழ் உரிமையை வாங்கி வைத்திருந்த சின்ன அண்ணாமலை அந்த படத்தை எம்.ஜி.ஆருக்கு திரையிட்டுக் காட்டினார். அந்தப் படத்தின் கதை எம்.ஜி.ஆருக்கு மிகவும் பிடித்திருந்ததால் அதன் தமிழ்ப்பதிப்பில் நடிக்க தனது ஒப்புதலை அவர் தெரிவித்தார்.

மறுநாள் தனது பங்குதாரரான வி. அருணாசலம் செட்டியாருடன் சியாமளா ஸ்டூடியோவிற்கு சென்ற சின்ன அண்ணாமலை மேக்அப்

அறையில் எம்.ஜி.ஆரை சந்தித்து தனது பங்குதாரரை அறிமுகம் செய்துவிட்டு தானும் அவரும் சாவித்திரி பிக்சர்ஸ் என்ற பெயரில் ஒரு கம்பெனி துவங்கி இருப்பதாகவும் அதில்தான் எம்.ஜி.ஆர் நடிக்க இருக்கும் படத்தைத் தயாரிக்க இருப்பதாகவும் சொன்னார்.

அவர்களுக்கு தனது வாழ்த்துக்களைத் தெரிவித்துக் கொண்ட எம்.ஜி.ஆர். சின்ன அண்ணாமலையோடு அவருக்கு இருந்த நட்பு காரணமாக மிகக் குறைந்த சம்பளத்தில் அப்படத்தில் நடிப்பதற்கு ஒப்புக்கொண்டார்.

அதே நேரத்தில் அடுத்த ஆறு மாதத்திற்கு தனது கால்ஷீட்டுகளை எல்லாம் தான் ஏற்கனவே ஒப்புக்கொண்ட படங்களுக்கு பிரித்துக் கொடுத்துவிட்டதாகச் சொன்ன அவர் சின்ன அண்ணாமலையின் படத்தை முடிக்க ஒரு குறுக்கு வழியையும் சொன்னார்.

"எல்லா தயாரிப்பாளர்களுக்கும் காலை 9 மணியிலிருந்து மாலை 5 மணி வரைதான் கால்ஷீட் கொடுத்திருக்கிறேன். அதனால் தினமும் மாலை 6 மணியிலிருந்து இரவு 10 மணி வரை நமது படத்தின் சூட்டிங்கை நடத்திக் கொள்ளலாம்" என்று சொன்ன அவர் தன்னுடைய கால்ஷீட்டுக்கு ஒத்து வருகிற மாதிரி ஒரு நடிகையை கதாநாயகியாகப் போடும்படி அவர்களுக்கு ஆலோசனை கூறினார். "கதாநாயகி புதுமுகமாகப் இருந்தால் இன்னும் நல்லது. நம் வசதி போல் சூட்டிங்கை திட்டமிட்டுக் கொள்ளலாம்" என்றும் ஆலோசனை கூறினார் அவர்.

அந்த காலகட்டத்தில் பி.ஆர். பந்துலுவின் பத்மினி பிக்சர்ஸ் தயாரித்த *தங்கமலை ரகசியம்* படத்தின் கதையை மா. லட்சுமணனுடன் இணைந்து எழுதியிருந்த சின்ன அண்ணாமலை அந்த படத்தின் திரைப்படத் தயாரிப்புப் பணிகளிலும் தன்னை ஈடுபடுத்திக் கொண்டிருந்தார்.

ஒரு நாள் சென்னை கடற்கரையில் சின்ன அண்ணாமலை தனிமையாக உட்கார்ந்து கொண்டிருந்த போது அங்கு டைரக்டர் கே.சுப்ரமணியத்தின் புதல்வி பத்மா சுப்ரமணியம் வந்தார். அவர் கூடவே ஒரு பெண்ணும் வந்திருந்தார். சின்ன அண்ணாமலையை பத்மா சுப்ரமணியம் நன்கு அறிவார் என்பதால் அவர் அருகிலே அமர்ந்து பேசத் தொடங்கினார் அவர். பேச்சின் இடையே தான் சிவாஜி கணேசன் கதாநாயகனாக நடிக்கும் *தங்கமலை ரகசியம்* என்ற

திரைப்படத்துக்கு கதை எழுதியிருப்பதையும், அதில் வேலை செய்து வருவதையும் சின்ன அண்ணாமலை சொன்னவுடன் தன்னுடன் வந்திருந்த பெண்ணை சின்ன அண்ணாமலைக்கு அறிமுகம் செய்து வைத்தார் பத்மா.

“இந்தப் பெண் பெங்களூரைச் சேர்ந்தவள். தாய்மொழி கன்னடம். ஒன்றிரண்டு கன்னடப் படத்தில் நடித்திருந்தாலும் தமிழ்ப்படத்தில் நடிக்க வேண்டும் என்று ரொம்பவும் ஆசைப்படுகிறாள். ஏதாவது ஒரு தமிழ்ப்படத்தில் இவருக்கு சான்ஸ் கொடுப்பதற்கு ஏற்பாடு செய்யுங்கள்” என்று பத்மா கேட்டுக்கொள்ள தங்கமலை ரகசியம் படத்தில் அழகு மோகினி, யவ்வன மோகினி என்று இரண்டு பெண்கள் நடனமாடும் காட்சி வருகிறது. அதில் ஒரு நடன மணியாக இவரைப் போடலாம். எதற்கும் நான் பந்துலு அவர்களிடம் அது பற்றி பேசிவிட்டு சொல்கிறேன்” என்றார் சின்ன அண்ணாமலை.

பத்மா சிபாரிசு செய்த பெண், மாநிறமாக இருந்த போதிலும் அவர் முகம் கேமிராவுக்கு சரியாக இருக்கும் என்று சின்ன அண்ணாமலைக்கு தோன்றியது. மறுநாள் பந்துலுவிடம் அப்பெண்ணைப் பற்றிச் சொல்லி நடனமணிகளில் ஒருத்தியாக நடிக்கும் வாய்ப்பை அந்தப் பெண்ணிற்கு வாங்கித் தந்தார் அவர்.

அழகு மோகினி, யவ்வன மோகினி நடன சூட்டிங் ரேவதி ஸ்டூடியோவில் நடந்தது. படத்தின் டைரக்டர் பந்துலு, நடிகர் திலகம் சிவாஜி நடிக்கும் வேறு காட்சிகளை அப்போது படம் பிடித்துக் கொண்டிருந்ததால், அந்த நடனக் காட்சியை டைரக்ட் செய்யும் பொறுப்பை ப.நீலகண்டனிடம் ஒப்படைத்திருந்தார்.

பத்மா சிபாரிசு செய்த அந்தப் பெண், மேக்கப் போட்டு அலங்காரம் எல்லாம் செய்து கொண்டு வந்து காமிரா முன் வந்து நின்றதும் காமிரா மூலம் அந்தப் பெண்ணின் உருவத்தைப் பார்த்த நீலகண்டன், சின்ன அண்ணாமலையைத் தனியாகக் கூப்பிட்டார். “காமிரா வழியாகப் பார்க்கும்போது இந்தப் பெண் ரொம்பவும் அழகாக இருக்கிறாள். எதிர்காலத்தில் நிச்சயம் பெரிய நடிகையாக வருவதற்கு எல்லா வாய்ப்பும் இருக்கிறது. அதனால் கொஞ்சமும் யோசிக்காமல் மூன்று படத்திற்கு ஒப்பந்தம் செய்து வைத்துக்கொள்ளுங்கள்” என்று சொன்னார்.

பின்னர் படமாக்கப்பட்ட அந்த நடனக்காட்சியை தியேட்டரில் போட்டுப் பார்த்த போது வைத்த கண் வாங்காமல் எல்லோரும் அந்த நடிகையையே பார்த்தனர். அந்த அளவுக்கு அந்தப் பெண் மிகவும் அழகாக திரையில் காட்சி அளித்தார்.

அந்தப் பெண்தான் கோடான கோடி சினிமா ரசிகர்கள் ஒரு கால கட்டத்தில் தங்களது தூக்கத்தைத் தொலைக்கக் காரணமாக அமைந்த கன்னடத்துப் பைங்கிளி சரோஜாதேவி!

தங்கமலை ரகசியம் படத்தில் நடனம் ஆடியதற்கு சரோஜாதேவிக்கு அப்போது பந்துலு கொடுத்த சம்பளம் இருநூற்றி ஐம்பது ரூபாய். பின்னர் அதே பந்துலு பின்னர் லட்சக்கணக்கில் அவருக்குக் கொட்டிக் கொடுத்தார் என்பது சினிமாவரலாறு.

டைரக்டர் நீலகண்டன் சொல்லியபடி மூன்று படங்களுக்கு சரோஜாதேவியை ஒப்பந்தம் செய்தார் சின்ன அண்ணாமலை. சம்பளம் எவ்வளவு தெரியுமா? முதல் படத்திற்கு ரூபாய் மூவாயிரத்து ஐநூறு. இரண்டாவது படத்திற்கு ரூபாய் ஏழாயிரம். மூன்றாவது படத்திற்கு ரூபாய் பத்தாயிரம்.

எம்.ஜி.ஆர். அவர்களிடம் தான் ஒப்பந்தம் செய்து வைத்துள்ள சரோஜாதேவியை கதாநாயகியாகப் போடலாமா என்று சின்ன அண்ணாமலை கேட்டபோது "எதற்கும் முதலில் ஒரு டெஸ்ட் எடுங்கள் பார்த்துவிட்டு முடிவு செய்யலாம்" என்றார் அவர்.

சிட்டாடல் ஸ்டூடியோவில் சரோஜாதேவிக்கு டெஸ்ட் எடுக்கப் பட்டது. அந்த டெஸ்ட்டில் அவருக்கு ஜோடியாக நடித்தவர் யார் தெரியுமா? கதாசிரியர் மா.லட்சுமணன். சரியாகச் சொல்வ தென்றால் தமிழில் சரோஜாதேவியின் முதல் திரைக் கதாநாயகன் மா.லட்சுமணன்தான்.

டெஸ்டை எம்.ஜி.ஆர். பார்த்தார். அவருக்கு சரோஜாதேவியின் தோற்றம் பிடித்திருந்தது. அப்போது அவருடன் படம் பார்த்த சிலர் சரோஜாதேவி நடந்து போகும்போது ஒரு காலைத் தாங்கித் தாங்கி நடந்து சென்றதை அவரிடம் சுட்டிக் காட்டினார்கள். ஆனால் எம்.ஜி.ஆர். அதையெல்லாம் பொருட்படுத்தவில்லை "அதுவும் ஒரு மாதிரி செக்ஸியாகத்தான் இருக்கிறது" என்று சொன்ன அவர் "இந்தப் பெண்ணையே கதாநாயகியாகப் போட்டு விடுங்கள்" என்று சின்ன அண்ணாமலையிடம் சொன்னார்.

அந்தப்படத்தை இயக்குகின்ற பொறுப்பை தனது நண்பரும் சரோஜாதேவியின் எதிர்காலத்தைப்பற்றி மிகச் சரியாக கணித்தவருமான ப.நீலகண்டனிடம் ஒப்படைத்தார் சின்ன அண்ணாமலை. அவருடைய இன்னொரு நண்பரான ஏ.எல்.சீனிவாசன் அந்தப் படத்தின் நெகடிவ் உரிமை வாங்கிக் கொள்ள முன்வந்தார்.

படத்திற்கு என்ன தலைப்பு வைப்பது என்று யோசித்தபோது "லட்சக்கணக்கில் செலவு செய்து எடுக்கப்படும் படத்தின் மூலம் மக்களுக்கு ஏதாவது நல்ல நீதிகள் கிடைக்க வேண்டும். அதே போன்று நாம் தேர்ந்தெடுக்கும் படத்தின் பெயரும் ஒரு நீதியைப் போதிப்பதாக அமைய வேண்டும். ஏராளமாக பணம் செலவு செய்து போஸ்டர் ஒட்டுகிறோம். பத்திரிகையில் விளம்பரம் போடுகிறோம். ஏதாவது ஒரு நல்ல கருத்தைச்சொல்லும் பெயராக இருந்தால் நாம் செலவு செய்வதற்கு ஒரு பலன் கிடைக்கும்" என்று சொன்ன எம்.ஜி.ஆர் "அப்படிப்பட்ட ஒரு நல்ல பெயரைப் யார் சொல்லுகிறார்களோ அவர்களுக்கு 500 ரூபாய் பரிசு" என்று அறிவித்தார்.

அவர் இப்படி சொன்னவுடன் படக்குழுவைச் சேர்ந்த எல்லோரும் எல்லோரும் சுறுசுறுப்பாக யோசனை செய்யத் தொடங்கினார்கள். பல பெயர்களைச் சொன்னார்கள். அந்த பெயர்களில் இருந்து கதாசிரியர் மா.லட்சுமணன் சொன்ன திருடாதே என்ற பெயரைத் தேர்ந்தெடுத்த எம்.ஜி.ஆர் கதாசிரியர் மா.லட்சுமணனுக்கு 500 ரூபாயை பரிசாகக் கொடுத்தார்.

திருடாதே படத்தின் படப்பிடிப்பு நடைபெற்றுக் கொண்டிருந்த போது இன்பக்கனவு நாடகத்தில் நடிப்பதற்காக சீர்காழி சென்ற எம்.ஜி.ஆர் அந்த நாடகத்திலே நடித்தபோது ஒரு விபத்தை சந்திக்க வேண்டி வந்தது. அதன் காரணமாக கால் ஒடிந்து படுத்த படுக்கையாகி மருத்துவமனையில் சிகிச்சை பெற்றுக்கொண்டிருந்த அவரை தினமும் போய் பார்த்து பேசிவிட்டு வந்தார் சின்ன அண்ணாமலை.

ஒரு நாள் அப்படிப் பேசிக்கொண்டிருந்தபோது "என் கால் குணமாகி நான் படப்பிடிப்பிற்கு வர எவ்வளவு நாள் ஆகுமென்று தெரியவில்லை. அதுவரையில் நீங்கள் காத்திருந்தால் உங்களுக்கு வீண் சிரமம் ஏற்படும். படத்தின் மீது நீங்கள் வாங்கியிருக்கும் கடன்களுக்கும் வட்டி அதிகமாக ஏறிக்கொண்டே போகும். அதனால் படத்தை ஏ.எல்.எஸ். அவர்களுக்கே கொடுத்து விடுங்கள். அவரிடம்

உங்களுக்கு லாபமாக ஒரு நல்ல தொகையை தரச் சொல்லுகிறேன்" என்றார் எம்.ஜி.ஆர்.

அதன் பின்னர் திருடாதே படம் ஏ.எல்.எஸ். வெளியீடாக மூன்று ஆண்டு கழித்து வெளிவந்து மிகப்பெரிய வெற்றிப்படமாக அமைந்தது. அந்தப் படத்துக்கு வித்திட்டவரும் சரோஜாதேவி என்ற தேவதையை தமிழ்த் திரையுலகிற்கு அறிமுகம் செய்தவரும் சின்ன அண்ணாமலைதான் என்ற உண்மை பலருக்கு தெரியாமல் போனாலும் சரோஜாதேவிக்கு அவை எல்லாம் தெரியும் என்பதால் திருடாதே படத்தின் நூறாவது நாள் அன்று நூறு தேங்காய், நூறு மாம்பழம், நூறு வாழைப்பழங்களுடன் சின்ன அண்ணாமலையைப் பார்க்க வந்த அவர் அவர் காலில் விழுந்து வணங்கி அவரது ஆசியைப் பெற்றுச் சென்றார்.

மீடியாக்களின் முழு வெளிச்சமும் படாமல் இப்படி எத்தனையோ சாதனையாளர்கள் திரையுலகில் வாழ்ந்து மறைந்திருக்கிறார்கள். அவர்களில் முக்கியமான ஒருவர்தான் சின்ன அண்ணாமலை.

17

எம்.ஜி.ஆரின் அழைப்பை நிராகரித்த பஞ்சு அருணாச்சலம்

கதாசிரியர், பாடலாசிரியர், தயாரிப்பாளர், இயக்குனர் என்று திரையுலகில் பல துறைகளில் சாதனை படைத்த பஞ்சு அருணாச்சலம் கவியரசு கண்ணதாசனின் உதவியாளராகத்தான் திரையுலகில் முதலில் அறிமுகமானார்.

கண்ணதாசன் அவர்களைப் பொறுத்தவரை அவருக்கு நிரந்தர எதிரியும் இல்லை நிரந்தர நண்பரும் இல்லை என்றுதான் சொல்லவேண்டும். எவரோடும் அவர் எப்போது நெருக்கமாக இருப்பார் எப்போது விலகி இருப்பார் என்று யாராலும் சொல்ல முடியாது.

சிவாஜி கணேசனைப் பகைத்துக் கொண்டு எம்.ஜி.ஆரோடு நெருக்கமாக இருந்த கண்ணதாசனுக்கும் எம்.ஜி.ஆருக்கும் இருந்த உறவில் ஒரு கால கட்டத்தில் மிகப்பெரிய விரிசல் ஏற்பட்டது.

அதைத் தொடர்ந்து என்னுடைய படங்களுக்கு வசனம் எழுதவோ பாடல் எழுதவோ கண்ணதாசனை அழைக்காதீர்கள் என்று தனது தயாரிப்பாளர்கள் அனைவரிடமும் கண்டிப்பாகக் கூறினார் எம்.ஜி.ஆர்.

அப்படி கண்ணதாசனிடமிருந்து எம்.ஜி.ஆர் விலகி இருந்த ஒரு சந்தர்ப்பத்தில்தான் எம்.ஜி.ஆர் நாயகனாக நடித்த கலங்கரை விளக்கம் படத்தில் பாடல் எழுதக் கூடிய வாய்ப்பு அப்போது கண்ணதாசனிடம் உதவியாளராக இருந்த பஞ்சு அருணாச்சலத்துக்குக் கிடைத்தது. அந்த வாய்ப்பை பஞ்சு அருணாச்சலத்துக்கு வழங்கியவர் பஞ்சுவின் நெருங்கிய நண்பராக இருந்த கலங்கரை விளக்கம் படத்தின் தயாரிப்பாளர் ஜி.என். வேலுமணி அவர்கள்.

கலங்கரை விளக்கம் படத்திற்காக "பொன்னெழில் பூத்தது புது வானில்" என்ற பாடலையும், "என்னை மறந்ததேன்" என்ற பாடலையும் எழுதியிருந்தார் பஞ்சு.

எம்.ஜி.ஆர் படத்துக்காக தான் எழுதிய பாடல்கள் எம்.எஸ். விஸ்வநாதன் இசையில் பதிவானவுடன் அவருக்கு ஆனந்தம் என்றால் அப்படி ஒரு ஆனந்தம். ஏனெனில் அப்போது எம்.ஜி.ஆர் படத்துக்கு பாடல் எழுத வாய்ப்பு கிடைப்பது என்பது அவ்வளவு அரிதான ஒரு விஷயம்.

பதிவான மறுதினமே மிகப்பெரிய வில்லங்கத்தை அந்தப் பாடல் சந்திக்கப் போகிறது என்று அப்போது பஞ்சு அருணாச்சலத்துக்குத் தெரியாது.

பதிவு செய்யப்பட்ட பாடலை மறுநாள் எம்.ஜி.ஆருக்கு போட்டுக் காண்பித்தார் தயாரிப்பாளர் ஜி.என். வேலுமணி.

பாடலைக் கேட்ட எம்.ஜி.ஆர். "இன்னொரு தடவை போடுங்க" என்றதும் வேலுமணிக்கு அப்படி ஒரு மகிழ்ச்சி. எம்.ஜி.ஆரே இன்னொரு தடவை கேட்க விரும்புகிறார் என்றால் பாட்டு நிச்சயமாக பெரிய ஹிட்டாகி விடும் என்ற நினைப்புடன் இன்னொரு முறை அந்தப் பாட்டைப் போட்டார் வேலுமணி.

இரண்டவது முறை கேட்டுவிட்டு "இன்னொரு முறை" என்ற எம்.ஜி.ஆர் மூன்றாவது முறை பாடலைக் கேட்டு முடித்தவுடன் ஜி.என்.வேலுமணியைப் பார்த்து "இந்தப் பாட்டை யார் எழுதினதுன்னு சொன்னீங்க?" என்றார்.

அதுவரை ஆனந்தமாக இருந்த ஜி.என். வேலுமணியின் முகம் எம்.ஜி.ஆர் இந்த கேள்வியைக் கேட்டதும் லேசாக மாறியது.

"ஏன் கேட்கறீங்க? பஞ்சு அருணாச்சலம்தான் எழுதினார்" என்று ஜி.என். வேலுமணி சொல்லி முடிப்பதற்கு முன்னாலேயே "நிச்சயமாக இருக்காது" என்ற எம்.ஜி.ஆர் "இந்தப்பாட்டை நிச்சயமாக பஞ்சு அருணாச்சலம் எழுதியிருக்க முடியாது. இப்படிப்பட்ட பாடலை கண்ணதாசனால் மட்டும்தான் எழுத முடியும். அதனால என்கிட்டே பொய் சொல்லாதிங்க. முதல்ல இந்தப் பாட்டை தூக்கிப் போட்டுட்டு வேற ஏதாவது ஒரு கவிஞர்கிட்ட பாட்டை எழுதி ரிக்கார்ட் பண்ணுங்க" என்று திட்டவட்டமாகச் சொன்னார்.

"இல்லேண்ணே. நான்தான் பஞ்சுவை அழைத்துக் கொண்டு வந்து பாட்டெழுத வைத்தேன். என் முன்னாடிதான் பஞ்சு இந்தப் பாட்டை எழுதினார்" என்றார் வேலுமணி.

“கண்ணதாசன் எழுத்தைப் பற்றி எனக்குத் தெரியாதா. அதனால திரும்பத் திரும்ப நீங்க சொன்னதையே சொல்லிக்கிட்டு இருக்காம நான் சொன்னதை செய்யுங்க” என்று இரண்டாவது முறையாக எம்.ஜி.ஆர் சொன்னபோது அவர் குரலில் கொஞ்சம் கடுமை இருந்தது.

அதற்குப் பிறகு எம்.ஜி.ஆரிடம் தான் ஒரு வார்த்தை பேசினாலும் அதன் விளைவு வேறு மாதிரி இருக்கும் என்பதைப் புரிந்து கொண்ட ஜி.என். வேலுமணி அடுத்து நேராக இசையமைப்பாளர் எம்.எஸ்.விஸ்வநாதனை சந்தித்து நடந்த விஷயம் முழுவதையும் கூறினார்.

அதைத் தொடர்ந்து எம்.ஜி.ஆரை சந்தித்த எம். எஸ். விஸ்வநாதன் “நான் சொன்னாக் கூட நீங்க நம்ப மாட்டீங்களா? அந்த இரண்டு பாட்டையும் எழுதினது பஞ்சுதான்” என்று அவரிடம் சொன்னது மட்டுமின்றி “அதில் ஒரு பாட்டு என் டியூனுக்கு அவன் எழுதினது. இன்னொரு பாட்டு அவன் எழுதின பல்லவிக்கு நான் டியூன் போட்டது” என்று நடந்ததை அப்படியே விளக்கமாக எம்.ஜி.ஆரிடம் சொன்னார்.

அதுவரை “இது பஞ்சுவின் பாட்டே இல்லை கண்ணதாசனின் பாட்டுதான்” என்று அழுத்தம் திருத்தமாக சொல்லிக் கொண்டிருந்த எம்.ஜி.ஆர், எம்.எஸ். விஸ்வநாதன் சொன்ன விளக்கத்திற்குப் பிறகு “பஞ்சு ரொம்ப நல்லா எழுதறாரே” என்று பஞ்சு அருணாச்சலத்தைப் பாராட்டியது மட்டுமின்றி வேலுமணியை அழைத்து “இனிமே நம்ம படத்தில் எல்லாம் அவரைத் தொடர்ந்து எழுதச் சொல்லலாம் என்றிருக்கிறேன். அதனால பஞ்சுவை நாளைக்கு என்னை வந்து பார்க்கச் சொல்லுங்க” என்றார்.

காலையில் புயல் வீசிய பஞ்சு அருணாச்சலத்தின் வாழ்க்கையில் மாலையில் தென்றல் வீசியது. இருந்தாலும் அவரால் நிம்மதியாகத் தூங்க முடியவில்லை.

எம்.ஜி. ஆருக்கும் கவிஞருக்கும் இடையில் கருத்து வேறுபாடுகள் இருந்தாலும் எம்.ஜி.ஆர். படத்துக்கு பாடல் எழுதத் தன்னை அழைக்கிறார் என்று பஞ்சு சொன்னால் “தாராளமாக போய்வா” என்று ஆசி கூறி கவிஞர் தன்னை அனுப்பி வைப்பார் என்று பஞ்சுவிற்கு நன்றாகத் தெரியும். ஆனாலும் அவரைப் பகைத்துக் கொண்டு இருப்பவரை சந்தித்து அவர் படங்களில் பாட்டெழுத வாய்ப்பு பெறுவதை பஞ்சு அருணாச்சலம் விரும்பாததால் மறு நாள் எம்.ஜி.ஆரை சந்திக்க அவர் போகவில்லை.

எம்.ஜி.ஆர் படங்களில் மட்டுமின்றி கே.எஸ்.கோபால கிருஷ்ணனின் கற்பகம் படத்துக்கு பாடல் எழுத வந்த வாய்ப்பையும் இதே காரணத்திற்காகத் தான் ஏற்க மறுத்தார் பஞ்சு அருணாச்சலம்.

கண்ணதாசனைப் பொறுத்தவரையில் ஒரு பாடலுக்கு இவ்வளவு தந்தால்தான் பாட்டு எழுதுவேன் என்று யாரிடமும் அவர் சொன்னதில்லை. இரண்டாயிரம், மூவாயிரம் ரூபாய் கொடுத்தாலும் வாங்கிக் கொள்வார். வசதியில்லாத தயாரிப்பாளர் ஐநூறு ரூபாய் கொடுத்தாலும் வாங்கிக் கொள்வார். அப்படி அவர் பணியாற்றிக் கொண்டிருந்த சூழ்நிலையில் ஒருநாள் கவிஞரின் நெருங்கிய நண்பரான பீம்சிங் அவரிடம் "ஏன் இப்படி ஒரு பாடலுக்கு இரண்டாயிரம் மூவாயிரம் என்று வாங்கிக் கொண்டிருக்கிறீர்கள். ஒரு படத்துக்கு இருபத்தி ஐயாயிரம் ரூபாய் என்று என்று உங்களது தயாரிப்பாளர்களிடம் கூறிவிட வேண்டியதுதானே" என்றார்.

அவர் சொன்ன திட்டம் கவிஞருக்கும் சரியெனத் தோன்றியதால் உடனே பஞ்சு அருணாச்சலத்தை அழைத்த அவர் "இனிமே படத்துக்கும் சம்பளம் பேசும் போது பெரிய படங்களுக்கெல்லாம் இருபத்தி ஐயாயிரம் ரூபாய் என்று சொல்லிவிடு. அது எத்தனை பாடலாக இருந்தாலும் பரவாயில்லை. சிறிய நட்சத்திரங்கள் நடிக்கிற படத்துக்கு நாம்ப கொஞ்சம் குறைத்து வாங்கிக் கொள்ளலாம்" என்றார்.

இந்தத் திட்டத்தை செயல்படுத்துவதில் அத்தனை சிக்கல்கள் தோன்றும் என்று இதைப்பற்றி இயக்குனர் கே.எஸ்.கோபால கிருஷ்ணனிடம் சொல்லும் வரை பஞ்சு அருணாச்சலத்துக்கு தெரியாது.

இயக்குனர் கே.எஸ். கோபாலகிருஷ்ணனைப் பொறுத்தவரை அவரே பாடல்களை எழுதக்கூடிய ஒரு கவிஞர் என்ற போதிலும் கண்ணதாசன் பாடல்கள் என்றால் அவருக்கு உயிர். அப்படிப்பட்ட அவர் கற்பகம் படத்துக்கு பாடல் எழுத கண்ணதாசனை அழைத்தபோது அவரைப் பார்த்து பேசிய பஞ்சு "கவிஞர் இனி ஒரு படத்துக்கு தனது சம்பளம் இருபத்தி ஐயாயிரம் ரூபாய் என்று நிர்ணயம் செய்துள்ளார்" என்ற செய்தியை அவரிடம் சொன்னார்.

அதைக் கேட்டவுடன் கே.எஸ்.கோபாலகிருஷ்ணன் அவ்வளவு ஆத்திரப்படுவார் என்று பஞ்சு அருணாச்சலம் கனவிலும் நினைக்கவில்லை.

“கவிஞர் ஒரு பாட்டுக்கு இருபத்தி ஐயாயிரம் கேட்டால் கூட நான் தரத் தயாராக இருக்கேன். அது வேற விஷயம். ஆனா என் படத்தில் எல்லா பாட்டையும் அவரே எழுதணும்னு என்று அவர் முடிவு செய்வது எந்த வகையில் நியாயம்?

நான் என்னுடைய படத்திலே அவருக்கு ஒரு பாட்டு கொடுப்பேன் இல்லே இரண்டு பாட்டு கொடுப்பேன். மீதி உள்ள பாடல்களை வேறு யாரையாவது விட்டு எழுதச் சொல்வேன், இல்லே நானே எழுதுவேன். அதனால எங்கிட்ட இது மாதிரி கேட்கறதை எல்லாம் விட்டுவிட்டு அவரை வழக்கம்போல பாட்டுக்கு இரண்டாயிரமோ மூவாயிரமோ வாங்கிக் கொண்டு எழுதச் சொல்” என்றார் அவர்.

இதை எப்படி கவிஞரிடம் சொல்வது என்று யோசித்த பஞ்சு அருணாச்சலம் இறுதி வரை இதைப்பற்றி அவரிடம் சொல்லவே யில்லை. இதற்கிடையில் *கற்பகம்* படத்துக்கு பாடல் எழுத வேண்டிய நாள் நெருங்கியது.

அப்போது பஞ்சு அருணாச்சலத்தை தொடர்பு கொண்ட கே.எஸ். கோபாலகிருஷ்ணனின் சகோதரர் சபரிநாதன் “கவிஞர் வரலேன்னா பரவாயில்லை. அண்ணன் இந்த படத்துக்கு உன்னையே பாட்டு எழுதச் சொல்லிட்டாரு. அதனால நாளைக்குக் காலையிலே ஸ்டுடியோவிற்கு வந்துவிடு” என்றார்.

அவர் சொன்னதைக் கேட்டவுடன் பஞ்சுவிற்கு தூக்கிவாரி போட்டது. “கவிஞரோட சம்பளத்தைப் பேச வந்த நான் இப்போ உங்க படத்துக்கு பாட்டு எழுதினால் சந்தர்ப்பத்தைப் பயன் படுத்திக் கொண்டு நான் கவிஞருடைய வாய்ப்பை தட்டிப் பறித்து விட்டேன்னுதான் எல்லோரும் தப்பா எடுத்துக்குவாங்க. அதனால என்னை மன்னிச்சிக்கங்க என்னால வர முடியாது” என்று உடனடியாக அவருக்கு பதில் கூறினார் பஞ்சு.

இந்த நிகழ்ச்சிக்குப் பிறகுதான் *கற்பகம்* படத்தில் எல்லா பாடல்களையும் எழுதினார் வாலி.

18

அபூர்வ ராகங்கள் பாடலுக்கு ராகத்தைத் தேர்ந்தெடுத்துத் தந்த இசை மேதை பாலமுரளி கிருஷ்ணா

தனது ஆறாவது வயதிலேயே இசைப் பயணத்தைத் தொடங்கிய இசை மேதை மங்களம்பள்ளி பாலமுரளிகிருஷ்ணாவை பாடகர் என்ற ஒரு கூட்டுக்குள் மட்டுமே அடக்கிவிட முடியாது. மற்றவர்கள் எடுத்தாளாத பல ராகங்களை இயற்றிப் பாடியிருக்கும் இந்த இசைச் சக்ரவர்த்தி தமிழ், தெலுங்கு, கன்னடம், ஹிந்தி எனப் பல்வேறு மொழிகளில் ஏராளமான பாடல்களை பாடியுள்ளார்.

கர்னாடக இசை உலகின் ஜாம்பவானான இவர் 1930ம் ஆண்டு ஜூலை மாதம் ஆறாம் தேதியன்று ஆந்திர மாநிலம் கிழக்கு கோதாவரி மாவட்டத்தில் உள்ள சங்கரகுப்தம் என்ற ஊரில் பிறந்தார். அந்த ஊரில் ஊற்றெடுத்த அந்த இசை நதி பின்னர் இசை வெள்ளமாக மாறி உலக நாடுகள் பலவற்றில் உள்ள இசை ரசிகர்களை தனது பரவசமூட்டும் இசையால் திக்கு முக்காடச் செய்தது என்பதுதான் உண்மை.

உலகின் பல்வேறு நாடுகளில் 25,000க்கும் மேற்பட்ட இசைக் கச்சேரிகள் நிகழ்த்தியுள்ள பாலமுரளி கிருஷ்ணா அவர்கள் 400க்கும் மேற்பட்ட பாடல்களுக்கு இசையமைத்தவர்.

இசைக்கருவிகள் பலவற்றை இசைக்கின்ற திறமையும் பெற்றிருந்த பாலமுரளி கிருஷ்ணா அவர்கள் திரைப்படத்திற்காக பாடிய முதல் பாடல் சதி சாவித்திரி என்ற தெலுங்குப் படத்திலே இடம்பெற்றது. பின்னணிப் பாடகி லீலாவுடன் இணைந்து அந்தப் படத்திலே பாடினார் அவர்.

அதைத் தொடர்ந்து திருவிளையாடல், கலைக்கோவில், கவிக்குயில், நவரத்தினம் என்று பல திரைப்படங்களில் பாடியுள்ள இவரை திரைப்படத்தில் நடிக்க வைத்த பெருமை ஏ.வி. மெய்யப்ப செட்டியார் அவர்களையே சேரும்.

ஏ.வி.எம். மின் தயாரிப்பான *பக்த பிரகலாதா* எனும் தெலுங்கு திரைப்படம்தான் இவர் நடித்த முதல் திரைப்படம். இந்தத் திரைப்படம் தமிழ், இந்தி, கன்னடம் என பிற மொழிகளிலும் மொழிமாற்றம் செய்யப்பட்டு வெளியிடப்பட்டது. அதற்குப் பின்னர்பல பட வாய்ப்புகள் இவரைத் தேடிவந்தன. ஆனால் அந்த வாய்ப்புகளை இவர் ஏற்றுக்கொள்ளவில்லை. பின்னர் *சந்நிஜே செந்தின சிந்தூரம்* எனும் மலையாளத் திரைப்படத்தில் மட்டும் பாடகர் வேடத்திலேயே நடித்திருந்தார்.

திருவிளையாடல் படத்தில் இடம்பெற்ற 'ஒருநாள் போதுமா' பாட்டைப் பாடியது இவர்தான் என்பதை நம் அனைவரும் அறிவோம். அந்தப் பாட்டைப் பாடுவதற்கான வாய்ப்பு முதலில் இவரைத் தேடி வரவில்லை. சீர்காழி கோவிந்தராஜனைத்தான் அந்தப் பாடலைப் பாடச்சொல்லி கேட்டார் *திருவிளையாடல்* படத்தின் இயக்குனரான ஏ.பி. நாகராஜன். ஆனால் சீர்காழி கோவிந்தராஜன் "என் பாட்டு எப்போதும் தோற்காது. தோற்கிற மாதிரியான பாடலை நான் பாட மாட்டேன்" என்று மறுத்துவிட்டார். அதன் பின்னர்தன் அந்தப் பாடலை பாலமுரளி கிருஷ்ணாவைப் பாட வைத்தார் இசையமைப்பாளர் கே.வி. மகாதேவன். சீர்காழி கோவிந்தராஜன் அந்த பாடலை பாடமறுத்ததும், அவர் ஏன் பாட மறுத்தார் என்பதும் பாலமுரளி கிருஷ்ணா அவர்களுக்குத் தெரியும். நான் பாடுகின்ற பாடல் படத்திலே தோற்கின்ற பாடலாக இருந்தாலும் அது ஈசன் திருவிளையாட்டால் தோற்கடிக்கப்படுகின்ற பாட்டே தவிர தோற்கின்ற பாடல் அல்ல என்று அந்த பாட்டைப் பாடினார் அவர்.

ஆயிரக் கணக்கான பாடல்களைப் பாடியுள்ள பாலமுரளிகிருஷ்ணா பாடிய ஒரே டப்பாங்குத்து பாடலான *குருவிக்காரன் பொஞ்சாதி* என்ற பாடல் ஏ.பி.நாகராஜன் இயக்கிய *நவரத்தினம்* என்ற படத்திலே இடம்பெற்றது. அந்தப்பாடலுக்கு இசையமைத்தவர் பிரபல வயலின் கலைஞரான குன்னக்குடி வைத்தியநாதன்.

கர்னாடக இசை உலகில் பலரும் பழைய சம்பிரதாயங்களிலேயே உழண்டு கொண்டிருந்தபோது இசையிலே பல ஆராய்ச்சிகளை நடத்தி ஸித்தி, சுமுகம், ஸர்வஶ்ரீ, ஓம்காரி, கணபதி என்ற பெயர்களில் பல புதிய ராகங்களைப் படத்த இசை பிரம்மன் இவர்.

அதனால்தான் இசை சம்பந்தமாக எந்த சந்தேகம் ஏற்பட்டாலும் தங்களது சந்தேகத்தை தெளிவுபடுத்திக் கொள்ள முதலில் பாலமுரளி

கிருஷ்ணா அவர்களை நாடுவதை பல இசைக் கலைஞர்கள் வழக்கமாகக் கொண்டிருந்தனர்.

அபூர்வராகங்கள் படத்திலே எம்.எஸ்.விஸ்வநாதன் இசையமைத்திருந்த அதிசய ராகம் என்ற பாடலுக்கான ராகத்தை விஸ்வநாதன் அவர்களுக்குத் தேர்ந்தெடுத்துக் கொடுத்தது கூட பாலமுரளிகிருஷ்ணா அவர்கள்தான் என்பது திரையுலகில் மிகச்சிலரே அறிந்த ஒரு செய்தி.

அபூர்வராகங்கள் படத்தின் பாடல் கம்போசிங்கின்போது அதுவரை யாரும் பயன்படுத்தாத ஒரு ராகத்திலே அந்த படத்திலே ஒரு பாட்டு இடம் பெற வேண்டும் என்று இசையமைப்பாளர் எம்.எஸ். விஸ்வநாதனிடம் கூறினார் இயக்குனர் கே. பாலச்சந்தர்.

அதாவது அந்த ராகம் அபூர்வராகமாகவும் இருக்க வேண்டும் அதே நேரத்திலே அந்த ராகத்தை அதுவரை யாரும் சினிமாவில் பயன் படுத்தி இருக்கவும் கூடாது என்பது அவரது எண்ணமாக இருந்தது.

அப்படி ஒரு ராகத்தை தீவிரமாக தேடிக் கொண்டிருந்த விஸ்வநாதன் தெலுங்கு புத்தாண்டு நிகழ்ச்சிக்காக வானொலியில் ஒரு பாடல் ஒலிப்பதிவு செய்ய அகில இந்திய வானொலி நிலையத்திற்கு சென்றார். அந்தப் பாடலை பாட இருந்தவர் பிரபல சங்கீத வித்வானான பாலமுரளி கிருஷ்ணா. அவரைப் பார்த்தவுடனேயே தான் கடந்த இரண்டு நாட்களாக மனதுக்குள் கேட்டுக் கொண்டு இருந்த கேள்விக்கு விடை கிடைத்துவிடும் என்ற நம்பிக்கை விஸ்வநாதனுக்கு பிறந்தது.

"இதுவரை இசையமைப்பாளர்கள் யாரும் பயன்படுத்தாத புதிய ராகம் ஒன்றை சொல்லுங்கள்" என்று அவரிடம் கேட்டார் எம்.எஸ்.வி.

"க ப நி என்று மூன்று ஸ்வரத்தில் ஒரு ராகம் இருக்கிறது அந்த ராகத்திற்கு மஹதி என்று பெயர்" என்றுசொன்ன பாலமுரளிகிருஷ்ணா அவர்கள் சொன்னதோடு நில்லாமல் அந்த ராகத்தைப் பாடியும் காட்டினார்.

அதைக் கேட்டவுடனே அளவில்லாத ஆனந்தம் அடைந்த எம்.எஸ்.விஸ்வநாதன் அந்த மேதை கூறிய அந்த மஹதி என்ற அபூர்வ ராகத்தில் அமைத்த பாடல்தான் அதிசய ராகம் ஆனந்த ராகம்

என்று தொடங்கும் அபூர்வ ராகங்கள் படப்பாடல். ஜேசுதாஸ் அந்த பாடலைப் பாடியிருந்தார்.

பாலமுரளி கிருஷ்ணா அவர்களைப் பொறுத்தவரை அவரை ஒரு இசைக் கடல் என்றுதான் சொல்ல வேண்டும்.

அந்த இசைக்கடல் நம்மிடையே இன்று இல்லை என்றாலும் அவரது இசை அலைகள் என்றும் ஓயாது.

19

ஒரு ரூபாய் சம்பளத்துக்கு நடிக்கத் தயாராக இருந்த கதாநாயகர்

மிகுந்த கடவுள் பக்தி உள்ளவராக விளங்கிய ஏ.வி. மெய்யப்ப செட்டியார் அவர்களின் இஷ்ட தெய்வம் முருகர்.

அதனால்தான் அவரது பிள்ளைகளுக்குக் கூட பழனியப்பன், முருகன், குமரன், சரவணன், பாலசுப்ரமணியன் என்று முருகக் கடவுளின் பெயர்களையே வைத்தார்.

முருகக் கடவுளின் திருவிளையாடல்களை ஸ்ரீ வள்ளி என்ற பெயரிலே தயாரிக்க முடிவு செய்த ஏ.வி.எம். அவர்கள் அந்தப் படத்தை ஆரம்பிப்பதற்கு முன்னாலே முருகக் கடவுளின் கோவில்கள் பலவற்றிற்குச் சென்று முருகப் பெருமானிடம் வித்தியாசமான வேண்டுகோள் ஒன்றை வைத்தார்.

"ஸ்ரீ வள்ளி திரைப்படம் ஜனரஞ்சகமாக இருக்க வேண்டும் என்பதற்காக என்னையும் அறியாமல் நான் சில தவறுகள் செய்யலாம். அதற்காக என்னை மன்னித்துக் கொள்" என்று முருகனிடம் மனமார வேண்டிக் கொண்டு வந்த பிறகே அப்படத்தைத் தொடங்கினார் அவர்.

வள்ளியாக நடிக்க குமாரி ருக்மணியை ஒப்பந்தம் செய்துவிட்டு முருகர் வேடத்தில் நடிக்க நல்ல குரல் வளம் மிக்க நடிகரை ஏ.வி.எம். தேடிக் கொண்டிருந்தபோது அவரைத் தேடி வந்தார் டி.ஆர்.மகாலிங்கம்.

"நீங்கள் வள்ளி படம் எடுப்பதாகக் கேள்விப்பட்டேன். அந்தப் படத்தில் நடிக்க எனக்கு நீங்கள் சான்ஸ் கொடுக்க வேண்டும்" என்று கேட்ட மகாலிங்கம் அதோடு நிறுத்தவில்லை, எந்தத் தயாரிப்பாளரையும் கவரக் கூடிய வார்த்தையை அடுத்ததாகச் சொன்னார்.

"நீங்கள் சம்பளமாக ஒரு ரூபாய் கொடுத்தால் கூட போதும்" என்பதுதான் அடுத்து அவர் சொன்ன வார்த்தை.

அவர் கேட்ட சம்பளத்தைப் போல மூவாயிரம் மடங்கு சம்பளம் தர ஒப்புக் கொண்ட ஏ.வி.எம். அவர்கள் கூடவே ஒரு நிபந்தனையை விதித்தார்.

ஸ்ரீவள்ளி படத்தின் படப்பிடிப்பு முடியும் வரை வேறு எந்த படத்திலும் நடிக்கக் கூடாது என்பதுதான் அது.

வள்ளியாக நடித்த ருக்மணியின் ஒப்பந்தத்திலும் அப்படி ஒரு நிபந்தனையைப் போட்ட ஏ.வி.எம். கூடுதலாக இன்னொரு நிபந்தனையையும் குமாரி ருக்மணியின் ஒப்பந்தத்தில் சேர்த்தார். மூன்று திரைப்படங்கள் தொடர்ந்து ஏ.வி.எம் நிறுவனத்தில் நடிக்க வேண்டும் என்பதுதான் அது.

ஆனால் அந்த நிபந்தனையை ஏ.வி.எம் அவர்களே ரத்து செய்கின்ற சூழ்நிலை ஸ்ரீ வள்ளி திரைப்படம் முடிவடைகின்ற கட்டத்திலே உருவானது.

ஸ்ரீவள்ளி படத்திலே டி.ஆர். மகாலிங்கம், குமாரி ருக்மணி ஆகிய இருவருக்கும் அடுத்து முக்கிய பத்திரத்தில் நடித்தது ஒரு யானை. படம் முழுவதும் டி.ஆர். மகாலிங்கத்திற்கும் குமாரி ருக்மணிக்கும் யானையோடு பல காட்சிகள் இருந்ததால் அந்த யானையோடு தினமும் அவர்களை பழக வைத்தார் ஏ.வி.எம்.

அப்போது டி.ஆர். மகாலிங்கம் மைலாப்பூர் மாடவிதியில் ஒரு வீட்டின் மாடியில் முப்பது ரூபாய் வாடகையில் குடியிருந்தார். காலையில் வீட்டிலேயே டிபன் எல்லாம் சாப்பிட்டுவிட்டு ஸ்டுடியோவிற்கு வரத் தயாராக இருப்பார் அவர். ஏ.வி.எம். மின் ஆஸ்டின் கார் மாம்பலத்துக்குச் சென்று முதலில் குமாரி ருக்மணியை ஏற்றிக்கொண்டு அதன் பின்னர் மகாலிங்கத்தை அழைத்துக் கொண்டு ஸ்டுடியோ வந்து சேரும்.

ஸ்டுடியோவில் நுழைந்தவுடன் அவர்கள் இருவரும் வாசலில் கட்டிப் போடப்பட்டிருக்கும் யானைக்கு வெல்லமும் தேங்காயும் கொடுத்து அந்த யானையுடன் சிறிது நேரம் பழகிவிட்டுத்தான் ஸ்டுடியோவிற்குள்ளே வருவார்கள். இப்படி யானையோடு அவர்கள் தினமும் பழகியதில் அந்த யானை அவர்களோடு மிகவும் நெருக்கமாகிவிட்டது. குமாரி ருக்மணி நில் என்றால் நிற்கும், உட்கார் என்றார் உட்காரும்.

இப்படி அந்த யானையோடு குமாரி ருக்மணிக்கும் டி.ஆர். மகாலிங்கத்துக்கும் இருந்த நெருக்கம் வள்ளி படத்தின் படப்பிடிப்பில் மிகவும் உதவியாக இருந்தது.

யானை தனது துதிக்கையால் ருக்மணியைத் தூக்கி முருகர் மடியில் வீசுவது போல ஒரு காட்சி படமாக்கப்பட்ட போது அந்த யானை மிகவும் லாவகமாக ருக்மணிக்கு கொஞ்சம் கூட வலி ஏற்படாத அளவில் பூ போல அவரைத் தூக்கி வீசியது. அந்தக் காட்சி படமாக்கப்பட்டபோது அந்த யானை மட்டும் கொஞ்சம் அழுத்திப் பிடித்திருந்தால் ருக்மணியின் இடுப்பு எலும்பு ஒன்று கூட தப்பியிருக்காது.

"எந்த ஒரு படத்தையும் உருவாக்குவதற்கு முன்னர் அந்தப் படத்திற்கு முழு ஒத்திகை பார்ப்பது மிகவும் அவசியம். அப்போதுதான் அந்தப் படம் தரமான படமாக இருக்கும்" என்று இப்போது கமல்ஹாசன் பல பேட்டிகளில் சொல்லி வருகிறார் அல்லவா. அதை 1945 ஆம் ஆண்டிலேயே செயல்படுத்தியவர் ஏ.வி. மெய்யப்ப செட்டியார்.

"அப்போது அந்தப் படத்தை எடுப்பதைத் தவிர வேறு வேலை எங்களுக்குக் கிடையாது என்பதால் எங்கள் முழு கவனமும் ஸ்ரீ வள்ளி படத்தை உருவாக்குவதில்தான் இருந்தது. காலையில் எனது பங்குதாரரான சுப்பையாவையும் உதவி இயக்குனரான ஏ.டி.கிருஷ்ணசாமியையும் அழைத்துக் கொண்டு ஸ்டுடியோவிற்கு வந்து விடுவேன்.

நானோ கிருஷ்ணசாமியோ அனுபவம் வாய்ந்த இயக்குனர்கள் இல்லை என்பதால் பல முறை ரிகர்சல் பார்ப்போம். மகாலிங்கம் நீ வசனத்தை இப்படி சொல், ருக்மணி நீ இப்படி நடி என்று பல முறை அவர்களை நடிக்கச் சொல்லி ரிகர்சல் பார்த்து எங்களுக்கு திருப்தி ஏற்பட்ட பிறகே டேக் எடுப்போம்" என்று அந்தக் கட்டுரையில் குறிப்பிட்டிருக்கிறார் ஏ.வி.எம்.

படத்தின் படப்பிடிப்பு முடிந்தவுடன் முழு படத்தையும் போட்டுப் பார்த்தார் ஏ.வி.எம். கதாநாயகி ருக்மணி பத்னெட்டு வயதில் பருவத்தின் வாசலில் இருந்ததாலும் அவருக்கு ஜோடியாக நடித்த டி.ஆர். மகாலிங்கத்துக்கு அப்போது இருபத்தோரு வயதுதான் என்பதாலும் அவர்களது ஜோடிப் பொருத்தம் மிகவும் அழகாக

அமைந்திருந்தது. நிச்சயம் அந்த ஜோடியைப் பார்ப்பதற்காக ரசிகர்கள் திரும்பத் திரும்ப படத்திற்கு வருவார்கள் என்று ஏ.வி.எம். எண்ணினார்.

இருப்பினும் ஒரு விஷயம் அந்த படத்தின் வெற்றியைக் குலைக்கும் என்று அவருக்குத் தோன்றியது. டி.ஆர். மகாலிங்கத்தின் கணீர்க் குரலுக்கு எதிரில் குமாரி ருக்மணியின் குரல் மிகவும் பலவீனமாக இருந்தது அது மட்டுமின்றி அவரது குரலில் இனிமையும் இல்லை. ஆகவே அவரது குரலை மாற்றினால் மட்டுமே படம் வெற்றியடையும் என்ற முடிவுக்கு வந்தார் ஏ.வி.எம்.

சபாபதி படத்தில் பி.ஏ. பெரியநாயகி மிகவும் அருமையாகப் பாடியிருந்தார். ஆகவே அவரைப் பாட வைத்து அந்தக் குரலை ருக்மணியின் குரலுக்கு பதிலாக பதிவு செய்வது என்று முடிவெடுத்தார் அவர்.

முடிவெடுப்பது சுலபமாக இருந்தது ஆனால் செயல்படுத்துவதில் சில சங்கடங்கள் முளைத்தன.

“என் குரலை மாற்ற நான் சம்மதிக்க மாட்டேன் என்று பிடிவாதமாக சொல்லி விட்டார்” குமாரி ருக்மணி.

இப்போது செட்டியாருக்கு என்ன செய்வது என்றே புரியவில்லை.

அப்போதுதான் நண்பர் ஒருவர் மூலம் குமாரி ருக்மணி ஏன் அப்படி பிடிவாதமாக இருக்கிறார் என்பதைப் பற்றிய ரகசியம் அவருக்குத் தெரிய வந்தது.

தொடர்ந்து மூன்று ஏ.வி.எம். தயாரிப்புகளில் நடிக்க வேண்டும் என்று குமாரி ருக்மணியுடன் ஏ.வி.எம். ஒப்பந்தம் போட்டிருந்தார் அல்லவா. அந்த ஒப்பந்தத்தை ரத்து செய்ய அந்த சிக்கலான சூழ்நிலையைப் பயன்படுத்திக் கொள்ள முடிவு செய்த ருக்மணி அந்த ஒப்பந்தத்தை ரத்து செய்ய ஏ.வி.எம் சம்மதித்தால் தனது குரலை மாற்றத் தான் ஒப்பதல் தருவதாக தெரிவித்தார்.

ஸ்ரீ வள்ளி படத்தை எடுத்தவரை ருக்மணியும் பார்த்திருந்தார். ஆகவே நிச்சயம் அந்தப் படம் வெற்றி பெறும் என்ற நம்பிக்கை அவருக்கிருந்தது. அப்படி அந்தப்படம் வெற்றி பெறும்போது தான் ஏ.வி. எம்.முடன் இப்படி ஒரு ஒப்பந்தத்தில் இருந்தால் தன் விருப்பப்படி படங்களை ஒப்புக் கொள்ள முடியாதே என்பதால்தான் அப்படி ஒரு நிபந்தனையை ஏ.வி.எம்.மிடம் விதித்தார் ருக்மணி.

இந்த நிபந்தனையை விதிக்கும்போது குமாரி ருக்மணிக்கு வயது பதினெட்டு. அதுதான் அவருக்கு முதல் படம். அந்த கால கட்டத்திலேயே நடிகைகள் எவ்வளவு தெளிவாக இருந்திருக்கிறார்கள் என்பதற்கு இந்த சம்பவம் ஒரு எடுத்துக் காட்டு.

அவர் இப்படி ஒரு நிபந்தனையை விதித்தவுடன் ஏ.வி.எம். அது பற்றி யோசித்துப் பார்த்தார்.

ஸ்ரீ வள்ளி படம் வெற்றி பெறவில்லையென்றால் குமாரி ருக்மணியுடன் எத்தனை படங்களுக்கு ஒப்பந்தம் போட்டாலும் என்ன பயன் இருக்கப் போகிறது.

படம் ஓடினால்தானே அந்த ஒப்பந்தத்தால் பயன் இருக்கும். ஆகவே அந்த ஒப்பந்தத்தைப் பற்றிக் கவலைப்படாமல் படத்தை ஓடவைப்பதற்குத்தான் வழி காண வேண்டும் என்று முடிவெடுத்த அவர் உடனடியாக அந்த ஒப்பந்தத்தை ரத்து செய்ய தனது ஒப்புதலைத் தெரிவித்தார்.

அதற்குப் பிறகு பெரியநாயகியின் குரலில் பாடலைப் பதிவு செய்து வெளியிடப்பட்ட *ஸ்ரீவள்ளி* திரைப்படம் அதுவரை ஏ.வி.எம். எடுத்த எந்தப் படமும் பெறாத வெற்றியைப் பெற்றது.

இரண்டு லட்ச ரூபாய் செலவில் தயாரிக்கப்பட்ட அந்தப் படம் இருபது லட்ச ரூபாய் லாபத்தை ஈட்டித் தந்தது.

மதுரை சென்டரல் தியேட்டரில் மட்டும் 55 வாரங்கள் ஓடி சாதனை புரிந்தது அந்தப்படம்.

20

பெண் இனத்துக்குப் பெருமை சேர்த்த தங்கத் தலைவி

அரசியல் வானில் எண்ணற்ற அற்புதங்களை நிகழ்த்திக் காட்டிய, இருபத்தி நான்கு மணி நேரமும் தமிழக மக்களின் முன்னேற்றம் பற்றியே சிந்தித்துக் கொண்டிருந்த, ஒரு ஆட்சியாளருக்கு எப்படிப்பட்ட ஒரு ஆளுமை இருக்க வேண்டும் என்று இந்த உலகத்துக்கு எடுத்துச் சொன்ன ஒரு தன்னிகரில்லாத அரசியல் தலைவிதான் தமிழக மக்கள் அம்மா என்று உள்ளன்போடு போற்றும் ஜெயலலிதா அவர்கள்.

ஒரு நடிகையாக தனது வாழ்க்கையைத் தொடங்கி பின்னர் அரசியலில் காலடி எடுத்து வைத்து, தனது அயராத உழைப்பால் ஆறுமுறை தமிழக முதல்வராக முடி சூட்டிக் கொண்ட ஒப்பற்ற தலைவியான ஜெயலலிதா அவர்களை அவர் நடிகையாக இருந்த காலத்திலிருந்து நான் நன்கு அறிவேன். அப்போது நான் பத்திரிகையாளனாக இருந்தேன். அதுதவிர திரைக்கதிர் என்ற பெயரிலே சொந்தமாக பத்திரிகை ஒன்றும் நடத்திக் கொண்டிருந்தேன். இவை எல்லாவற்றிற்கும் மேலாக அவர் நடித்த வெற்றிப்படங்களான *சூர்யகாந்தி, அன்பைத்தேடி, அவன்தான் மனிதன், பாக்தாத் பேரழகி,* உட்பட பல திரைப்படங்களுக்கு நான்தான் பத்திரிகைத் தொடர்பாளர்.

தமிழ்த் திரையுலகில் மிகுந்த செல்வாக்கு மிக்க நடிகையாக அவர் இருந்த அந்த காலகட்டத்தில் நடைபெற்ற நிகழ்ச்சிகள் சிலவற்றை இந்தக் கட்டுரையில் பகிர்ந்து கொள்ள விரும்புகிறேன்.

படப்பிடிப்பு தளத்திலே மற்ற நடிகைகளைப் போல படப்பிடிப்புக்கு நடுவே அவர் அரட்டையடித்துப் பேசி நான் பார்த்ததே இல்லை. தனது காட்சியில் நடித்து முடித்துவிட்டு வந்து அமர்ந்தால் என்றால் அடுத்த நிமிடமே தான் கையோடு கொண்டு வந்திருந்த ஆங்கிலப் புத்தகத்தை படிக்க ஆரம்பித்துவிடுவார் அவர்.

அதே போன்று அவரைப் பேட்டி காண வருகின்ற பத்திரிகையாளர்களை ஒரு ராஜா மாதிரி நடத்துவார் அவர்.

அந்தப் பத்திரிகையாளர் மிகப் பெரிய பத்திரிகையைச் சேர்ந்தவராக இருந்தாலும் சரி, சிறிய பத்திரிகையாளராக இருந்தாலும் சரி, அவரது உபசரிப்பு இருக்கிறதே அது மாறவே மாறாது. அவரைப் பேட்டி காண வருவதாக நீங்கள் சொன்ன நேரத்துக்கு பத்து நிமிடத்துக்கு முன்னாலேயே உங்களுக்காக ஒரு நாற்காலி அவர் அருகே போடப்பட்டிருக்கும். அதே போல் நீங்கள் அவர் அருகில் அமர்ந்து பேசத் தொடங்கிய பத்தாவது நிமிடம் காபியோ, குளிர் பானமோ உங்களைத் தேடி வரும்.

பத்திரிகையாளர்கள் மீது மிகுந்த மரியாதை கொண்டவராக விளங்கிய அவர் 1973 ஆம் ஆண்டு தனது பிறந்த நாள் விழாவை சவேரா ஓட்டலில் கொண்டாடிய போது அந்த பிறந்த நாள் விழாவில் கலந்து கொண்ட சுதேசமித்திரன் ராமமூர்த்தி, திரையுலகம் துரைராஜ், மதி ஒளி சண்முகம், பிலிமாலயா வல்லபன், தினத்தந்தி அதிவீர பாண்டியன் மற்றும் நான் உட்பட பல பத்திரிகையாளர்களுக்கு ஆளுயர மாலை அணிவித்தது மட்டுமின்றி அழகான ஒரு பார்க்கர் பேனாவையும் பரிசளித்தார். அந்த நிகழ்ச்சிக்குப் பின்னாலே ஒரு முக்கியமான சம்பவம் இருக்கிறது.

கங்கா கவுரி என்ற பெயரிலே பி.ஆர். பந்துலு அவர்கள் தயாரித்து இயக்கிய படத்தில் ஜெயலலிதா அவர்கள்தான் நாயகி. ஜெமினி கணேசன் கதாநாயகனாக நடித்த அந்தப்படத்தின் படப்பிடிப்பு மைசூர் பிரீமியர் ஸ்டுடியோவில் நடைபெற்ற போது அந்தப் படத்தைப் பற்றி பத்தரிகைகளில் எழுதுவதற்காக சில பத்திரிகையாளர்களை அழைத்திருந்தார் பந்துலு. அவரது அழைப்பை ஏற்று நாங்கள் மைசூர் சென்றோம்.

பகல் பத்து மணியளவில் *கங்கா கவுரி* படத்தின் படப்பிடிப்பு நடைபெற்றுக் கொண்டிருந்த பிரிமியர் ஸ்டுடியோவிற்குச் சென்ற நாங்கள் படப்பிடிப்பில் ஜெமினி கணேசன் அவர்களையும் ஜெயலலிதா அவர்களையும் சந்தித்து பேசிக்கொண்டிருக்கும் போது வெறித்தனமாக கூச்சல் போட்டுக் கொண்டு நூறுக்கும் மேற்பட்டவர்கள் அந்த படப்பிடிப்புத் தளத்தில் ஜெயலலிதா அவர்களை சூழ்ந்து கொண்டு விட்டார்கள்.

ஒரு பத்திரிகைப் பேட்டியில் நான் தமிழ்நாட்டைச் சேர்ந்தவர் என்று ஜெயலிதா அவர்கள் கொடுத்திருந்த பேட்டியை மாற்றி நான்

கன்னடத்தைச் சேந்தவர் என்று சொல்லும்படி வற்புறுத்தி உரக்கக் கூச்சல் போட்ட அவர்கள் கையில் கத்தி உட்பட பல ஆயதங்கள் இருந்ததைப் பார்த்த பத்திரிகையாளர்கள் ஆகிய நாங்கள் அனைவரும் ஜெயலலிதா அவர்களுக்கு முன்னாலே ஒரு அரண் போல் நின்று கொண்டோம்.

நேரம் ஆக ஆக எந்த அசம்பாவிதம் வேண்டுமானாலும் நடக்கலாம் என்ற அந்த சூழ்நிலையில் கன்னட பட இயக்குனரான ரவி என்பவரும், ஜெமினி கணேசனும், இன்னும் சிலரும் “பிரச்னை மிகவும் பெரியதாகிவிடும் போலிருக்கிறது. அதனால் போனால் போகிறது ஒரு முறை அவர்கள் சொல்வது போல் சொல்லி விடுங்களேன்” என்கிறார்கள். “எனக்கு என்ன நடந்தாலும் சரி, இவர்களுக்கு பயந்து உண்மைக்கு புறம்பான ஒன்றைச் சொல்ல மாட்டேன்” என்று துணிச்சலோடு அவர்களை எதிர்த்து ஜெயலலிதா அவர்கள் நின்றபோது பதினாறு கரம் கொண்ட அந்தப் பராசக்தியை நேரில் பார்த்தது போல இருந்தது எங்களுக்கு.

எவ்வளவு போராடினாலும் அவர் அசைந்து கொடுக்க மாட்டார் என்பது தெரிந்ததும் அந்த ஆர்ப்பாட்டக்காரர்கள் கலைந்து சென்று விட்டனர். அதற்குப் பின்னர் அப்படி ஒரு விபரீதமான சூழ்நிலையில் அங்கே தொடர்ந்து படப்பிடிப்பில் கலந்து கொள்ள வேண்டாம் என்று எம். ஜி. ஆர். அவர்கள் கூறிய அறிவுரையைக் கேட்டு ஜெயலலிதா அவர்கள் சென்னை திரும்பினார்.

தனது 25வது பிறந்த நாள் விழாவினை கங்கா கவுரி படப் பிடிப்பில் அவருக்கு எந்த ஆபத்தும் நேர்ந்து விடக்கூடாது என்று அவருக்கு முன்னாலே அரண் போல இருந்து காப்பாற்றிய பத்திரிகையாளர்களுக்கு நன்றி தெரிவிக்கின்ற விழாவாக மாற்றிய அவர் எங்களுக்கு நன்றி தெரிவித்து ஆளுயர மாலையை அணிவித்தது மட்டுமின்றி பார்க்கர் பேனா ஒன்றையும் பரிசளித்தார்.

அரசியலில் அவர் அடியெடுத்து வைத்த பிறகு இரும்பு நிகர் பெண்மணி என்று பத்திரிகைகள் அவரைப் பாராட்டும் போதெல்லாம் இந்தச் சம்பவம் எனக்கு நினைவுக்கு வரும். அநீதிகளை இரும்பு மனம் கொண்டு எதிர்க்கின்ற அவரது குணம் அரசியலுக்கு வந்ததற்குப் பிறகு அவரிடம் வந்ததல்ல. இயல்பாகவே அவரிடம் குடி கொண்டிருந்த குணம் அது.

அதே போன்று பத்திரிகைகளில் தன்னைப்பற்றி தவறாக ஒரு சிறு செய்தி வந்தாலும் அதைத் தாங்கிக் கொள்ள மாட்டார் அவர். அது மட்டுமின்றி, அந்தச் செய்தியினை அலட்சியப்படுத்தாமல் உடனே அதற்கு பதில் தருவதையும் வழக்கமாக வைத்திருந்தார் அவர்.

1980 ஆம் ஆண்டு ஒரு ஆங்கிலப் பத்திரிகை நிருபர் ஜெயலலிதா சினிமா உலகில் தனது இடத்தை மீட்பதற்காக போராடுகிறார் என்ற அர்த்தம் தொனிக்கும்படியாக ஒரு கட்டுரையை எழுதிவிட்டார்.

உடனே அந்தப் பத்திரிகையாளருக்கு தன் கைப்பட கடிதம் எழுதிய அவர் சூப்பர் ஸ்டார் ரஜினிகாந்தோடு *பில்லா* படத்தில் ஜோடியாக நடிக்கின்ற வாய்ப்பு கூட முதலில் தன்னைத்தான் தேடி வந்தது என்றும் தனிப்பட்ட சில காரணங்களால் தான் அந்த வாய்ப்பை நிராகரித்த பின்னரே அந்த வாய்ப்பு ஸ்ரீபிரியாவிற்குக் கிடைத்தது என்பதையும் குறிப்பிட்டுவிட்டு இதிலிருந்தே பட வாய்ப்பு தேடி அலையும் நிலையில் நான் இல்லை என்பதை நீங்கள் புரிந்து கொள்ளலாம் நறுக்குத் தெறித்தது போல அந்தக் கடிதத்திலே குறிப்பிட்டிருந்தார்.

நடிகர் நடிகைகளைப் பொறுத்தவரை அவர்களுக்கு எதிராக ஏதாவது எழுதினால்தான் எப்போதும் அவர்களிடமிருந்து எதிர்ப்பு வரும். தினமும் காலை எழுந்தவுடன் இந்த நடிகை போர்ன்விடாதான் குடிப்பார் என்றோ இந்த நடிகர் தினமும் காலையில் சாமியை கும்பிடாமல் வெளியே கிளம்ப மாட்டார் என்றோ செய்தி வெளியிட்டால் அவர்கள் எந்த எதிர்ப்பும் தெரிவிக்க மாட்டார்கள். அதை மனதில் வைத்துக்கொண்டு தஞ்சை குஞ்சிதபாதம் என்ற சினிமா பத்திரிகை நிருபர் ஜெயலலிதா செவ்வாய்கிழமை அன்று விரதம் என்றும் செவ்வாய்கிழமைகளில் அவர் மதியம் சாப்பிட மாட்டார் என்றும் ஒரு பத்திரிகையில் துண்டுச் செய்தி ஒன்றினை வெளியிட்டிருந்தார். அந்தச் செய்தி வெளியான அடுத்த வாரம் அந்த நிருபரை சந்தித்தபோது “ஏன் இப்படி எல்லாம் தவறான தகவல்களை எழுதுகிறீர்கள்? நான் செவ்வாய்கிழமைகளில் ஏதாவது ஒரு வெளிப்புறப் படப்பிடிப்பில் வழக்கம்போல உணவு அருந்துவதைப் பார்க்கும் ரசிகர் என்னைப்பற்றி என்ன நினைப்பார்? விரதம் இருப்பதாக சொல்லிவிட்டு சாப்பிடுவதாக தவறாக நினைக்க மாட்டாரா? ஆகவே எனக்கு ஆதரவாக ஏதாவது செய்தி வெளியிடுவதாக இருந்தால் கூட என்னிடம் கேட்காமல் வெளியிடாதீர்கள்” என்று கூறினார்.

தன்னைப்பற்றி ஒரு சிறிய செய்தி கூட தவறாக வந்துவிடக்கூடாது என்பதில் அவர் எந்த அளவு எச்சரிக்கையாக இருந்தார் என்பதற்கு இந்த நிகழ்ச்சி ஒரு உதாரணம்.

போயஸ் தோட்டத்தில் தான் புதிதாக கட்டிய வீட்டிற்கு வேதா இல்லம் என்று தனது அன்னையின் பெயரை சூட்டிய அவர் அந்த வீட்டிற்கு குடி புகுந்த போது எல்லா சினிமா பத்திரிகையாளர்களையும் அழைத்தது மட்டுமின்றி அவர்கள் விருந்து சாப்பிட்டபோது கூடவே இருந்து எல்லோரையும் கனிவாக உபசரித்தார்.

எந்த விளம்பரமும் இன்றி பத்திரிகையாளர்கள் பலருக்கு எண்ணற்ற உதவிகளை செய்திருக்கும் அவர் மறந்தும் அதைப்பற்றி எப்போதும் வெளியிலே தெரிவித்ததே இல்லை.

நடிகை என்ற அந்தஸ்திலிருந்து அரசியலில் அடியெடுத்து வைத்து தமிழ்நாட்டின் தனிப் பெரும் சக்தியாக உருவாகி கோடானகோடி மக்கள் அம்மா என்று அழைக்கின்ற நிலைக்கு வந்த பின்பும் இந்த தனிப்பட்ட குணங்கள் தன்னிடமிருந்து விலகாமல் பார்த்துக் கொண்ட தங்க மகளாக அவர் இருந்தார்.

எந்த சந்தர்ப்பத்தில் இரும்பாக இருக்க வேண்டும், எந்த சந்தர்ப்பத்தில் கரும்பாக இருக்க வேண்டும் என்பதை பூரணமாக உணர்ந்திருந்தது மட்டுமின்றி அப்படியே தனது வாழ்க்கையை அமைத்துக் கொண்ட ஈடு இணையற்ற தலைவியாக அவர் விளங்கியதால்தான் அவர் மறைந்து விட்டார் என்ற செய்தி கேட்டு மொத்த இந்தியாவும் கண்ணீர் விட்டது.

இந்திய அரசியல் இன்னும் பல பெண் முதலமைச்சர்களை சந்திக்கலாம். ஆனால் ஆட்சித் திறனில் ஜெயலலிதாவிற்கு நிகரான ஒரு தலைவியை மீண்டும் சந்திக்குமா என்பது பதில் இல்லாத ஒரு கேள்விதான்.

21

ரஜினிக்கு பாலசந்தர் சொன்ன அறிவுரை

அபூர்வராககங்கள் படத்திற்கான ஆரம்ப வேலைகளில் பாலச்சந்தர் ஈடுபட்டிருந்த காலகட்டத்தில் தென்னிந்திய திரைப்பட வர்த்தகசபை ஒரு நடிப்புப் பயிற்சி பள்ளியை நடத்திக்கொண்டிருந்தது. அந்தப் பள்ளியில் பெங்களூரிலிருந்து வந்த ஒரு மாணவர் பயின்று கொண்டிருந்தார்.

அவர் பெயர் சிவாஜிராவ் கெயிக்வாட்.

இரண்டாண்டு பயிற்சி முடிந்ததும் அந்தப் பள்ளி மாணவர்களின் திறமையை எடைபோட இரண்டு திரைப்பட இயக்குனர்கள் அந்தப் பயிற்சிப் பள்ளிக்கு வந்தார்கள். ஒருவர் சித்தலிங்கையா என்ற கன்னடப்பட இயக்குனர். அற்புதமான பல கன்னடத் திரைப்படங்களைத் தந்த அவருடைய மகன்தான் நடிகர் முரளி.

இன்னொருவர் எண்ணற்ற வித்தியாசமான படைப்புகளால் தமிழ்ப் படங்களின் போக்கையே மாற்றிய இயக்குனர் சிகரம் கே.பாலச்சந்தர்.

பாலச்சந்தர் இயக்கிய அரங்கேற்றம், அவள் ஒரு தொடர்கதை ஆகிய இரண்டு படங்களும் சிவாஜிராவ் மனதிற்குள் மிகப் பெரிய பாதிப்பை ஏற்படுத்திய படங்கள். பாலச்சந்தரை எப்படியாவது ஒருமுறை சந்தித்துவிடவேண்டும் என்று அவர் துடித்துக் கொண்டிருந்த போதுதான் அவரே நடிப்புப்பள்ளிக்கு வரப்போகிறார் என்ற செய்தி சிவாஜி ராவை எட்டியது.

பாலச்சந்தர் வகுப்பறைக்குள் நுழைந்தவுடன், “பாலச்சந்தர் சார் இருபது நிமிடம் தான் உங்களுக்காக ஒதுக்கியிருக்கிறார். நேரம் குறைவாக இருப்பதால் உருப்படியான கேள்விகளை மட்டும் அவரிடம் கேளுங்கள்” என்றார் கல்லூரி முதல்வர் ராஜாராம்.

அந்தக் கேள்வி நேரத்தின்போது தன்னிடம் கேள்வி கேட்ட சிவாஜி ராவோடு கை குலுக்க கையை நீட்டினார் கே. பாலச்சந்தர்.

அவர் கை நீட்டியது அவரோடு கைக்குலுக்க அல்ல கைப் பிடித்து அவரைத் திரையுலகத்தில் வழி நடத்திச் செல்ல என்பது அன்று சிவாஜி ராவுக்குத் தெரிந்திருக்க வாய்ப்பில்லை.

பாலச்சந்தரும்,சிவாஜிராவும்,கை குலுக்கிக் கொண்டிருக்கும்போது அந்த நடிப்புப் பயிற்சி பள்ளியின் ஆசிரியரும் சிவாஜி ராவின் முன்னேற்றத்தில் மிகுந்த அக்ககறை கொண்டவருமான கோபாலி அங்கே வந்தார்.

“உங்களுடைய படம்னா இவன் உயிரை விடுவான் சார்” என்று பாலச்சந்தரிடம் சிவாஜிராவ் பற்றி அவர் சொன்னபோது “தமிழ் தெரியுமா” என்று சிவாஜி ராவைப் பார்த்துக் கேட்டார் பாலச்சந்தர்.

“கொஞ்சம் கொஞ்சம் தெரியும்” என்று சிவாஜிராவ் சொல்ல “அது நீ தமிழ் பேசற அழகிலேயே தெரியுது” என்று சொல்லி விட்டு கிளம்பிவிட்டார் பாலச்சந்தர்.

அப்போது *அபூர்வ ராகங்கள்* படத்தில் ஸ்ரீவித்யாவின் கணவராக நடிக்க ஒரு நடிகரைத் தேடிக் கொண்டிருந்தார் பாலச்சந்தர்.

அந்த நடிகர் தெரிந்த முகமாக இருந்தால் எடுபடாது. அதே சமயம் ஒரு சாதாரண நடிகரை ஸ்ரீவித்யாவிற்கு ஜோடியாகப் போடமுடியாது. அதனால் ஒரு புதுமுகமாக இருந்தால் நன்றாக இருக்கும் என்று பாலச்சந்தர் சிந்தித்துக் கொண்டிருந்த போது பிலிம் சேம்பர் நடிப்புப் பயிற்சிப் பள்ளியில் பார்த்த சிவாஜிராவ் மின்னல் மாதிரி அவரது நினைவுக்கு வந்தார். உடனே தயாரிப்பு நிர்வாகி ராமுடுவை அழைத்து “அன்னிக்கு அந்த பிலிம் இன்ஸ்டிடியூட்டில் பார்த்த அந்தப் பையன் எங்கே இருக்கான்னு பாரு. அவனை தேடிப் பிடிச்சி உடனே கூட்டிக்கிட்டுவா” என்றார். அடுத்த ஒரு மணி நேரத்தில் சிவாஜிராவைக் கண்டுபிடித்து பாலச்சந்தர் முன்னால்கொண்டு வந்து நிறுத்தினார் ராமுடு.

“வாப்பா” என்று சிவாஜி ராவை வரவேற்ற பாலச்சந்தர் “இப்ப *அபூர்வராகங்கள்* னு ஒரு படம் பண்ணப்போறேன். அதில் ஒரு ரோல் இருக்கு. நீ பண்றியா என்று சிவாஜி ராவைப் பார்த்துகேட்டார். “பண்றேன் சார்” என்று அடுத்த நிமிடமே சொன்ன சிவாஜி ராவ் அத்தோடு நிற்கவில்லை. “கொஞ்சம் நடிச்சிக் காட்டவா?”என்று கேட்டார். சிவாஜிராவின் ஆர்வத்திற்குத் தடை போட விரும்பாமல், “சரி, நடித்துக்காட்டு” என்றார் பாலச்சந்தர்.

"வரிவட்டி, கிஸ்தி...
யாரைக் கேட்கிறாய் வரி...
எதற்கு கேட்கிறாய் வரி...
வானம் பொழிகிறது பூமி விளைகிறது.
உனக்கேன் கட்டவேண்டும் வரி"

வீரபாண்டிய கட்டபொம்மன் படத்தில் சிவாஜி பேசிய வசனங்களை சிவாஜி ராவ் முழங்கத் தொடங்கியபோது "போதும்" என்று கை காட்டினார்பாலச்சந்தர்.

"ஏன் அவர் மாதிரி நீ நடிக்கறே? உனக்குன்னு ஒரு தனி பாணி இருக்கணும். அதுதான் உனக்கு அடையாளமா இருக்கணும்" என்று அழுத்தம் திருத்தமாக சொல்லிவிட்டு "உன் பேர் என்ன சொன்னே?" என்று கேட்டார்.

"சிவாஜி, சிவாஜிராவ்" என்று வர்தா புயலைப்போல நூறு கிலோ மீட்டர் வேகத்தில் பதில் பறந்து வந்தது அவரிடமிருந்து.

"நீ வேகமாகப் பேசறது, வேகமாக நடக்கிறது, வேகமாக திரும்பறது எல்லாம் எனக்குப் பிடிச்சிருக்கு. ஆனா உன் தமிழ் உச்சரிப்புதான் கொஞ்சம் தடுமாறுது. அதில நீ கவனம் செலுத்தணும். நல்லா தமிழ் பேச கத்துக்க" என்று சொன்ன அவர் அபூர்வ ராகங்கள் படத்திலே அவருடைய பாத்திரம் பற்றி விளக்கமாகச் சொன்னார்.

"இந்தப் படத்தில் உன் ரோல் சின்னரோலாக இருந்தாலும் ரொம்ப முக்கியமான ரோல். படத்தில் நீதான் ஸ்ரீவித்யாவோட புருஷன். பொண்டாட்டியைக் கைவிட்டுட்டு ஓடிப்போய் அப்புறம் திரும்பி வருகின்ற ஒரு கணவனின் பாத்திரம். படத்தோட கிளைமாக்சே இந்த கேரக்டராலதான். சின்ன ரோல்னு நினைக்காதே. என்னுடைய அடுத்தடுத்த படங்களில் நிச்சயம் நல்ல ரோலாகத் தர்றேன். இதை அதுக்கு ஆரம்பமாக நினைச்சுக்க" என்று பாலச்சந்தர் சொல்லச் சொல்ல சிவாஜி ராவின் முகத்திலே அப்படி ஒரு ஆனந்தம்.

அவருடைய படத்தில் ஒரே ஒரு காட்சி என்றாலும் கூட சிவாஜிராவுக்கு சம்மதம் தான். அப்படியிருக்க பாலச்சந்தர் ஒரு புதுமுகமான தன்னிடம் அப்படிப் பேசியதும் அவரையே ஆச்சர்யத்துடன் பார்த்துக் கொண்டிருந்தார் சிவாஜிராவ்.

தொடர்ந்து மூன்று படங்களுக்கு சிவாஜி ராவை ஒப்பந்தம் செய்தார் பாலச்சந்தர். ஒரே ஒரு சந்திப்பிலேயே சிவாஜி ராவின் திறமை மேல் பாலச்சந்தர் எந்த அளவு நம்பிக்கை வைத்திருந்தார் என்பதற்கு அந்த சம்பவம் ஒரு உதாரணம்.

முதல் நாள் படப்பிடிப்பிற்காக சிவாஜி ராவை ஏற்றிக்கொண்டு சென்ற கார் நேராக கலாகேந்திரா நிறுவனத்துக்குச் சென்றது. இவர் அங்கே போன அடுத்த ஒரு மணி நேரத்தில் கமல்ஹாசன் அங்கே வந்தார்.

"எவ்வளவு அழகாக இருக்கிறார்" என்று கமல்ஹாசனைப் பார்த்து வியந்த சிவாஜிராவ் "ஐயாம் சிவாஜிராவ் பிரம் பெங்களூர் உங்களுடைய சொல்லத் தான் நினைக்கிறேன் பார்த்தேன். பிரமாதம் அசத்திட்டீங்க." என்று கமலஹாசனைப் பாராட்டினார்.

புன்னகையோடு சிவாஜிராவின் பாராட்டை ஏற்றுக் கொண்டார் கமல்ஹாசன்.

லொகேஷனுக்குப் போனதும் "சார் நான் சிகரெட்டைத் தூக்கிப் போட்டு அப்படியே வாயில் கவ்விப் பிடிப்பேன். என் நண்பர்கள் எல்லோரும் அதை ரொம்ப ரசிப்பாங்க. அதைப் படத்தில் செய்யட்டுமா?" என்று பாலச்சந்தரிடம் கேட்ட சிவாஜி ராவ் அவரது பதிலுக்காகக் காத்திருக்கவில்லை.

ஒரு சிகரெட்டைத் தூக்கிப் போட்டார். ஸ்டைலாக அதை வாயில் கவ்வினார். அதைப் பார்த்துவிட்டு மொத்த யூனிட்டும் கை தட்டிப் பாராட்டியது. பாலச்சந்தரும் ரசித்தார்.

"இதில நீ நடிக்கப் போறது கேன்சர் பேஷன்ட் வேடம். அதுக்கு சிகரெட் பிடிப்பது எல்லாம் சரியா வராது. அதனால அடுத்த படத்தில் அதையெல்லாம் வைச்சிக்கலாம்" என்றார் அவர்.

சிவாஜிராவுக்கு பாலசந்தர் யூனிட்டின் நிரந்தர ஒப்பனையாளரான சுந்தரமூர்த்தி மேக்கப் போட்டார். முகத்தில் தாடி ஒட்டப்பட்டது. ஒரு நைந்த கோட்டை மாட்டிவிட்டார்கள்.

சிவாஜி என்னும் பெயர் தமிழ் ரசிகர்கள் எல்லோரது உள்ளங்களிலும் ஏற்கனவே குடி கொண்டிருக்கும் பெயர் என்பதால் சிவாஜி என்ற பெயரோ சிவாஜிராவ் என்ற பெயரோ அவருக்கு

சரியாக அமையாது என்று முடிவெடுத்த பாலச்சந்தர் ரஜினிகாந்த் என்று கம்பீரமான ஒரு பெயரை சிவாஜி ராவுக்குச் சூட்டினார்.

அடுத்து ஸ்ரீவித்யாவின் வீட்டுக் கதவைத் திறந்து கொண்டு ரஜினிகாந்த் அந்த வீட்டுக்கு உள்ளே வரும் காட்சி அவர் நடித்த முதல் காட்சியாகப் படமாக்கப்பட்டது.

அன்று படமாக்கப்பட்ட அந்தக் காட்சி அந்தத் திரைப்படத்திற்கான காட்சியாக மட்டுமின்றி தமிழ்த் திரையுலகத்தின் கதவுகளைத் திறந்து கொண்டு ரஜினிகாந்த் என்னும் மாபெரும் கலைஞன் தமிழ்த் திரையுலகில் அடியெடுத்து வைக்கும் காட்சியாகவும்அமைந்தது.

அபூர்வராகங்கள் படத்தின் படப்பிடிப்பு முடிவடைந்த போது “இந்த படத்துடன் முடிந்துவிடவில்லை. உன்னைத் தொடர்ந்து பயன் படுத்திக் கொள்கிறேன்” என்று ரஜினிகாந்தின் கைகளைப் பற்றியபடி உணர்ச்சிப் பூர்வமாகச் சொன்னார் பாலச்சந்தர்.

பேசும்படம் பத்திரிகை அபூர்வராகங்கள் படத்தைப் பற்றி ஒரு சிறப்புக் கட்டுரை வெளியிட்டது. அதற்காகத் தன் கைப்பட சில குறிப்புகளை எழுதித் தந்தார் பாலச்சந்தர்.

அந்த வரிகள் பாலச்சந்தர் எவ்வளவு பெரிய தீர்க்கதரிசி என்பதை எடுத்துச் சொல்கின்ற வரிகள்.

ரஜினிகாந்த் அபூர்வராகங்கள் படத்தில் நடித்த காட்சிகள் மொத்தமாகச் சேர்த்து பத்து நிமிடம் கூட இருக்காது. அப்படி அந்த பத்து நிமிட காட்சிகளில் பாண்டியன் என்ற பாத்திரத்தில் நடித்த ரஜினியைப் பற்றி “அவரிடம் நல்ல நடிப்பைப் பார்க்கலாம்” என்று பாலசந்தர் எழுதியிருந்தால் அது வேறு விஷயம். ஆனால் நல்ல எதிர்காலத்தைப் பார்க்கலாம் என்று அவர் எழுதினார் என்றால் அவர் மனதிற்குள் ரஜனிகாந்த் என்ற நடிகரின் ஆற்றல் மீது எந்த அளவு நம்பிக்கை பிறந்திருக்க வேண்டும்.

ஆலமரமாக விரிந்து திரையுலகில் தழைக்கப் போகும் ரஜினிகாந்த் என்ற மாமனிதருக்கு வித்தாக அபூர்வராகங்கள் அமையப் போகிறது என்பது தெரிந்துதான் ரஜினிகாந்த் கதவுகளைத் திறந்துகொண்டு வரும் முதல் காட்சியை பின்னால் பிரம்மாண்டமாக இருந்த ஆலமரத்துடன் சேர்த்து படமாக்கியிருந்தார் பாலச்சந்தர்.

அதுதான் அவரது தனித்திறன்.

22

பாலு மகேந்திராவிற்கு கமல்ஹாசன் செய்த உதவி

சிறந்த ஒளிப்பதிவுக்காகவும் சிறந்த இயக்கத்திற்காகவும் எண்ணற்ற விருதுகளைப் பெற்றுள்ள பாலு மகேந்திரா "நாற்பதாண்டு சினிமா பயணத்தில் நான் நினைத்த மாதிரி மூன்று படங்களைத்தான் என்னால் பண்ண முடிந்தது" என்று சொல்லியிருக்கிறார்.

"விருதுகளைப் பொருத்தவரைக்கும் கலைஞர்களுக்கு அவைகள் ஒரு அங்கீகாரம். அவ்வளவுதான். அதனால்தான் அந்த விருதுகள் குறித்து நான் என்றும் கவலைப்படுவதில்லை. என்னுடைய ஜூலி கணபதி திரைப்படம் விருதுக்கு அனுப்பப்படவே இல்லை. அது குறித்து நான் கவலைப்பட்டதேயில்லை" என்று கூறி இருக்கிறார் அவர்.

ஆரம்ப காலம் முதலே தனது கதைகளுக்கான நட்சத்திரங்களைத் தேர்ந்தெடுத்திருக்கிறாரே தவிர நடிகர்களுக்காக பாலு மகேந்திரா கதை எழுதியதே இல்லை.

அதே போன்று தமிழ்ப் படங்களில் இடம்பெறும் பாடல் காட்சிகளிலும் எப்போதும் அவருக்கு உடன்பாடு இருந்ததில்லை. "எந்த ஊரிலாவது நமது படங்களில் வருவதுபோல காதலர்கள் ஒரே மாதிரி ஸ்டெப் போட்டு ஆடிக் கொண்டிருக்கிறார்களா? அவர்கள் போதாதென்று ஒரே மாதிரி உடையணிந்த முப்பது நாற்பது பெண்கள் வேறு கூடவே ஆடுவார்கள்" என்று தமிழ்ப்படப் பாடல் காட்சிகள் குறித்து விமர்சனம் செய்துள்ள பாலு மகேந்திரா கோபிசெட்டி பாளையத்தில் ஆரம்பித்து சுவிட்சர்லாந்தில் பாடல் காட்சிகளைத் தொடரும் அபத்தத்தில் தனக்கு கொஞ்சம் கூட உடன்பாடில்லை என்று பல முறை தெரிவித்திருக்கிறார்.

பாலுமகேந்திராவுக்கு மம்மூட்டி மோகன்லால் ஆகிய இருவருமே பிடித்தமான நடிகர்கள். மம்மூட்டியுடன் யாத்ரா படத்தில் பணியாற்றிய அவர் மோகன்லாலுடன் இணைந்து ஒரு படத்தில் பணியாற்ற விரும்பினார். அதற்கான பேச்சுவார்த்தை கூட நடந்தது. ஆனால் அது கைகூடவில்லை.

தமிழ் நடிகர்களில் பாலு மகேந்திராவிற்கு மிகவும் பிடித்த நடிகர் கமல்ஹாசன். ஒரு அனாயாசமான கலைஞன் என்று கமலைக் குறிப்பிடும் பாலு மகேந்திராவிற்கு மிக நெருக்கடியான ஒரு நேரத்தில் கமல் கை கொடுத்தார்.

மறுபடியும் படம் முடிந்தவுடன் உச்ச பண நெருக்கடியில் இருந்தார் பாலு மகேந்திரா. பலரிடம் கேட்டும் பணம் கிடைக்கவில்லை. இறுதியாக கமலிடம் கேட்கலாம் என்று அவரைத் தேடிப் போனார்.

உலக சினிமா தொடங்கி எல்லா விஷயங்களையும் பேசிய கமல்ஹாசனிடம் தான் அவரைப் பார்க்க வந்தது எதற்காக என்ற விஷயத்தை பாலு மகேந்திராவால் சொல்ல முடியவில்லை. தனது பிரச்சனை பற்றி கமல்ஹாசனிடம் பேச வாய்ப்பே கிடைக்காத நிலையில் பெரும் ஏமாற்றத்துடன் பாலுமகேந்திரா கிளம்பிய போது "ஒரு நிமிடம் இருங்கள்" என்று சொல்லிவிட்டு வீட்டுக்குள்ளே சென்ற கமல்ஹாசன் திரும்பியபோது அவரது கையில் ஒரு பெரிய கவர் இருந்தது. கமல்ஹாசனிடம் பாலு மகேந்திரா கேட்க நினைத்த தொகையைவிட பல மடங்கு அதிகமான தொகையை அவரிடம் தந்த கமல்ஹாசன் "எனது ராஜ்கமல் நிறுவனத்துக்கு நீங்க ஒரு படம் பண்ணித் தரணும். அதுக்கான முன்பணம்தான் இது" என்று சொன்னார். அப்படி உருவான திரைப்படம்தான் சதிலீலாவதி.

"உதவி பெறுகிறோம் என்ற எண்ணம் எனக்குள் வராதபடி மிகவும் கவுரமாக என்னை கமல் நடத்தினார்" என்று அந்த நிகழ்வைப் பற்றி மிகுந்த நெகிழ்ச்சியுடன் பாலுமகேந்திரா குறிப்பிட்டிருக்கிறார்.

இளையராஜாவையும் அவரது இசையையும் மிகவும் நேசிக்கும் பாலு மகேந்திரா அவரைத் தவிர வேறு யாரையும் எனது படத்தில் பயன்படுத்த மாட்டேன் என்று சூளுரைத்தவர். "மணிரத்னம், பாலச்சந்தர் எல்லாம் இளையராஜாவை விட்டு ரஹ்மானுக்கு மாறிய பிறகும் நீங்கள் மட்டும் ஏன் மாறவில்லை? ரஹ்மானின் இசையில் உங்களுக்கு உடன்பாடில்லையா?" என்ற கேள்விக்கு பாலுமகேந்திரா சொன்ன பதில் முக்கியமானது.

"எனக்கு இளையராஜாவை இப்போதும் பிடிக்கிறது. எம்.எஸ். விஸ்வநாதனை இப்போதும் பிடிக்கிறது. அதேபோல்தான் சலீல் சௌத்ரி. எனக்கு இது போதும்" என்று பதிலளித்திருந்தார் அவர்.

ரஹ்மானைப் பற்றிய கேள்விக்கு அப்படி பதில் சொன்ன பாலு மகேந்திராதான் *ரோஜா* திரைப்படத்தில் ரகுமானுக்கு தேசிய விருது கிடைக்கக் காரணமாக இருந்தவர் என்பது மிகச் சிலரே அறிந்த ஒரு செய்தி.

தேசிய விருதுக்கான போட்டியில் *ரோஜா* படம் கலந்து கொண்ட போது அந்தத் தேர்வுக் குழுவின் தலைவராக இருந்தவர் பாலுமகேந்திரா. அந்த ஆண்டு சிறந்த இசையமைப்பாளருக்கான பிரிவில் இரண்டு பேர் சமமாக ஓட்டு வாங்கினார்கள். ஒருவர் இளையராஜா, இன்னொருவர் ஏ.ஆர்.ரஹ்மான். தேர்வுக்குழுவின் தலைவர் என்ற முறையில் பாலுமகேந்திராவுக்கு இரண்டு ஓட்டுகள். இருவரும் சமஓட்டு வாங்கிய நிலையில் பாலுமகேந்திரா யாருக்கு ஓட்டளிக்கிறாரோ அவருக்குத்தான் தேசிய விருது கிடைக்கும்.

“இரண்டுமே சிறந்த இசை. ஆனால் நான் யாருக்கு ஓட்டளிப்பது? இளையராஜா ஒரு லெஜென்ட். அவருக்கு சரிசமமாக வந்து நிற்கிறான் ஒரு 22 வயது பையன். அவன் இனி எவ்வளவோ விருது வாங்கலாம். ஆஸ்கர்கூட வாங்கலாம். ஆனால் முதல் படத்துக்கு கிடைக்கிற அங்கீகாரம் தனியானது அல்லவா? ஆகவே நான் ரஹ்மானுக்கு ஓட்டளித்தேன்.

சென்னை வந்ததும் அதனை இளையராஜாவிடம் சொன்னேன் அவர் எனது கையைப் பற்றி குலுக்கியபடி ‘சரியாகச் செய்தீங்க’ என்று என்னைப் பாராட்டினார்” என்று அந்தச் சம்பவம் பற்றி கூறியிருக்கிறார் பாலு மகேந்திரா.

பாலுமகேந்திராவின் சீடர்களான பாலா, வெற்றி மாறன், சீனு ராமசாமி, ராம் ஆகிய பலரும் தமிழ்ப்பட உலகம் பெருமைப்படுகின்ற அளவிலே பல நல்ல திரைப்படத்தைக் கொடுத்தவர்கள். இதில் பாலு மகேந்திராவின் முக்கியமான சீடரான பாலாவிற்கும் அவருக்கும் இருந்த உறவு மிக வித்தியாசமான உறவு.

பாலாவை பாலுமகேந்திராவிடம் சேர்த்துவிட்டவர் கவிஞர் அறிவுமதி. அப்போது அறிவுமதியும் பாலு மகேந்திராவிடம் உதவி இயக்குனராக வேலை பார்த்துக் கொண்டிருந்தார். தினமும் தன்னோடு பாலாவை படப்பிடிப்பிற்கு அழைத்துச் செல்வார் அறிவுமதி. படப்பிடிப்பிற்கு போனவுடன் எல்லா வேலைகளையும் இழுத்துப் போட்டுக் கொண்டு செய்வார் பாலா.

இப்படியே மாதங்கள் பல கடந்ததற்குப் பின் ஒரு நாள் டைரக்டரின் வீட்டுக்கு பாலாவை நேரடியாக அழைத்துச் சென்ற அறிவுமதி, "இவனை உங்ககிட்ட அசிஸ்டென்ட் டைரக்டரா சேர்த்துக்கணும்" என்று சொன்ன போது அவரை ஏற இறங்கப் பார்த்த பாலுமகேந்திரா "இதுக்கு முன்னாடி யாருகிட்ட அசிஸ்டென்ட்டா இருந்தே?" என்று கேட்க, பாலா சொன்ன பதில்தான் நகைச்சுவையின் உச்சம் .

"உங்ககிட்டதான்...!" என்று பதிலளித்தார் பாலா.

பாலு மகேந்திராவுக்கே தெரியாமல் ஐந்து படங்கள் அவரிடம் அசிஸ்டென்டாக வேலை பார்த்த பாலாவை பின்னர் படிப்படியாக, படம் படமாக வளர்த்து இணை இயக்குநர் ஆக்கினார் அவர்.

தனது வாழ்நாளில் ஒரு எஸ்டேட் வாங்க வேண்டும் என்றோ ஒரு பென்ஸ் கார் வாங்கி விட வேண்டும் என்றோ வங்கிக் கணக்கில் இரண்டு மூன்று கோடிகளை சேர்த்து விட வேண்டும் என்றோ பாலு மகேந்திரா ஆசைப்பட்டதில்லை.

தனது எண்ணத்தில் இருந்த இரண்டு மூன்று கதைகளை படமாக்கிவிட வேண்டும் என்று மட்டுமே அவர் ஆசைப்பட்டார்.

"நாம் இரானியப் படங்களையும், கொரிய ஜப்பானியப் படங்களையும் பார்த்து வாய் திறந்து வியப்பதைப் போல, இரானியர்களும் கொரியர்களும் ஜப்பானியர்களும் வியந்து பார்க்கின்ற அளவில் தமிழ்ப் படங்கள் தயாரிக்கப் பட வேண்டும்" என்று அவர் பெரிதும் விரும்பினர்.

வட இந்தியாவில் பால்கே விருது வழங்குவது போல் தமிழ்நாட்டில், தமிழ் சினிமாவின் பிதாமகன் நடராஜ முதலியார் பெயரில் விருது வழங்கப்பட வேண்டும் என்று அவர் ஆசைப்பட்டார்.

பழைய சினிமா படங்களைப் பாதுகாக்கவும், பல அரிய படங்களின் இழப்பை தவிர்க்கவும் ஒரு ஆவண காப்பகம் அமைக்கப்பட வேண்டும் என்று விரும்பினார்.

அந்த அவரது ஆசைகள் நிறைவேறும் முன்னரே இயற்கை ஈவு இரக்கமின்றி அந்த இணையில்லாத கலைஞனை நம்மிடமிருந்து பிரித்துவிட்டது.

23

எம். ஜி. ஆருக்கும் தங்கவேலுவிற்கும் இருந்த ஒற்றுமைகள்

நகைச்சுவை நடிகர் கே.ஏ.தங்கவேலு எம்.ஜி.ஆரோடு எண்ணற்ற திரைப்படங்களில் நடித்தவர் என்பதை எல்லோரும் அறிவார்கள். ஆனால் எம்.ஜி.ஆருக்கும் தங்கவேலுவுக்கும் இடையே பல ஒற்றுமைகள் உண்டு என்பதை சினிமா உலகிலுள்ள பலரே கூட அறிந்திருக்க மாட்டார்கள்.

எம்.ஜி.ஆர் பிறந்த அதே 1917 ஆம் ஆண்டில், அவர் பிறந்த அதே ஜனவரி மாதத்தில் பிறந்தவர்தான் கே.ஏ.தங்கவேலு. எம்.ஜி.ஆர். பிறந்தது ஜனவரி 17 ஆம் தேதி. கே.ஏ.தங்கவேலு பிறந்தது ஜனவரி 15 ஆம் தேதி. அந்த வகையில் எம்.ஜி.ஆருக்கு இரண்டு நாட்கள் மூத்தவர் அவர்.

எம்.ஜி.ஆர் அறிமுகமான சதிலீலாவதி படத்திலேதான் தங்கவேலுவும் அறிமுகமானார்.

எம்.ஜி.ஆருக்கு திரைப்பட வாய்ப்பை பெற்றுத் தந்த எம்.கே.ராதாதான் தங்கவேலுவிற்கும் சினிமா வாய்ப்பை பெற்றுத் தந்தார்.

அவர்கள் இருவருக்குமிடையே மிகவும் முக்கியமான வித்தியாசம் என்னவென்றால் *சதிலீலாவதி* படத்திற்குப் பிறகு எம்.ஜி.ஆருக்கு தொடர்ந்து வாய்ப்புகள் கிடைத்தன. ஆனால் தங்கவேலுவிற்கு அடுத்த சினிமா வாய்ப்பு பதினைந்து ஆண்டுகளுக்குப் பிறகே கிடைத்தது. சதி லீலாவதி படத்திற்குப் பிறகு தங்கவேலு நடித்த படமாக *சிங்காரி* என்ற படம் அமைந்தது. இந்த *சிங்காரி* ஏற்கனவே நாடகமாக நடிக்கப்பட்ட கதை. நாடகத்தில் தான் ஏற்ற வேடத்தையே திரைப்படத்திலும் ஏற்றார் தங்கவேலு.

தங்கவேலுவின் பெயருடன் 'டணால்' என்ற பட்டப்பெயர் ஒட்டிக் கொண்டது இந்த *சிங்காரி* படத்தில்தான். அந்த படத்தில் பல இடங்களில் டணால் என்ற வார்த்தையைப் பயன்படுத்தி இருந்தார்

அவர். சிங்காரி படத்திற்குப் பிறகு பல திரைப்படங்களில் சிறு சிறு பாத்திரங்களில் நடித்த தங்கவேலுவுக்கு தமிழ்த்திரையுலகில் ஒரு நிலையான இடத்தைப் பெற்றுத் தந்த படம் பணம். நடிகர் திலகம் சிவாஜி கணேசன் நடித்து வெளிவந்த இரண்டாவது படம் அது. அந்த படத்திலே சிவாஜிகணேசனுடன் நடிக்கத் தொடங்கிய தங்கவேலுவின் திரையுலகப் பயணம் சிவாஜியோடு மட்டும் இருபது ஆண்டுகளுக்கு மேலாகத் தொடர்ந்தது.

கலைவாணர் என்.எஸ். கிருஷ்ணன்தான் தங்கவேலுவிற்கு பணம் படத்திலே நடிக்கும் வாய்ப்பை வழங்கியவர். தங்கவேலுவின் திறமை மீது அவருக்கு அப்படி ஒரு அபார நம்பிக்கை இருந்தது. பணம் படத்திலே நடிக்க ஒப்பந்தமானபோது தங்கவேலுவின் வாழ்க்கையில் மறக்கமுடியாத ஒரு சம்பவம் நடந்தது.

அந்தப் படத்திலே நடிப்பதற்காக ஆயிரம் ரூபாயை தங்கவேலுவிற்கு முன் பணமாகக் கொடுத்தார் கலைவாணர். அந்தப் பணத்தை எடுத்துக் கொண்டு வீட்டிற்குப் போன தங்கவேலு பணம் படத்திலே நடிப்பதற்கு தன்னை கலைவாணர் என்.எஸ். கிருஷ்ணன் ஒப்பந்தம் செய்திருப்பதாகவும் படத்தில் நடிக்க சம்பளமாக ஆயிரம் ரூபாயை கொடுத்ததாகவும் சொன்ன போது தங்கவேலுவின் பெரியப்பா மகிழ்ச்சி அடைவதற்குப் பதிலாக தங்கவேலுவைப் பார்த்து உரத்த குரலில் சத்தம் போட ஆரம்பித்தார்.

கலைவாணர் வீட்டிலிருந்து அவருக்குத் தெரியாமல் அந்த பணத்தை தங்கவேலு எடுத்துக் கொண்டு வந்து விட்டதாக அவரது பெரியப்பா எண்ணியதே அதற்குக் காரணம்.

அவர் அப்படி சந்தேகப்பட்டதிலும் தவறு இல்லை என்றுதான் சொல்ல வேண்டும். ஏனெனில் அப்போது தங்கவேலு நாடகங்களில் நடிக்க ஒரு மாதத்திற்கு வாங்கிக் கொண்டிருந்த சம்பளம் பத்து ரூபாய். அப்படி இருக்கும்போது படத்தில் நடிக்க அவருக்கு ஆயிரம் ரூபாய் கொடுத்தார்கள் என்று அவர் சொன்னால் என்றால் யார் நம்புவார்கள்?

"ஏன்தான் உன் புத்தி இப்படிப் போகுதோ தெரியவில்லையே. அவர் வீட்டிலேயே உனக்கு சோறு போட்டு அவரோட புள்ளை மாதிரி இல்லே கலைவாணர் உன்னை வளர்த்தார். அன்னமிட்ட வீட்டிலேயே கன்னம் இடலாமா? அவர் வீட்டிலேயே இப்படி

பணத்தைத் திருடி விட்டு வந்திருக்கிறாயே” என்று சொல்லியபடி கலைவாணரை அடிக்க ஆரம்பித்த அவர் தங்கவேலு சொன்ன எந்த விளக்கத்தையும் கேட்கத் தயாராக இல்லை. வேறு வழியின்றி தனது பெரியப்பாவை நேராக கலைவாணர் வீட்டுக்கு அழைத்துச் சென்றார் தங்கவேலு.

அங்கு போன பிறகு “ஏதோ தெரியாம தப்பு பண்ணிட்டான். இனிமே அப்படிஎல்லாம நடக்காம நான் பார்த்துக் கொள்கிறேன்” என்று அவர் சொல்ல கலைவாணருக்கு ஒன்றுமே புரியவில்லை.

அதற்குப் பிறகு தங்கவேலு நடந்த சம்பவத்தைப் பற்றி கலைவாணருக்கு விளக்கமாகச் சொல்ல “இதுக்காகவா தம்பியை தேவையில்லாம போட்டு அடிச்சிட்டீங்க” என்று சொன்ன கலைவாணர் “அந்தப் பணம் என்னுடைய படத்தில் நடிப்பதற்காக நான் கொடுத்த முன்பணம்தான்” என்று சொன்னவுடன்தான் அவரது பெரியப்பா சமாதானம் அடைந்தாராம்.

“என்னுடைய வாழ்க்கை கலைவாணர் எனக்குப் போட்ட பிச்சை. ஆரம்பத்தில் ஒரு நல்ல வாய்ப்பை எனக்கு உருவாக்கித் தந்தது மட்டுமின்றி தொடர்ந்து என் வளர்ச்சிக்கு உறுதுணையாக இருந்தவர் கலைவாணர்தான்” என்று பல பத்திரிகைப் பேட்டிகளில் குறிப்பிட்டுள்ளார் தங்கவேலு.

எம்.ஜி.ஆர், சிவாஜி, ஜெமினி, எஸ்.எஸ். ராஜேந்திரன்,ஜெய்சங்கர், ரவிச்சந்திரன் என்று தங்கவேலு இணைந்து நடிக்காத கதாநாயகர்களே இல்லை என்று சொல்லலாம்.

காமெடி நடிகர்களால் கதாநாயகனாகவும் நடிக்கமுடியும் என்று நாகேஷ், தொடங்கி கவுண்டமணி, விவேக், சந்தானம், கருணாஸ், என்று பல பேர் இன்று நிரூபித்திருக்கிறார்கள் என்றால் அதற்கு வித்திட்ட பெருமை தங்கவேலுவையே சேரும். சாதாரணமாக பெரிய பெரிய கதாநாயகர்களே ஜோடி சேர்ந்து நடிப்பதற்கு பயப்பட்ட பானுமதியுடன் *ரம்பையின் காதல்* படத்தில் நாயகனாக நடித்தார் தங்கவேலு.

தங்கவேலுவுடன் படங்களில் மட்டுமின்றி வாழ்க்கையிலும் ஜோடியான எம். சரோஜாவுடன் தங்கவேலு நடித்த படங்களில் மறக்க முடியாத படம் ஸ்ரீதரின் இயக்கத்தில் உருவான *கல்யாணப் பரிசு.*

அந்தப் படத்திலே தான்தான் எழுத்தாளர் பகீரதன் என்று தனது மனைவியான சரோஜாவிடம் பொய் சொல்லிவிட்டு ஒரு பாராட்டுவிழாக் கூட்டத்தில் கலந்து கொண்டுவிட்டு தங்கவேலு வீடு திரும்பும் காட்சியை திரையில் பார்க்கும் எவராலும் சிரிப்பை அடக்க முடியாது. திரையில் ஐந்து நிமிடங்கள் ஓடிய அந்தக் காட்சியை ஒரே டேக்கில் தங்கவேலுவும் சரோஜாவும் நடித்தபோது தனது சிரிப்பை அடக்க முடியாமல் கைக்குட்டையை வைத்து வாயை மூடிக் கொண்டாராம் இயக்குனர் ஸ்ரீதர். செட்டில் இருந்த பலர் சிரிப்பை அடக்க முடியாமல் அந்த செட்டை விட்டே ஓடிய சம்பவம் எல்லாம் அந்தக் காட்சி படமாக்கப்பட்டபோது நடந்திருக்கிறது.

கல்யாணப் பரிசு தங்கவேலுவின் வாழ்க்கையில் மறக்க முடியாத ஒரு படமாக அமைந்தது என்றால் அதற்குக் காரணம் அந்தப் படம் அவருக்கு மிகப்பெரிய பெயரை வாங்கிக் கொடுத்த படம் என்பது மட்டுமல்ல. அந்தப் படத்தின் நூறாவது நாள் விழா மதுரையில் நடைபெற்ற போது தான் மதுரை அருகேயுள்ள திருப்பரங்குன்றத்தில் எம். சரோஜாவை திருமணம் செய்து கொண்டார் அவர்.

தமிழ்த் திரையுலகில் சரித்திர கால பாத்திரங்கள், புராண பாத்திரங்கள் என்று எல்லா பாத்திரங்களையும் ஏற்று நடிக்கக் கூடிய நாயகர்களாக இருந்தவர்கள் எம்.ஜி.ஆர், சிவாஜி, ஜெமினி, எஸ்.எஸ்.ராஜேந்திரன் என மிகச் சிலரே. இந்த கதாநாயகர்களைப் போல எல்லா பாத்திரங்களுக்கும் பொருந்தக் கூடியவராக இருந்த ஒரே நகைச்சுவை நடிகர் தங்கவேலு.

நேரிலே பேசும் போதும் சரி, படங்களில் நடிக்கும்போதும் அவச் சொற்களை பயன்படுத்துவதை அறவே தவிர்த்த கலைஞர் தங்கவேலு. அதுபோன்று தன் வாழ்நாள் முழுவதும் தனக்கென சில கொள்கைகளை வைத்துக் கொண்டு அதிலிருந்து சிறிதும் விலகாமல் வாழ்க்கை நடத்தியவர் அவர்.

தமிழ் தவிர பிற மொழிப்படங்கள் எதிலும் நடிப்பதில்லை என்பதை இறுதி மூச்சு வரை கடைபிடித்தார் அவர்.

புரட்சித் தலைவர் அவர்களுடன் நடிக்கக் கூடிய வாய்ப்பு எண்ணற்ற கலைஞர்களுக்கு கிடைத்திருக்கலாம் ஆனால் அவரோடு சேர்ந்து நூற்றாண்டைக் கொண்டாடுகின்ற அரிய வாய்ப்பு தங்கவேலு அவர்களுக்கு மட்டுமே அமைந்த ஒரு பெருமை.

24

முதல் படத்தில் சிவாஜி சந்தித்த எதிர்ப்புகள்

ஏ.வி.எம். நிறுவனம் தயாரித்த பல திரைப்படங்களை விநியோகம் செய்த பி.ஏ. பெருமாள், ஏ.வி.மெய்யப்ப செட்டியாரோடு இணைந்து ஒரு படத்தைத் தயாரிக்க விரும்பினார். அவர் ஒரு நாணயமான விநியோகஸ்தர் என்பதால் அவருடன் இணைந்து படம் தயாரிக்க முன்வந்த மெய்யப்ப செட்டியார் *பராசக்தி* நாடகத்தைப் படமாக்கலாம் என்று முடிவு செய்து அந்த நாடகத்தின் உரிமைகளை வாங்கினார்.

பராசக்தி, நூர்ஜகான் ஆகிய நாடகங்கள் பெருமாள் முதலியாரின் சொந்த ஊரான வேலூரிலே நடைபெற்றபோது அந்த நாடகங்களில் நடித்த சிவாஜி கணேசனின் அபாரமான நடிப்புத் திறனில் மனதைப் பறி கொடுத்திருந்த பெருமாள் முதலியார் எப்படியாவது சிவாஜி கணேசனை அந்தப் படத்திலே நடிக்க வைத்து விட வேண்டும் என்பதில் உறுதியாக இருந்தார். ஆனால் மெய்யப்ப செட்டியாரோ கே.ஆர். ராமசாமியை கதாநாயகனாகப் போட்டு அந்தப் படத்தை எடுக்க வேண்டும் என்ற எண்ணத்தில் இருந்தார்.

சிவாஜி நடிக்கும் நாடகத்தை ஏ.வி. மெய்யப்ப செட்டியார் ஒரு முறை பார்த்தார் என்றால் நிச்சயம் தனது மனதை மாற்றிக் கொள்வார் என்று திடமாக நம்பிய பெருமாள் முதலியார் சிவாஜி நடித்த *பராசக்தி* நாடகத்தைப் பார்க்க மெய்யப்ப செட்டியாரை திண்டுக்கல்லுக்கு அழைத்துச் சென்றார்.

ஆனால் அந்த நாடகத்தில் சிவாஜியின் நடிப்பைப் பார்த்தபிறகும் செட்டியார் தனது எண்ணத்தை மாற்றிக் கொள்ளவில்லை.

"டிராமாவில் நடிப்பது என்பது வேறு. சினிமாவில் நடிப்பது என்பது வேறு. இதுவரை கணேசன் எந்த சினிமாவிலும் நடிக்கவில்லை. அப்படியிருக்கும் போது முதன் முறையாக மெயின் ரோலில் அந்தப் பையனை நடிக்க வைத்துவிட்டு அந்தப் படம் ஓடவில்லை என்றால் என்ன செய்வது? இந்தப் படம் நீங்கள் என்னோடு சேர்ந்து எடுக்கின்ற முதல் படம். ஆகவே ரிஸ்க் எடுக்க வேண்டாம்" என்றார் ஏ.வி.எம்.

பெருமாள் முதலியாரின் மன உறுதிதான் அந்த சமயத்தில் சிவாஜியின் விதியை மாற்றி எழுதியது.

அனுபவம் வாய்ந்த தயாரிப்பாளரான ஏ.வி.எம் அவர்கள் அவ்வளவு எதிர்த்த நிலையிலும் அந்தப் பாத்திரத்திற்கு சிவாஜி கணேசனைத்தான் போட வேண்டும் என்ற முடிவிலிருந்து ஒரு அங்குலம் கூட பின்னோக்கிப் போக பெருமாள் முதலியார் தயாராக இல்லை. எவ்வளவோ முயன்றும் அவர் மனதை மாற்ற முடியாததால்தான் வேறு வழியின்றி சிவாஜியை அந்தப்படத்தில் நாயகனாக நடிக்க வைக்க அரை மனதோடு ஒப்புக் கொண்டார் மெய்யப்ப செட்டியார்.

பராசக்தி படத்திற்கு வசனம் எழுத அந்த நாடகத்தை எழுதிய பாலசுந்தரம்தான் முதலில் ஒப்பந்தம் செய்யப்பட்டார். நாடகம் வேறு, சினிமா வேறு என்பதை அவருக்கு எடுத்துச் சொல்லி, சினிமாவுக்கு எப்படி வசனம் எழுத வேண்டும் என்று *பராசக்தி* படத்தை இயக்கும் பொறுப்பை ஏற்றிருந்த கிருஷ்ணன்– பஞ்சு ஆகிய இருவரும் சொன்ன ஆலோசனைகள் எதையும் பாலசுந்தரம் ஏற்றுக் கொள்ள மறுத்ததால் அவரை மாற்றி விட்டு வசனம் எழுத திருவாரூர் தங்கராஜை அவர்கள் ஒப்பந்தம் செய்தனர். பின்னர் சில காரணங்களால் அவரும் மாற்றப்பட அதற்குப் பிறகு அந்த இடத்திற்கு வந்தவர்தான் கலைஞர் மு.கருணாநிதி.

அடுத்தபடியாக சிவாஜி சினிமாவுக்கு எந்த அளவு பொருத்தமாக இருப்பார் என்பதை சோதித்துப் பார்ப்பதற்காக அவருக்கு டெஸ்ட் எடுக்கப்பட்டது.

முதலில் 'சக்சஸ்' என்ற வார்த்தையை சொல்லச் சொல்லி சிவாஜியின் திரையுலக வாழ்க்கையை தொடங்கி வைத்த இயக்குனர்கள் கிருஷ்ணன் – பஞ்சு ஆகிய இருவரும், அடுத்து இன்னொரு காட்சியையும் அவரை வைத்துப் படமாக்கினார்கள்.

டெஸ்ட்டுக்காக எடுக்கப்பட்ட அந்தக் காட்சிகளை போட்டுப் பார்த்தபோது, அப்போது ஏ.வி.எம்மில் சவுண்ட் இஞ்சினியராக இருந்த ஜீவா என்பவர் சிவாஜியை தொடர்ந்து நடிக்க வைக்க தனது முழு எதிர்ப்பையும் தெரிவித்தார்.

சிவாஜி ஒல்லியாக இருப்பதும் அவரது பல்வரிசை சரியாக இல்லாததும் சிறு குறைகளாகத் தென்பட்டாலும், அவருடைய

நடிப்புத் திறனுக்கு முன்னால் இதெல்லாம் மிகச் சிறிய குறைகள் என்றே கிருஷ்ணன் – பஞ்சு ஆகிய இருவரும் எண்ணினார்கள்.

பெருமாள் முதலியாருக்கோ சிவாஜியின் நடிப்பு பூரண திருப்தியைத் தந்தது.

டைரக்டர், தயாரிப்பாளர் ஆகிய இருவரும் சிவாஜிக்கு முழு ஆதரவாக இருப்பதைத் தெரிந்து கொண்ட ஏ.வி.மெய்யப்ப செட்டியார் "முதலில் ஒரு ஐயாயிரம் அடி எடுத்துப் பார்ப்போம். அதற்குப் பிறகு முடிவு செய்து கொள்ளலாம்" என்று கூறினார்.

அதைத் தொடர்ந்து *பராசக்தி* படத்தின் படப்பிடிப்பு தொடங்கியது.

அந்தப் படத்தின் மூலம் தமிழ்த் திரையில் எப்படிப்பட்ட ஒரு அதிர்வலைகளை சிவாஜி உருவாக்கினார் என்பது அனைவரும் அறிந்த ஒன்று. ஆனால் அந்தப் படம் முடிவடைவதற்குள் அவர் சந்தித்த எதிர்ப்புகள் இருக்கிறதே, அவை சொல்லில் அடங்காது.

முதல் கட்டமாக ஆயிரம் அடிவரை எடுத்துவிட்டு படத்தைப் போட்டுப் பார்த்தபோது படத் தயாரிப்பாளரான பெருமாள் முதலியாரின் மாமனாரே சிவாஜிக்கு வில்லனாக உருவெடுத்தார் "சிவாஜி கணேசனை மாற்றிவிட்டு வேறு ஒரு நடிகரைப் போட்டு எடுத்தால்தான் படம் படமாக இருக்கும். அதனால் வேறு யோசனையே வேண்டாம். அவரை மாற்றியே ஆக வேண்டும்" என்று அவர் ஒற்றைக் காலில் நின்றார். அவர் சொல்வதைக் கேட்டுக் கொண்டு சிவாஜியை மாற்றி விடுவார்களோ என்ற அச்சத்தில் கிருஷ்ணன் – பஞ்சு ஆகிய இருவரும் அறிஞர் அண்ணாவிடம் அந்த விஷயத்தைச் சொல்லி சிவாஜி தொடர்ந்து அந்த படத்தில் நீடிக்க அவருடைய உதவியைக் கேட்டனர்.

அத்தனை இடைஞ்சல்களுக்கும் மத்தியில் *பராசக்தி* வளர்ந்தது. ஏறக்குறைய எட்டாயிரம் அடி வளர்ந்தவுடன் மீண்டும் எல்லோரும் படத்தைப் போட்டுப் பார்த்தார்கள்.

"வசனத்துக்காகப் படமா இல்லை படத்துக்காக வசனமா?" என்று கேள்வி கேட்ட இயக்குனர் எம்.வி. ராமன் "மறு யோசனையில்லாமல் ஹீரோவை மாத்தியே ஆக வேண்டும்" என்றார். அப்போது மெய்யப்ப

செட்டியாரிடம் உதவி இயக்குனராக இருந்த அந்த ராமன்தான் பின்னர் கொஞ்சும் சலங்கை என்ற பிரம்மாண்டமான வண்ணப் படத்தை இயக்கிய இயக்குனர்.

"இந்த படத்தில் கண்ணை மூடிக் கொண்டு வசனங்களைக் கேட்டு ரசிக்கலாம். ஆனால் படத்தையோ, இந்த புதுமுகங்களையோ கண்ணால் பார்க்க முடியவில்லை" என்றார் ஏ.வி.மெய்யப்ப செட்டியார்.

அப்போது ஏ.வி.எம்.மில் பணியாற்றியவர்களில் சிவாஜியை மாற்றிவிட்டு வேறு கதாநாயகனைப் போட்டு எடுத்தால்தான் *பராசக்தி* படம் மக்கள் மத்தியில் எடுபடும் என்று யோசனை சொல்லாதவர்கள் மிகச் சிலரே. ஆனால் அத்தனை எதிர்ப்புகள் வந்த போதிலும் பெருமாள் முதலியார் மட்டும் அசையாமல் சிவாஜி கணேசன்தான் *பராசக்தி* படத்தின் நாயகன் என்று துணிந்து நின்றார்.

"என்னை மாற்றும்படி பெருமாள் முதலியாரிடம் பலரும் வற்புறுத்தினார்கள். ஆனால் என்னை வாழ வைத்த தெய்வமான அவர், அந்த விமர்சனங்கள் எதற்கும் செவி சாய்க்கவில்லை. என்ன ஆனாலும் சரி. கணேசனை வைத்துத்தான் படத்தை எடுக்க வேண்டும் என்பதில் உறுதியாக நின்றார். அவரது மன உறுதியும் அவர் என் மீது வைத்திருந்த நம்பிக்கையும்தான் என்னை நடிகனாக்கியது. எனக்கு வாழ்வு கொடுத்த தெய்வம் அவர்" என்று தனது சுய சரிதையில் குறிப்பிட்டிருக்கிறார் சிவாஜி.

சிவாஜியின் மிகப் பெரிய வெற்றிக்குப் பிறகு, *எனது வாழ்க்கை அனுபவங்கள்* என்ற நூலை எழுதிய ஏ.வி.மெய்யப்ப செட்டியார் சிவாஜி அந்தப் படத்தில் நடிப்பதற்கு தான் தடையாக இருந்த விஷயங்களை எல்லாம் மொத்தமாக தவிர்த்துவிட்டு 'நான் பெருமாள் முதலியாருடன் இணைந்து தயாரித்த *பராசக்தி* படத்தில்தான் சிவாஜி அறிமுகமானார்' என்று ஒற்றை வரியில் அந்த சம்பவத்தைப் பற்றி எழுதி விட்டுப் போயிருக்கலாம். ஆனால் சிவாஜி விஷயத்தில் தனது கணக்கு தப்புக் கணக்காகி விட்டது என்று அந்த நூலில் மிகவும் நேர்மையாக பதிவு செய்திருந்தார் அவர். ஏ.வி.எம். திரையுலகில் இன்றுவரை ஒரு சகாப்தமாக மதிக்கப்படுவதற்குக் காரணம் அவருடைய அந்த நேர்மைதான்.

பலரது எதிர்ப்புகளையும் மீறி பத்தாயிரம் அடி வரை எடுத்து விட்டு படத்தைப் போட்டு பார்த்தபோது ஏ.வி. எம்முக்கு சிவாஜி மீது முதல் முறையாக நம்பிக்கை ஏற்பட்டது.

சிவாஜி கணேசன் நடிப்பில் முன்னேற்றம் இருப்பது தெரிந்ததும், நாம் வேண்டாம் என்று சொல்லியும் அவரைப் போட்டார்களே என்று அலட்சியமாக இருந்து விடாமல் ஆரம்பத்தில் எந்தெந்த காட்சிகளில் சிவாஜி நம்பிக்கையில்லாமல் நடித்திருந்தாரோ அந்தக் காட்சிகளை எல்லாம் மீண்டும் படமாக்கச் சொன்னார் ஏ.வி.எம். அப்படி படமாக்கப்பட்ட காட்சிகளின் நீளம் எவ்வளவு என்று தெரிந்தால் யாரும் ஆச்சர்யம் அடையாமல் இருக்க முடியாது. ஏறக்குறைய ஏழாயிரம் அடி காட்சிகள் மீண்டும் படமாக்கப்பட்டன. ஏ.வி.எம். ஸ்டுடியோவின் எல்லா அரங்குகளிலும் *பராசக்தி* படத்துக்காக போடப்பட்ட செட்டுகளை எல்லாம் திரும்பவும் போட்டு பதினைந்து நாட்கள் தொடர்ந்து சிவாஜி சம்பந்தப்பட்ட காட்சிகளைப் படமாக்கினார்கள்.

அதைத் தொடர்ந்து 1952 தீபாவளியன்று வெளியான *பராசக்தி* வசூலில் புதியதொரு சாதனையைப் படைத்தது என்றால் அதிலே நாயகனாக நடித்த சிவாஜி உலகம் போற்றுகின்ற ஒரு நடிகராக உயர்ந்தார்.

25

பானுமதியின் காதல் கதை

தமிழ்த் திரையுலகம் எத்தனையோ நடிகைகளை சந்தித்திருக்கிறது. அவர்கள் எல்லோரிடமிருந்தும் முற்றிலும் மாறுபட்டவர் பானுமதி. நடிகைகளில் அவர் ஒரு துருவ நட்சத்திரம் என்றுதான் சொல்ல வேண்டும்.

எழுத்தாளர், பாடகி, இசையமைப்பாளர், இயக்குனர், தயாரிப்பாளர், நடிகை, என்று தமிழ் தெலுங்கு சினிமாக்களின் பல தளங்களில் வெற்றிகரமாகத் திகழ்ந்த பானுமதி "நடிப்புக்கு இலக்கணம் வகுத்த நடிகை" என்று அறிஞர் அண்ணாவால் பாராட்டப்பட்டவர்.

படங்களில் நடிக்கும்போது அந்த காட்சிக்காக பானுமதியைத் தொட்டுப் பேசக் கூட அவரது கதாநாயகர்கள் தயங்குவார்களாம். பல கதாநாயகர்கள் இந்தக் காட்சியில் இந்த வசனத்தைப் பேசும்போது உங்களது கையைத் தொடுவேன் என்று அவரிடம் முன்னதாகவே சொல்லிவிட்டுதான் அவரது கையைத் தொடுவார்களாம்.

தவறு என்று மனதுக்குப் பட்டுவிட்டால் அதைத் தட்டிக் கேட்கத் தயங்காத கண்ணியமிக்க ஒரு நடிகையாகத் திகழ்ந்தவர் பானுமதி.

எம்.ஜி.ஆரை பெயர் சொல்லி அழைக்க பல இயக்குனர்களும் தயாரிப்பாளர்களும் தயங்கிய கால கட்டத்தில் "மிஸ்டர் ராமச்சந்திரன்" என்று உரிமையோடு அவரை அழைத்த ஒரே நடிகை பானுமதி மட்டுமே. எம். ஜி. ஆரிடம் எந்த அளவு பானுமதிக்கு உரிமை இருந்தது என்பதை விளக்க அவருடன் ஒரு திரைப்படத்தில் பானுமதி நடித்த போது நடைபெற்ற ஒரு சம்பவத்தை உங்களோடு பகிர்ந்து கொள்ள விரும்புகிறேன்.

வாள் சண்டை போட்டு நம்பியாரிடம் இருந்து பானுமதியை எம்.ஜி.ஆர் மீட்பது போல ஒரு காட்சி அன்று படமாக்கப்பட்டது. அந்தச் சண்டை நடக்கும்போது பானுமதி அடிக்கடி தனது பயத்தை வெளிப்படுத்த வேண்டும். அந்தக் காட்சி ஒரு முறை அல்ல, இருமுறை

அல்ல. பல முறை படமாக்கப் பட்டும் சரியாக அமையவில்லை. பயந்த மாதிரி திரும்பத் திரும்ப நடித்த பானுமதி எம்.ஜி.ஆரை அழைத்தார். “மிஸ்டர் ராமச்சந்திரன் அந்த வாளை என்னிடம் கொடுங்கள். நானே சண்டை போட்டு என்னை மீட்டுக் கொள்கிறேன்” என்றார்.

இப்படி பேசக்கூடிய துணிச்சல் யாருக்கு வரும்?

இப்படி படப்பிடிப்பு தளங்களில் இரும்பாக இருந்த பானுமதி காதல் வசப்பட்ட போது அவரது வாழ்க்கையில் நடந்த சம்பவங்களை கதைகளிலோ சினிமாவிலோ கூட பார்க்க முடியாது. அந்த அளவிற்கு பானுமதியின் காதல் கதை, ஒரு அழுத்தமான காதல் கதை.

பானுமதியின் தந்தையான பொம்மராஜூ வெங்கடசுப்பையாவை ஒரு இசைப்பிரியர் என்று சொல்வதை விட இசைப்பைத்தியம் என்றுதான் சொல்லவேண்டும். தன்னுடைய மகளான பானுமதியின் குரல் இந்தியா முழுவதும் கேட்க வேண்டும் என்பதை இலட்சியமாகக் கொண்டிருந்த அவர் சிறுவயது முதலே பானுமதிக்கு கர்நாடக சங்கீதத்தை முறைப்படி கற்றுக்கொடுத்தார். அவருடைய நெருங்கிய நண்பரான இயக்குனர் பி.புல்லையா அவர்கள் இயக்கத்தில் உருவான *வர விக்ரயம்* என்ற தெலுங்குத் திரைப்படத்தில் நடிக்க பானுமதியை அவர் அனுமதித்ததற்குக் கூட முக்கியமான காரணம் அவரது இசை ஆர்வம்தான். தன் மகள் ஒரு பாட்டுக் கச்சேரியில் பாடினால் நூற்றுக் கணக்கான ரசிகர்கள்தான் அவரது பாட்டைக் கேட்க முடியும். ஆனால் சினிமாவில் பாடினால் லட்சக் கணக்கானவர் ஒரே நேரத்தில் தனது மகளின் குரலைக் கேட்க முடியுமே என்ற எண்ணத்தில்தான் பானுமதியை படத்தில் நடிக்க வைத்தார் அவர்.

இருப்பினும் பானுமதியுடன் படத்தில் நடிக்கின்ற ஆண் நடிகர்கள் அவரைத் தொட்டுப் பேசுவது போலவோ, நெருக்கமாக நின்று நடிப்பது போலவோ எந்தக் காட்சிகளும் இருக்கக்கூடாது என்பது உட்பட அவர் விதித்த பல நிபந்தனைகளுக்கு படத் தயாரிப்பாளர்கள் ஒப்புக் கொண்ட பிறகே அந்தப்படத்தில் பானுமதி நடிக்க அவர் தனது ஒப்புதலைத் தந்தார். அத்தனை நிபந்தனைகள் விதித்தாலும் அந்த சினிமாதான் தனது மகளைத் தன்னிடமிருந்து ஒரு கால கட்டத்தில் பிரிக்கப் போகிறது என்று அப்போது அவருக்குத் தெரியாது.

பானுமதி நடித்த முதல் படமே மிகப் பெரிய வெற்றிப்படமாக அமைந்தது. அதைத் தொடர்ந்து பல படங்களில் நடித்த பானுமதி

1943 ஆம் ஆண்டில் கிருஷ்ண பிரேமா என்ற தெலுங்குப் படத்தில் நடித்தார்.

அந்தப்படத்தை கிருஷ்ண பிரேமா என்று சொல்வதற்கு பதில் ராமகிருஷ்ண பிரேமம் என்று சொல்லலாம் என்று பானுமதி தனது கட்டுரை ஒன்றில் குறிப்பிட்டதற்குக் காரணம் இருக்கிறது.

தனது காதல் கணவரான ராமகிருஷ்ணாவை அந்தப் படத்தின் படப்பிடிப்பின்போதுதான் முதல் முதலாக சந்தித்தார் பானுமதி.

முதல் சந்திப்பிலேயே பானுமதியின் கவனத்தை ஈர்த்தார் ராமகிருஷ்ணா. படப்பிடிப்பு தளத்தில் ஓடி ஆடி வேலை செய்து கொண்டிருந்த அந்த சுறுசுறுப்பான, அழகான வாலிபன் யார் என்று விசாரித்துத் தெரிந்து கொண்ட அவர் படப்பிடிப்பு இடைவேளைகளில் வைத்த கண் வாங்காமல் அவரையே பார்த்துக் கொண்டிருக்கத் தொடங்கினார். அந்த படத்தை விட பானுமதிக்கு ராமகிருஷ்ணா மேல் இருந்த காதல் வேகமாக வளர்ந்தது. இதில் மிகப்பெரிய வேடிக்கை என்னவென்றால் படத்தின் நாயகியான பானுமதி தன்னை காதலித்துக் கொண்டிருக்கிறார் என்பதைப் பற்றி அந்த ராமகிருஷ்ணாவுக்குக் கொஞ்சம் கூட தெரியாது.

அப்போது பானுமதி பருவ வயதிலிருந்ததால் அவரது தந்தை அவருக்கு மாப்பிள்ளை பார்க்கத் தொடங்கினார். இனியும் தனது காதலைப் பற்றி வீட்டில் சொல்லாமல் இருப்பது சரியல்ல என்று எண்ணிய பானுமதி தனது மூத்த சகோதரியிடம் தான் ராமகிருஷ்ணா என்ற உதவி இயக்குனரைக் காதலிக்கின்ற விவரத்தைக் கூறினார்.

பானுமதியின் காதல் விவகாரம் தெரிந்ததும் எல்லா அப்பாக்களையும் போல பானுமதியின் அப்பாவான வெங்கட சுப்பையாவும் ஆகாயத்துக்கும் பூமிக்கும் குதித்தார். அந்தக் கல்யாணம் நடக்கவே நடக்காது என்றார். சினிமாவில் பணிபுரியும் ஒருவருக்கு தனது மகளைத் திருமணம் செய்து கொடுப்பதில் அவருக்கு ஒரு சதவிகிதம் கூட உடன்பாடில்லை.

ஆனால் பானுமதி தான் எடுத்த முடிவில் உறுதியாக நின்றதால் வேறு வழியின்றி திருமணம் பற்றி பேச ராமகிருஷ்ணாவை தனது வீட்டுக்கு அழைத்தார் பானுமதியின் தந்தை.

அளவில்லாத நடிப்புத் திறனும், அழகும் கொண்ட பானுமதி என்ற கதாநாயகி தன்னைக் காதலித்துக் கொண்டிருக்கிறார் என்ற விஷயம் உதவி இயக்குனரான ராமகிருஷ்ணவுக்கு அப்போதுதான் தெரிந்தது.

பானுமதி எப்படிப்பட்ட பண்பான நடிகை என்பதை அந்தப் படத்தின் படப்பிடிப்பின்போது அவர் நன்கு அறிந்திருந்தார். ஆகவே அவர் தன்னைக் காதலிக்கிறார் என்பது தெரிந்ததும் அவர் அடைந்த மகிழ்ச்சிக்கு அளவேயில்லை. பானுமதியை மனைவியாக ஏற்றுக் கொள்ள அவர் பெரிதும் விரும்பினார் என்றாலும் அதற்கு சில நிபந்தனைகளை விதித்தார்.

"நான் அடிப்படையில் ஒரு ஏழை. அப்படிப்பட்ட நான் மிகவும் வசதியான வாழ்க்கையை வாழ்ந்து கொண்டிருக்கும் கதாநாயகியான பானுமதியை திருமணம் செய்துகொண்ட பிறகு நாங்கள் இருவரும் மகிழ்ச்சியாக வாழ்க்கையை வாழவேண்டுமென்றால் என்னுடைய சில நிபந்தனைகளுக்கு நீங்கள் ஒப்புக் கொள்ள வேண்டும். முதலில் என்னுடைய நிபந்தனைகள் என்னென்ன என்பதை உங்களுக்குச் சொல்கிறேன். அவை எல்லாம் உங்களுக்கு ஒத்துவருமா என்று பாருங்கள்" என்று சொல்லிவிட்டு தனது நிபந்தனைகளைப் பட்டியலிடத் தொடங்கினார் அவர்.

அவரது முதல் நிபந்தனையே இடி மாதிரி வேங்கட சுப்பையாவின் தலையில் இறங்கியது.

"என்னைத் திருமணம் செய்து கொண்ட பிறகு உங்களது பெண் கச்சேரிகளில் பாடவோ, சினிமாவில் நடிக்கவோ கூடாது. இவை எல்லாவற்றிற்கும் அறவே முற்றுப் புள்ளி வைத்து விடவேண்டும்" என்று அவர் சொன்னவுடன் பானுமதியின் தந்தையான வெங்கட சுப்பையாவிற்கு ஆத்திரம் தலைக்கு ஏறியது. பல்லைக் கடித்தார். பின்னர் அந்த அறையை விட்டு வேகமாக வெளியே சென்று விட்டார்.

அவரது உறவினர்களில் சிலர் வெங்கட சுப்பையாவை சமாதானப்படுத்தினர். "சினிமாவில் பானுமதி நடிப்பதைத்தான் அவர் விரும்ப மாட்டார். ஆனால் பானுமதி கச்சேரிகளில் பாடக் கூடாது என்ற முடிவில் அவர் உறுதியாக இருக்க வாய்ப்பில்லை. ஆகவே பாடுவதற்கு மட்டும் அவரிடம் அனுமதி கேட்டு வாங்கிக்

கொள்ளலாம் வாருங்கள்" என்று கூறி அவரை மீண்டும் வீட்டுக்குள் அவர்கள் அழைத்து வந்தார்கள்.

"நீங்கள் சொன்னபடி சினிமாவில் நடிப்பதை நிறுத்திவிடச் சொல்கிறேன். அவர் மிகப் பெரிய பாடகியாக வர வேண்டும் என்பது எனது வாழ்நாள் லட்சியம் என்பதால் குறைந்த பட்சம் அவர் பாட்டுக் கச்சேரி நடத்துவதற்காவது நீங்கள் ஒப்புக் கொள்ள வேண்டும்" என்று ராமகிருஷ்ணாவை வேண்டிக்கேட்டுக் கொண்டார் பானுமதியின் தந்தை.

அதற்கு ராமகிருஷ்ணா என்ன பதில் சொன்னார்?

26

காதலனுக்காக வசதியான வாழ்க்கையைத் துறந்த பானுமதி

சாதாரண ஒரு உதவி இயக்குனராக இருந்த ராமகிருஷ்ணா அப்போது முன்னணி கதாநாயகியாக இருந்த தனது மகளைத் திருமணம் செய்து கொள்ள நிபந்தனைகள் விதிப்பார் என்று பானுமதியின் தந்தை வெங்கட சுப்பையா கனவிலும் எதிர்பார்க்கவில்லை. அதனால்தான் "உங்கள் பெண்ணை நான் திருமணம் செய்து கொள்ள வேண்டும் என்றால் திருமணத்திற்குப் பிறகு அவர் கச்சேரிகளில் பாடவோ சினிமாவில் நடிக்கவோ கூடாது" என்று ராமகிருஷ்ணா நிபந்தனை விதித்தபோது பொங்கி எழுந்தார் அவர்.

சினிமாவில் நடிக்கக் கூடாது என்பதில் வேண்டுமானால் அவர் உறுதியாக இருப்பாரே தவிர பாட்டுக்கச்சேரி நடத்த அவர் தடை சொல்ல மாட்டார் என்று தனது உறவினர்கள் சொன்னதும் கோபம் தணிந்த அவர் "பானுமதி கச்சேரிகளில் பாட மட்டுமாவது அனுமதியுங்கள்" என்று ராமகிருஷ்ணாவைப் பார்த்து கேட்டுக் கொண்டார்.

அவருடைய கோரிக்கையை ஏற்க மறுத்தது மட்டுமின்றி எந்த தந்தையாக இருந்தாலும் ஆத்திரம் அடையக் கூடிய தனது இன்னொரு நிபந்தனையையும் அழுத்தம் திருத்தமாக தெரிவித்தார் ராமகிருஷ்ணா.

"எனக்கு மனைவியாக வருகின்றவர் எனக்கு ஒரு குடிசை இருந்தால் அதில் தங்கி என்னுடன் குடித்தனம் நடத்துகிறவராக இருக்க வேண்டும். அதே நேரத்தில் அந்த குடிசையும் எனக்கு இல்லாத நிலை ஏற்பட்டால் ஒரு மரத்தடியில் கூட என்னுடன் தங்க அவர் தயாராக இருக்க வேண்டும். உங்கள் மகளுக்கும் உங்களுக்கும் இதெல்லாம் உடன்பாடு என்றால் எனக்கு சொல்லியனுப்புங்கள். அதற்குப் பிறகு திருமணம் பற்றிப் பேசலாம்" என்று சொல்லிவிட்டு பானுமதியின் வீட்டைவிட்டு வெளியேறினார் அவர்.

அவர் அப்படி சொல்லிவிட்டுப் போனவுடன் "இவன் போனா போகட்டும் விடும்மா. இவனைவிட நல்லா படிச்ச லட்சணமான

மாப்பிள்ளைங்க நூறு பேரை நாளைக்கே நம்ம வீட்டு வாசல்ல கியூவிலே நிற்க வைக்கிறேன்" என்றார் பானுமதியின் தந்தை. ராமகிருஷ்ணா அப்படி சொல்லிவிட்டுச் சென்றதில் அவருக்கு உள்ளூர மிகுந்த மகிழ்ச்சி.

ஆனால் அவர் சொன்னதுஎதையும் காதிலேயே வாங்கிக் கொள்ள வில்லை பானுமதி. ராமகிருஷ்ணா போன திசையையே ஒருவித பரவசத்துடன் பார்த்துக் கொண்டிருந்தார் அவர். ராமகிருஷ்ணா சொன்ன வார்த்தைகள் ஒவ்வொன்றும் அவரது காதில் தேனாகப் பாய்ந்தது. அவர் பேசப்பேச அவர் மீது பானுமதிக்கு இருந்த காதல் இன்னும் அதிகமானது. தனக்கு ஏற்ற கணவர் இவர்தான் என்றும் தனது வாழ்க்கையில் திருமணம் என்று ஒன்று நடந்தால் அது அவரோடுதான் என்றும் மனதுக்குள் தீர்மானம் செய்து கொண்டார் அவர். அதை காதலின் சக்தி என்றுதான் சொல்லவேண்டும்.

இந்த சம்பவம் நடந்த சில நாட்களில் தனது தந்தையின் தீவிரமான எதிர்ப்புக்கு நடுவே ராமகிருஷ்ணாவை கை பிடித்தார் பானுமதி. பானுமதியின் தந்தையும் சரி, அவரது உறவினர்களும் சரி அந்தத் திருமணம் நடந்த இடத்தின் பக்கம் எட்டிக்கூட பார்க்கவில்லை.

"எனது கணவர் சொன்னது மாதிரி குடிசை இல்லை என்றாலும் ஒரு கொட்டகையில்தான் எங்களது இல்லற வாழ்க்கை ஆரம்பித்தது. அவர் ஏழையாக இருந்தபோதிலும் அந்த வாழ்க்கையை நான் ரசித்து வாழ்ந்தேன். இயல்பாகவே திரைப்படங்களில் நடிப்பதில் எனக்கு ஆர்வம் அவ்வளவாக இல்லை என்பதால் நடிக்க முடியாமல் போனது குறித்து எனக்கு எந்த வருத்தமும் இல்லை. தினமும் என் கணவர் விரும்பும் சாப்பாட்டை சமைப்பேன். பின்னர் வீட்டை அழகாக சுத்தப்படுத்திவிட்டு அவரது வருகைக்காகக் காத்திருப்பேன். சில நேரங்களில் நானும் அவரும் சேர்ந்து சினிமாவுக்கு போவோம்." என்று தனது காதல் திருமண வாழ்க்கையைப் பற்றி குறிப்பிட்டிருக்கிறார் பானுமதி.

இப்படி தனது வாழ்க்கையை பானுமதி ஆனந்தமாக அனுபவித்துக் கொண்டிருந்தபோது மீண்டும் சினிமாவில் அவர் நடிக்க வேண்டும் என்று அழைப்பு விடுத்தார் பிரபல ஸ்டுடியோ அதிபரான நாகிரெட்டி அவர்களின் மூத்த சகோதரரான பி.என்.ரெட்டி.

எந்த விதமான சபலத்துக்கும் இடம் கொடுக்காமல் திரைப்படங்களில் நடிக்க தனக்கு ஆர்வமில்லை என்று திட்டவட்டமாக அவருக்குப் பதில்

சொன்னார் பானுமதி. அவர் அப்படிச் சொன்னபோதும் பி.என். ரெட்டி அவரை விடுவதாக இல்லை. தொடர்ந்து மூன்று மாதங்கள் தினமும் பானுமதிக்கு போன் செய்தார் அவர்.

அவருடைய தொல்லையைப் பொறுத்துக் கொள்ள முடியாத பானுமதி "தயவு செய்து எங்களது மகிழ்ச்சியான குடும்ப வாழ்க்கையை சிதைத்து விடாதீர்கள்" என்று அவரிடம் வேண்டிக் கேட்டுக் கொண்டார்.

அவர் அப்படி கேட்டுக் கொண்ட பிறகும் பி.என்.ரெட்டி தொடர்ந்து பானுமதியை விரட்டினார் என்றால் அதற்குக் காரணம் இருக்கிறது.

பி.என்.ரெட்டி அப்போது படமாக்கத் திட்டமிட்டுக் கொண்டிருந்த படத்தின் பெயர் சொர்க்கசீமா. அந்தப் படத்தின் முக்கியமான பாத்திரம் ஒரு நாடக நடிகையின் பாத்திரம். தெரு நாடகங்களில் நடித்துக் கொண்டிருக்கும் சுப்புலட்சுமி என்ற அந்த நாடக நடிகையின் அழகையும், நடிப்புத் திறனையும் பார்த்து வியந்து போகும் மூர்த்தி என்னும் பதிப்பாளர் நல்ல நாடகக் குழு ஒன்றில் சேர்ந்தால் அவர் மிகப் பெரிய நடிகையாக வருவார் என்று கூறுவது மட்டுமின்றி ஒரு நாடகக் குழுவையும் அவருக்கு பரிந்துரைக்கிறார். அவர் சொற்படி சென்னைக்கு செல்லும் சுப்புலட்சுமி மிகப்பெரிய நடிகையாக உருவெடுக்க அவளது அழகில் மயங்கும் மூர்த்தி தனது குடும்பத்தைத் துறந்துவிட்டு அவளே கதி என்று விழுந்து கிடக்கத் தொடங்குகிறார். அந்த நாடகநடிகை சுப்புலட்சுமியின் பாத்திரத்தில் நடிக்கக் கூடிய சரியான நடிகைகள் யாருமே அப்போது இல்லை. ஆகவே பானுமதி நடித்தால் மட்டுமே அந்தப் பாத்திரம் உயிர் பெறும் என்று முடிவெடுத்த பி.என்.ரெட்டி பானுமதி அந்தப் படத்தில் நடிக்க தொடர்ந்து மறுத்ததால் அவரை நடிக்க வைக்க இன்னொரு குறுக்கு வழியைக் கையாண்டார்.

பானுமதியின் கணவரான ராமகிருஷ்ணனுக்கு போன் செய்த அவர் எடுத்த எடுப்பில் "நீ ஏதாவது தாழ்வு மனப்பான்மையில் தடுமாறிக் கொண்டிருக்கிறாயா?" என்று அவரிடம் கேட்டதும் அடுத்த முனையில் இருப்பவர் எதைப்பற்றி பேசுகிறார் என்று புரிந்து கொள்ள முடியாமல் ராமகிருஷ்ணா தடுமாறினார்.

அவர் தடுமாறுகிறார் என்பது தெரிந்ததும் "நான் பி.என். ரெட்டி பேசுகிறேன்" என்று தன்னை அறிமுகப்படுத்திக் கொண்ட

அவர் “ஒரு நல்ல நடிகையின் அற்புதமான நடிப்புத் திறனை நீ ஏன் இப்படி நாசப்படுத்திக் கொண்டிருக்கிறாய்?” என்று அவரிடம் சற்று கோபமாகவே கேட்டார்.

“உன்னுடைய மனைவி பிரபலமான ஒரு நடிகையாவதை உன்னால் தாங்கிக் கொள்ள முடியவில்லை. அதனால்தான் நீ அவரை நடிக்க அனுமதிக்க மாட்டேன் என்கிறாய். இப்போது சொல்கிறேன் கேட்டுக் கொள். பானுமதியின் அற்புதமான நடிப்புத் திறனை இப்படி வீணடிப்பதற்கு உனக்கு எந்த உரிமையும் கிடையாது” என்று சொல்லிவிட்டு போனை வைத்தார் பி.என் ரெட்டி.

அவர் அப்படிப் பேசியவுடன் மிகப் பெரிய மனக் குழப்பத்துக்கு ஆளானார் ராமகிருஷ்ணா. தாழ்வு மனப்பான்மை காரணமாகத்தான் பானுமதி நடிக்கக் கூடாது என்று சொல்கிறேனா என்று தனக்குத்தானே கேள்வி கேட்டுக் கொண்ட அவர் வீட்டுக்கு போனவுடன் “சினிமாவில் திரும்பவும் நடிக்கணும்னு நீ ஆசைப்படுகிறாயா” என்று பானுமதியைப் பார்த்து கேட்டார்.

“எனக்கு அப்படி எந்த விருப்பமும் இல்லை. ஆனால் நீங்கள் நடிக்கச் சொன்னால் நடிப்பேன். நீங்கள் என்ன சொல்கிறீர்களோ அதைச் செய்வதில்தான் எனக்கு மகிழ்ச்சி” என்றார் பானுமதி.

அவர் அப்படிச் சொன்னவுடன் மீண்டும் படங்களில் நடிப்பது பற்றி கலந்து பேசிய ராமகிருஷ்ணாவும் பானுமதியும் பி.என் ரெட்டியின் சொர்க்க சீமா படத்தில் மட்டும் பானுமதி நடிப்பது என்று முடிவு செய்தார்கள்.

“நான் நடித்த முதல் படம் சொர்க்க சீமாதான். அந்தப் படத்தின் படப்பிடிப்பில்தான் நான் நடிக்கக் கற்றுக் கொண்டேன்” என்று சொர்க்க சீமா படத்தில் நடித்த அனுபவம் பற்றி குறிப்பட்டுள்ளார் பானுமதி.

சொர்க்க சீமா மாபெரும் வெற்றியைப் பெற்றதால் அளவில்லாத வாய்ப்புகள் பானுமதியைத் தேடி வந்தன. அது மட்டுமின்றி அவர் என்ன சம்பளம் கேட்டாலும் தரத் தயாரிப்பாளர்கள் தயாராக இருந்தார்கள்.

தனது மகன் பரணியின் எதிர்காலத்துக்காக தொடர்ந்து படங்களில் நடிப்பது என்ற முடிவை பானுமதியும் ராமகிருஷ்ணாவும்

எடுத்ததின் காரணமாக பல பட வாய்ப்புகளை ஒப்புக் கொண்டார் பானுமதி.

பி.என்.ரெட்டி மட்டும் தொடர்ந்து போராடாமல் இருந்திருந்தால் பானுமதி என்ற இணையில்லாத நடிகையை தமிழ்த் திரையுலகம் அறிந்து கொள்ள வாய்ப்பே இல்லாமல் போய் இருந்திருக்கும்.

27

இளையராஜாவை பஞ்சு அருணாச்சலத்துக்கு அறிமுகப்படுத்திய கதாசிரியர்

அன்னக்கிளி படத்தில் இளையராஜாவை இசையமைப்பாளராக அறிமுகப்படுத்திய பஞ்சு அருணாச்சலத்துக்கு இளையராஜாவை அறிமுகப்படுத்தியவர் கதாசிரியரான ஆர். செல்வராஜ் என்பது எல்லோரும் அறிந்த ஒரு செய்தி.

ஆனால் இளையராஜா செல்வராஜிற்கு எங்கே எப்படி அறிமுகமானார் என்பதை பலர் அறிந்திருக்க வாய்ப்பில்லை.

கம்யுனிஸ்ட் கட்சித் தலைவர்களில் ஒருவரான சங்கரய்யாவின் சகோதரர் மகன்தான் கதாசிரியர் ஆர்.செல்வராஜ். 1970களில் கம்யுனிஸ்ட் கட்சியின் எல்லா பொதுக் கூட்டங்களிலும் பாவலர் வரதராஜனின் இசைக் கச்சேரி தவறாமல் இடம்பெறும். அந்த இசைக்குழுவில் பாவலரின் சகோதரர்களான பாஸ்கர், ராஜா, அமரசிங் ஆகிய மூவரும் இடம் பெற்றிருந்தனர்.

மதுரையிலே அப்படிப்பட்ட கச்சேரிகள் நடக்கும்போதெல்லாம் மங்கம்மா சத்திரத்தில்தான் தங்குவார் பாவலர் வரதராஜன். அப்போது மதுரையில் தங்கியிருந்த ஆர்.செல்வராஜ் முதல் முதலாக மங்கம்மா சத்திரத்தில்தான் ராஜாவை சந்தித்தார்.

அந்த சந்திப்பை, இளையராஜா இசையமைப்பாளர் ஆவதற்கு செல்வராஜ்தான் ஒரு கருவியாக இருக்கப்போகிறார் என்பதால் காலம் ஏற்படுத்திய ஒரு சந்திப்பு என்றுதான் கொள்ளவேண்டும். இல்லையென்றால் முதல் சந்திப்பிலேயே அவர்கள் அந்த அளவிற்கு நெருக்கமாகி இருக்க வாய்ப்பில்லை.

தன் நண்பனான செல்வராஜிற்கு தனது சகோதரர்களான பாஸ்கர், அமர்சிங் ஆகியோரை அறிமுகப்படுத்தி வைத்தார் ராஜா. அதைத் தொடர்ந்து அந்தச் சகோதர்கள் எப்போது மதுரை வந்தாலும் தவறாது செல்வராஜை சந்திப்பதை வழக்கமாக்கிக் கொண்டனர்.

இதற்குப் பிறகு ஒரு கால கட்டத்தில் சென்னை நோக்கி நகர்ந்த ஆர்.செல்வராஜ் பலத்த போராட்டங்களுக்குப் பிறகு கதாசிரியர் பாலமுருகனிடம் உதவியாளராக சேர்ந்து பின்னர் கதாசிரியர் பஞ்சு அருணாச்சலத்தோடு இணைந்து பணியாற்றத் தொடங்கினார்.

ஆர். செல்வராஜைத் தொடர்ந்து 1969 ஆம் ஆண்டு தன் 26ஆம் வயதில் திரைப்படங்களுக்கு இசையமைக்கும் ஆர்வத்தில் சென்னைக்கு ராஜா வந்த போது அவரது இன்னொரு நெருங்கிய நண்பரான பாரதிராஜா சினிமாவில் சேர தீவிர முயற்சி செய்து கொண்டிருந்தார்.

இசையமைப்பாளராக வேண்டுமென்றால் கர்நாடக இசையில் தேர்ச்சி பெற்றிருந்தால் மட்டும் போதாது என்று ராஜாவுக்கே தோன்றியதோ இல்லை யாராவது அறிவுறுத்தினார்களோ அப்போது மைலாப்பூரில் இருந்த தன்ராஜ் மாஸ்டரிடம் மேற்கத்திய இசையைக் கற்றுக் கொள்ளத் தொடங்கிய அவர் பியானோ கருவியையும், கிதார் கருவியினையும் வாசிக்கக் கற்றுக்கொண்டார். பின்னர் லண்டனில் உள்ள டிரினிடி இசைக்கல்லூரியில் கிளாசிகல் கிடார் தேர்வில் தங்கப் பதக்கம் வென்றார்.

சென்னையிலே பாரதிராஜாவின் நாடகம் தவிர மற்ற நாடகக் குழுக்களிலும் கிடார் வாசித்துக் கொண்டிருந்த ராஜாவிற்கு இசையமைப்பாளர் தட்சிணாமூர்த்தி அவர்களோடும் ஜி.கே. வெங்கடேஷ் அவர்களோடும் இணைந்து பணியாற்றக் கூடிய வாய்ப்பு கிடைத்தது.

இசையமைப்பாளர் ஆகவேண்டும் என்ற கனவை சுமந்து கொண்டிருக்கும் தனது தம்பியை எப்படியாவது இசையமைப்பாளராக ஆக்கிவிட வேண்டும் என்று தீவிரமாக முயன்று கொண்டிருந்த பாஸ்கர் தினமும் காலைமுதல் மாலை வரை கம்பெனி கம்பெனியாக ஏறி இறங்கிக்கொண்டிருந்தார். பாஸ்கரோடு இணைந்து இளையராஜாவிற்கு வாய்ப்பு தேடுகின்ற பணியில் அப்போது ஆர். செல்வராஜும் முழு மூச்சோடு செயல்பட்டார்.

பஞ்சு அருணாச்சலம் ஒரு நாள் ஆர். செல்வராஜிடம் பேசிக் கொண்டிருந்தபோது தமிழ் சினிமாவின் இசையை மாற்றி அமைக்கக் கூடிய ஒரு திறமையான இசையமைப்பாளரை அறிமுகப்படுத்த வேண்டும் என்ற தனது ஆசையை அவரிடம் வெளிப்படுத்தினார்.

அப்படிப்பட்ட ஒரு சந்தர்ப்பத்திற்காகத்தானே செல்வராஜ் காத்திருந்தார்.

“எனக்குத் தெரிஞ்ச ஒரு பையன் இருக்கான். ராஜானு பேரு. சின்ன வயசுல இருந்தே ஹார்மோனியம் வாசிச்சுப் பழக்கப்பட்டவன். அவங்க அண்ணன் பாவலர் வரதராஜனோடு சேர்ந்து நிறைய ஊர்கள்ல கச்சேரிகள் பண்ணியிருக்கான்.

இப்போ இசையமைப்பாளர் ஜி.கே.வெங்கடேஷ்கிட்ட அசிஸ்டென்ட்டா இருக்கான். அவன் போட்ட பல டியூன்களை நான் கேட்டிருக்கேன். அற்புதமாக டியூன் போடுவான்.

அவனுக்குப் எப்படியாவது இசையமைப்பாளர் ஆகணும்கிறது தான் லட்சியம். உங்களுக்கு ஓ.கேன்னா சொல்லுங்க நாளைக்கே நான் அவனைக் கூட்டிக்கிட்டு வர்றேன்” என்றார் செல்வராஜ்.

பல ஊர்ல கச்சேரி பண்ணியிருக்கான். நாடகங்களுக்கு மியூஸிக் போட்டது மட்டுமில்லாமல் இசையமைப்பாளர் ஜி. கே வெங்கடேஷ் கிட்ட உதவியாளராகவும் இருக்கான்னா நிச்சயமா ரசிகர்களின் பல்ஸ் தெரிஞ்சவனாகத்தான் இருப்பான் என்று மனதுக்குள்ளேயே ஒரு கணக்குப் போட்ட பஞ்சு அருணாச்சலம் ‘சரி நாளைக்கு அவனை கூட்டிகிட்டு வா’ என்றார்.

அன்று இரவு முழுவதும் செல்வராஜ் சொன்ன அந்த இசையமைப் பாளரைப் பற்றிய நினைவு பஞ்சு அருணாச்சலத்தை சுற்றிச் சுற்றி வந்தது.

ஏற்கனவே தமிழிற்கு அவர் அழைத்து வந்திருந்த விஜய பாஸ்கர் என்ற கன்னட இசையமைப்பாளர் வெற்றி பெற்றிருந்ததால் தான் அடுத்து அறிமுகப்படுத்தப் போகும் இசையமைப்பாளரும் மிகப் பெரிய அளவிலே ஜெயிப்பார் என்ற நம்பிக்கையுடன் அன்று இரவு தூங்கினார் பஞ்சு.

மறுநாள் மாலையில் பஞ்சு அருணாச்சலம் தங்கியிருந்த கிளப் ஹவுசுக்கு ராஜாவை அழைத்து வந்த செல்வராஜ் “அண்ணே... இவர்தான் நான் சொன்ன ராஜா” என்று அறிமுகப்படுத்திவைத்தார்.

ஷர்ட்டை இன் பண்ணிக் கொண்டு ஒல்லியான தேகத்துடன் நின்ற ராஜாவைப் பார்த்ததும் பஞ்சு முதல் நாள் இரவு கண்ட கனவுக் கோட்டை முற்றிலுமாக தகர்ந்தது.

தழையத்தழையக் கட்டிய வேட்டியும், நெற்றி நிறைய விபூதி குங்குமமுமாக இசையமைப்பாளர்களைப் பார்த்துப் பழகிய அவரது கண்களால் கவர்மென்ட் ஆபீஸ் குமாஸ்தாபோல இருந்த அந்த இளைஞனை, இசையமைப்பாளர் என்று கொஞ்சமும் ஏற்றுக் கொள்ள முடியவில்லை.

ஹார்மோனியம், கிடார் என கையில் ஏதாவது ஒரு இசைக் கருவியை ராஜா எடுத்து வந்திருந்தால் கூட அவர் மீது பஞ்சு அருணாச்சலத்திற்கு லேசான நம்பிக்கை பிறந்திருக்கும். ஆனால் அதையும் ராஜா செய்யவில்லை.

செல்வராஜ் நம்மை இப்படி கவுத்து விட்டாரே என்ற எண்ணம் மனதுக்குள் இருந்தாலும் தனது ஏமாற்றத்தை வெளிக்காட்டிக் கொள்ளாமல் ராஜாவை உட்காரச் சொன்னார் அவர்.

லேசாக ஒரு சிரிப்புடன் ராஜா அமைதியாக உட்கார 'செல்வராஜ் அடிக்கடி உன்னைப்பற்றி சொல்லிக்கிட்டே இருப்பாரு. தமிழ்ல ஒரு நல்ல இசையமைப்பாளரைக் கொண்டு வரணும்னு எனக்கு ரொம்ப நாளாக ஒரு ஆசை' என்று பஞ்சு அருணாச்சலம் சொன்னவுடன் அதுவரை பேசாமல் இருந்த ராஜா 'சினிமாவுக்கு இசையமைக்கணும் என்கிற ஆசையுடன்தான் நான் சென்னைக்கே வந்தேன். பல மாதங்களாக அதுக்காக முயற்சி பண்ணிட்டிருக்கேன். பாவலர் கூட பல வருஷம் இருந்ததாலே ஓரளவுக்கு இசையைப் பற்றி தெரியும். நிறையப் பாட்டுக்கு டியூன் எல்லாம் கூட போட்டு வெச்சிருக்கேன்.' என்றார்.

"அப்படீன்னா சரி... அந்த ட்யூனை எல்லாம் நான் கேட்டுடறேன். அப்புறம் என்ன செய்யலாம்னு ஒரு முடிவு எடுப்போம். ஒரு இரண்டு நாள் கழித்து வாங்க. வரும்போது மற்ற வாத்தியக் கருவிகளை வாசிக்கறவங்களையும் கூட்டிக்கிட்டு வந்திடுங்க" என்றார் பஞ்சு அருணாச்சலம்.

"இவனே ரொம்ப நல்லா பாடுவான். பாடிக்காட்ட சொல்லவா?" என்று பஞ்சு அருணாச்சலத்திடம் கேட்டார் ஆர்.செல்வராஜ்.

சரி என்பதற்கு அடையாளமாக பஞ்சு அருணாச்சலம் தலையை ஆட்ட தான் அமர்ந்திருந்த டேபிள் மீது தாளம் போட்டபடி பாட ஆரம்பித்தார் ராஜா.

தமிழ்த் திரையுலகில் தனது அரங்கேற்றம் நடைபெறுவதற்கான ஆரம்ப நிகழ்ச்சிதான் நடைபெற்றுக் கொண்டிருக்கிறது என்று தமிழ் சினிமா உலகை தனது இசைத் திறனால் இன்றுவரை ஆட்டுவித்துக் கொண்டிருக்கின்ற அந்த இசை வேந்தனுக்கு அன்று தெரியாது.

'அன்னக்கிளி உன்னைத் தேடுதே...' 'மச்சானைப் பாத்தீங்களா..?,' ஆகிய இரண்டு பாடல்களின் மெட்டுக்களை ராஜா பாடிக் காட்டிய உடனேயே ராஜா எப்படிப்பட்ட திறமைசாலி என்று பஞ்சு அருணாச்சலத்திற்கு புரிந்துவிட்டது.

ராஜா பாடிய பாடல்களைப் பற்றியே சிந்தித்துக் கொண்டிருந்த பஞ்சு அருணாச்சலம் ராஜாவிடம் பாடல்கள் நன்றாக இருக்கிறது என்றும் சொல்லவில்லை, நன்றாக இல்லை என்றும் சொல்லவில்லை.

ராஜாவைப் பொறுத்தவரை இது அவருக்கு புது அனுபவமில்லை. பல பட நிறுவனங்களில் இதை விட மோசமான அனுபவங்களை அவர் சந்தித்திருக்கிறார் என்பதால் தனது ஏமாற்றத்தை மறைத்துக் கொண்டு கிளம்பத் தயாரானார் அவர்.

அதற்குப் பிறகு அன்னக்கிளி திரைப்படத்தில் அவருக்கு எப்படி வாய்ப்பு கிடைத்தது என்பது பற்றியும் அதற்குப் பிறகும் எப்படிப்பட்ட போராட்டங்களை எல்லாம் முதல் படத்தில் இளையராஜா சந்திக்க வேண்டி இருந்தது என்பது குறித்தும் அடுத்து பார்ப்போம்.

28

முதல் படத்தில் இளையராஜா சந்தித்த எதிர்ப்புகள்

ராஜா பாடிக் காட்டிய "அன்னக்கிளி உன்னைத் தேடுதே..., மச்சானைப் பாத்தீங்களா...?" ஆகிய இரண்டு பாடல்களின் மெட்டுக்களும் பஞ்சு அருணாச்சலத்தை மிகவும் கவர்ந்த போதிலும் அதைப் பற்றி ராஜாவிடம் எதுவும் சொல்லாமல் அந்தப் பாடல்கள் பற்றியே அவர் சிந்தித்துக் கொண்டிருந்தபோது கிளம்புவதற்காக எழுந்தார் ராஜா.

ராஜா எழுந்ததைப் பார்த்தவுடன் "எங்கே கிளம்பிட்டே ?நீ பாடிய பாடல்களை இன்னொரு தரம் பாடு" என்றார் பஞ்சு அருணாச்சலம்.

ராஜா மீண்டும் பாடியவுடன் செல்வராஜைப் பார்த்து அவர் லேசாக சிரிக்க தான் எந்த நோக்கத்திற்காக ராஜாவை அழைத்துக் கொண்டு வந்தோமோ அது நிறைவேறிவிடும் என்ற நம்பிக்கை செல்வராஜிற்கு பிறந்தது .

அதன் பிறகு "நல்லா இருக்கு. நான் சொல்லி அனுப்புறேன்" என்று சொல்லி ராஜாவை அனுப்பி வைத்தார் பஞ்சு அருணாச்சலம்.

அந்த அறையைவிட்டு வெளியே வந்த போது ராஜாவிற்கு பெரிதாக நம்பிக்கை பிறக்கவில்லை என்பதை அவரது முகத்தைப் பார்த்து தெரிந்து கொண்ட செல்வராஜ் "நிச்சயம் நீ மியுசிக் டைரக்டர் ஆகி விடுவே. பஞ்சு சாருக்கு உன் பாடல்கள் எல்லாம் ரொம்ப படிச்சுப் போச்சி என்பதை அவர் முகத்தைப் பார்த்தே நான் தெரிஞ்சிகிட்டேன். நீ கிளம்பு. நான் சீக்கிரமே நல்ல செய்தியோடு வருகிறேன்" என்று சொல்லி ராஜாவை வழியனுப்பி வைத்தார்.

இசையமைப்பாளருக்கான பரீட்சையில் ராஜா முதல் வகுப்பில் தேறிவிட்டார் என்பதை உணர்ந்திருந்தபோதிலும் பஞ்சு அருணாச்சலம் வாயால் அதைக் கேட்க விரும்பிய செல்வராஜ் , "எப்படி சார் இருக்கு பாட்டு?" என்று அவரிடம் கேட்டார்.

“ரொம்ப வித்தியாசமா இருக்கு. இந்த அளவுக்கு திறமை உள்ளவனா இருப்பான்னு நீ சொன்னபோது நான் நினைக்கலே. இவன் ரொம்பப் பெரிய மியுசிக் டைரக்டரா வர்றதுக்கான எல்லா சான்சும் இருக்கு” என்றார் பஞ்சு.

ராஜா பஞ்சு அருணாச்சலத்துக்கு அறிமுகமான போது *மயங்குகிறாள் மாது, துணிவே துணை* ஆகிய படங்களுக்கும் வேறு சில படங்களுக்கும் அவர் கதை வசனம் எழுதிக் கொண்டிருந்தார்.

அப்போது அவர் செய்த மிகப் புத்திசாலித்தனமான காரியம் என்னவென்றால், அப்போது பணியாற்றிக் கொண்டிருந்த எந்தப் படத்திலும் ராஜாவை பயன்படுத்திக் கொள்ளாததுதான்.

தான் பாடிக்காட்டிய பாடல்களை எல்லாம் கேட்டுவிட்டு மிகவும் பிரமாதமாக இருக்கிறது என்று பாராட்டிய பஞ்சு அருணாச்சலம் தன்னுடைய அடுத்தடுத்த படங்களில் தன்னை ஏன் பயன்படுத்திக் கொள்ளவில்லை என்று ராஜா வருத்தத்தில் ஆழ்ந்திருந்த போது ராஜாவை அறிமுகப்படுத்த சரியான ஒரு கதைக்காக இரவு பகலாக யோசித்துக் கொண்டிருந்தார் பஞ்சு அருணாச்சலம்.

“ராஜா தன்னிடம் வாசித்துக் காட்டிய அருமையான மெட்டுக்களை பயன்படுத்திக் கொள்கின்ற மாதிரி இசை சார்ந்த படமாக அது இருந்தால் நன்றாக இருக்கும் என்று யோசித்துக் கொண்டிருந்த பஞ்சுவின் மனதிற்குள் மின்னல் வெட்டியது போல விஜயபாஸ்கர் பிலிம்சுக்காக ஆர்.செல்வராஜ் சொன்ன மருத்துவச்சி கதை நினைவுக்கு வந்தது.

அந்தக் கதையில் ராஜா பாடிக்காட்டிய கிராமிய இசைப் பாடல்களை இணைத்துக் கொள்ள வாய்ப்புகள் அதிகம் இருந்ததால் ராஜாவை பஞ்சு அருணாச்சலத்துக்கு அறிமுகப்படுத்திய ஆர்.செல்வராஜின் கதையிலேயே ராஜாவை அறிமுகப்படுத்துவது என்று முடிவெடுத்தார் பஞ்சு.

ராஜா படிக்காட்டிய *அன்னக்கிளி உன்னைத் தேடுதே* என்ற பாடல் வரிகளில் இடம் பெற்றிருந்த ‘*அன்னக்கிளி*’ யே அந்தப்படத்திற்கு பெயரானது. அடுத்து திரையிலே என்ன பெயரில் இளையராஜாவை அறிமுகம் செய்வது என்று பஞ்சு அருணாச்சலம் யோசித்த போது ராஜா சகோதரர்கள், பாவலர் பிரதர்ஸ் என்று போடலாம் என்று

யோசனை கூறினார்கள். ஆனால் அந்தப் பெயர் மிகவும் பழைய பெயராக இருக்கிறது என்று சொன்ன பஞ்சு அருணாச்சலம் இளையராஜா என்று காலத்திற்கும் நிலைத்து நிற்கக் கூடிய ஒரு அழகான பெயரை அவருக்குச் சூட்டினார்.

அதற்குள் தனது சகோதரர் கே. என். சுப்பு தயாரிக்க இருக்கின்ற புதிய படத்தில் பஞ்சு அருணாச்சலம் புதிதாக ஒரு இசையமைப்பாளரை அறிமுகப்படுத்தப் போகிறார் என்ற செய்தி காட்டுத் தீ போல் சினிமா உலகில் பரவியது.

அப்போது பஞ்சு அருணாச்சலம் அவர்களின் படங்களில் அதிகமாக பணியாற்றிக் கொண்டிருந்த இசையமைப்பாளர் விஜயபாஸ்கரின் உதவியாளரான குருபாதம் இளையராஜாவை பஞ்சு அருணாச்சலம் அறிமுகப்படுத்தப் போகும் செய்தி கேட்டு அதிர்ந்து போனார்.

அன்னக்கிளி படத்தின் தயாரிப்பாளரான சுப்புவை சந்தித்த அவர் "பஞ்சுசார் விஜயபாஸ்கர் கூட்டணி ஹிட் ஆன கூட்டணி சார். அதனாலதான் அவங்க இரண்டு பெரும் இணைந்து பணியாற்றிய உறவு சொல்ல ஒருவன், எங்கம்மா சபதம், மயங்குகிறாள் ஒரு மாதுன்னு எல்லா படமும் ஹிட்டாச்சின்னா அதுக்குக் காரணம் ஜாதகப்படி அவர் ஸ்டாரும், இவர் ஸ்டாரும் நன்றாக ஒத்துப் போவதுதான். அப்படியிருக்கும்போது அதை ஏன் மாத்துறீங்க? எதுக்கு தேவையில்லாத விஷப் பரீட்சை?" என்று சுப்புவைப் பார்த்து கேட்டார்.

அவர் சொன்னதைக் கேட்டு சுப்பு லேசாக குழப்பமடைய அதைக் கண்ட குருபாதம் அதுதான் சரியான சந்தர்ப்பம் என்று "சார்! இந்த ராஜா ஜி.கே.வெங்கடேஷ் கிட்டே கிட்டார் வாசிக்கிறவர். ஏற்கனவே அன்லக்கி மியூசிக் டைரக்டர் என்று பெயர் எடுத்தவர். அவரை மியூசிக் டைரக்டராக வச்சி பூஜை போட்ட பல படங்கள் பூஜையோடு நின்று போயிருக்கு" என்றெல்லாம் சொல்லி சுப்புவை பலமாகக் குழப்பினார்.

அவர் சொன்னதைக் கேட்டவுடன் பயந்த சுப்பு நேராக பஞ்சு அருணாச்சலத்தை சந்திக்கப் போனார்.

“எதுக்கு நமக்கு ரிஸ்க்? உங்களோட பல படங்களில் பணியாற்றி இருக்கும் விஜயபாஸ்கரையே இந்தப் படத்துக்கும் போடுங்க. இல்லே அவர் வேண்டாம் மாத்தலாம்னு நினைச்சீங்கன்னா விஸ்வநாதன் சாரை போடுவோம். அவருக்குன்னு ஒரு தனி மார்க்கெட் இருக்கிறதினால நம்ம படத்திற்கு அவர் மியுசிக் போட்டா அது படத்துக்கே ஒரு மெரிட்டா இருக்கும்” என்றார்.

அவர் சொல்லி முடிக்கும்வரை பொறுமையாக இருந்த பஞ்சு அருணாச்சலம் “அன்னக்கிளி படத்துக்கு இளையராஜாதான் மியூசிக்!” என்று ஒரேயடியாக அடித்து சொன்னார்.

“படத்திற்கு இளையராஜாவைத்தான் இசையமைப்பாளராக போட வேண்டுமா என்று ஒரு முறைக்கு இரு முறை யோசித்துக் கொள்ளுங்கள்” என்று பஞ்சு அருணாச்சலத்திற்கு யோசனை கூறினாரே அந்த சுப்புதான் *அன்னக்கிளி* படத்திற்கு தயாரிப்பாளர். இருந்தாலும் அவரிடமே இளையராஜாதான் படத்துக்கு இசை என்று தீர்மானமாக பஞ்சு அருணாச்சலத்தால் சொல்ல முடிந்தது என்றால் அதற்குக் காரணம் அந்தப்படத்தின் ஆணிவேராக அவர் இருந்ததுதான்.

அந்த முதல் எதிர்ப்பைத் தொடர்ந்து அந்தப் படம் முடியும் வரை பல போராட்டங்களை சந்தித்தார் இளையராஜா.

பூஜைக்கான தேதி குறிக்கப்பட்டவுடன் பாடல்களை எழுத கண்ணதாசனை அழைப்பது என்று முடிவானது. இளையராஜாவிற்கு ஆனந்தம் என்றால் அப்படி ஒரு ஆனந்தம். தான் இசையமைக்கப் போகும் முதல் படத்திலேயே அந்த மாபெரும் கவிஞர் பாட்டெழுதப் போகும் பூரிப்பில் இளையராஜா இருந்தபோதுதான் கவிஞர் கண்ணதாசன் சிங்கப்பூர் செல்லவிருக்கின்ற செய்தி அவருக்குக் கிடைத்தது.

“எப்போது திரும்பி வருவார்?” என்று கேட்டபோது “படத்தின் பூஜை முடிந்த பிறகு தான் திரும்பிவருவார்” என்று பதில்வந்தது. கண்ணதாசன் இல்லாததால் படத்தின் பூஜையே தள்ளிப்போய்விடுமோ என்று இளையராஜா பயந்த போது “பூஜையை நிறுத்தவேண்டாம். நானே பாட்டு எழுதிவிடுகிறேன்” என்ற பஞ்சு அருணாச்சலம் ஒரே நாளில் பாடலை எழுதித்தந்தார்.

அன்னக்கிளி படத்தின் தொடக்கவிழா ஏ.வி.எம் ஸ்டுடியோ ரிக்கார்டிங் தியேட்டரில் நடைபெற்றது.

தனது சகோதர்கள் பாஸ்கர், அமர்சிங் என்கிற கங்கை அமரன் ஆகியோரோடு காலையிலேயே திருவேற்காடு கோவிலுக்குப் போய் சாமி கும்பிட்டு விட்டு ஸ்டுடியோவுக்கு வந்தார் இளையராஜா. பூஜை முடிந்து, ரிகர்சல் தொடங்கியது. ஆர்க்கெஸ்ட்ராவெல்லாம் அமர்ந்து, 'ரெடி, ஒன், டூ, த்ரி' என்று இளையராஜா சொன்ன அடுத்த நொடி 'மின்சாரம் கட்' ஆக, எல்லா விளக்குகளும் அணைந்து ஸ்டுடியோவில் இருள் சூழ்ந்தது.

இளையராஜாவிற்கும் அவரது சகோதர்களுக்கும் அதிர்ச்சி என்றால் அப்படி ஒரு அதிர்ச்சி.

அந்த நேரம் பார்த்து டோலக் வாசிக்க வந்திருந்த பாபுராஜ் என்பவர் 'நல்ல சகுனம்தான்' என்று சொல்ல, அப்படியே நொறுங்கிப் போன இளையராஜா யாரிடமும் ஒரு வார்த்தை பேசாமல் அமைதியாக நடந்து போய் பாடகர்கள் பாடுவதற்காக உள்ள அறைக்கு சென்று உட்கார்ந்தார்.

அந்த நேரத்தில் இளையராஜாவை வாழ்த்துவதற்காக வந்தார் இயக்குனர் பி.மாதவன். ஜி.கே. வெங்கடேஷிடம் பணியாற்றிய காலத்திலேயே ராஜாவை நன்கு அறிந்த இயக்குனர் அவர்.

பாடல் பதிவு தொடங்கிய நேரத்தில் கரண்ட் போனதால் இளையராஜா மிகுந்த வருத்தத்துடன்அமர்ந்திருக்கும் விஷயம் அவருக்குச் சொல்லப்பட்டதும் ராஜா இருந்த அறைக்கு வந்த அவர் "உனக்காக மாங்காடு அம்மன் கோவிலுக்குப் போய் வேண்டிக் கொண்டு பிரசாதம் கொண்டு வந்திருக்கேன். இந்தா பிரசாதம்" என்றபடி இளையராஜாவின் கையில் பிரசாதத்தைக் கொடுத்துவிட்டு "நான்தான் உனக்கு சான்ஸ் கொடுக்கணும்ணு நினைத்தேன். ஆனா பஞ்சு முந்திக் கொண்டு விட்டார். இந்த கரண்ட் போன விஷயத்தை எல்லாம் நினைச்சிக்கிட்டு மனதைத் தளரவிடாதே. நிச்சயம் நீ பெரிய ஆளாக வருவாய்" என்றார்.

"அவர் பேசியதை நான் அவர் பேசிய பேச்சாகவே அன்றைக்கு எடுத்துக் கொள்ளவில்லை. அந்த மாங்காடு அம்மனே அவர் மூலம் ஆறுதல் கூறியதாகத்தான் எடுத்துக் கொண்டேன்" என்று ஒரு கட்டுரையில் குறிப்பிட்டிருக்கிறார் இளையராஜா.

பி. மாதவன் அவர்களின் பேச்சால் இளையராஜா ஆறுதல் அடைந்த அந்த நேரத்தில் போன மின்சாரம் திரும்ப வந்தது.

அதைத் தொடர்ந்து எஸ்.ஜானகி 'அன்னக்கிளி உன்னைத் தேடுதே' என்ற பாடலைப் பாடி முடித்தார். அவர் பாடி முடித்தவுடன் அந்தப் பாடல் ஒளிபதிவுக் கூடத்தில் இருந்த எல்லோருமே ராஜாவின் திறமையைப் பாராட்டி கை தட்டினார்கள்.

இத்தனை போராட்டங்களுக்குப் பிறகு பதிவான அந்த 'அன்னக்கிளி உன்னைத் தேடுதே' என்ற பாடல் எப்படிப்பட்ட வரவேற்பைப் பெற்றது என்பதை நீங்கள் அனைவரும் அறிவீர்கள். அன்னக்கிளி படம் திரையிடப்பட்ட எல்லா தியேட்டர்களிலும் அந்தப் பாடலின் தொடக்கத்தில் வரும் ஹம்மிங்கை கேட்ட உடனேயே ரசிகர்கள் பலமாக கைதட்டத் தொடங்கினர்.

நாற்பது வருடங்களுக்கு முன்னாலே பஞ்சு அருணாச்சலம் தொடங்கி வைத்த இளையராஜா என்னும் அந்த இசை ஊற்று வற்றாத ஜீவ நதியாக மாறி இன்றும் இசை ரசிகர்களின் காதுகளில் தேனைப் பாய்ச்சிக் கொண்டிருக்கிறது.

30

கலைஞரும் புரட்சித் தலைவரும் சேர்ந்து பாராட்டிய பாரதிராஜா படம்

அலைகள் ஓய்வதில்லை திரைப்படம் பாரதிராஜா என்னும் மாபெரும் கலைஞரை திரையுலகில் அடுத்த கட்டத்திற்கு அழைத்துச் சென்ற படம். அந்தப் படத்தின் கதைக் கருவை விட அந்தப் படத்தின் இறுதிக் கட்டக் காட்சியை பாரதிராஜா கையாண்டிருந்த விதம்தான் புரட்சித் தலைவர் எம்.ஜி.ஆர், கலைஞர் கருணாநிதி உட்பட பல அறிஞர் பெருமக்கள் அந்தப் படத்தைப் பாராட்ட காரணமாக அமைந்தது.

அப்போது முதல்வராக இருந்த எம்.ஜி.ஆருக்கு அலைகள் ஓய்வதில்லை திரைப்படம் தென்னிந்திய நடிகர் சங்கத்தில் திரையிட்டுக் காண்பிக்கப்பட்டது. படத்தைப் பார்த்துவிட்டு அரைமணி நேரத்துக்கு மேலாக பாரதிராஜாவைப் பாராட்டிய மக்கள் திலகம் எம்.ஜி.ஆர். அலைகள் ஓய்வதில்லை படத்தில் பணியாற்றிய நடிகர் நடிகைகளையும் தொழில் நுட்பக் கலைஞர்களையும் பாராட்டுவதற்காக அகில இந்திய அண்ணா திராவிட முன்னேற்றக் கழகத்தின் சார்பில் கலைவாணர் அரங்கத்திலே ஒரு விழாவினை எடுத்தார். அந்த விழாவிலே அந்தப் படத்தில் பங்கு பெற்ற அனைவருக்கும் தனது ராசிக் கரங்களால் வெள்ளிக் கேடயங்கள் வழங்கினார்.

அகில இந்திய அண்ணா திராவிட முன்னேற்றக் கழகத்தின் சார்பில் பாராட்டப்பட்ட ஒரே திரைப்படம் பாரதிராஜாவின் அலைகள் ஓய்வதில்லை மட்டுமே.

இப்படி மிகச் சிறந்த பாராட்டுக்களை அவருக்குப் பெற்றுத்தந்த அந்த படத்தை உருவாக்கும்போது பாரதிராஜா சந்தித்த விமர்சனங்கள் ஏராளம்.

அதற்குக் காரணம் என்ன?

16 வயதினிலே, கிழக்கே போகும் ரயில், சிகப்பு ரோஜாக்கள், புதிய வார்ப்புகள், நிறம் மாறாத பூக்கள் என தொடர்ந்து ஐந்து வெள்ளிவிழாப்

படங்களைத் தந்தவர் பாரதிராஜா. அவருக்கு முன்னாலே தொடர்ந்து அத்தனை வெற்றிப் படங்களை எவரும் கொடுத்தது இல்லை.

அந்தத் தொடர் வெற்றிகளுக்குப் பிறகு பாரதிராஜாவுடன் அவரது முதல் படத்திலிருந்து பணியாற்றிய ஒளிப்பதிவாளரான நிவாசின் இயக்கத்திலே *கல்லுக்குள் ஈரம்* படத்தில் ஒரு இயக்குனரின் பாத்திரத்திலே நடித்தார் அவர். ஒரு கால கட்டத்தில் தெலுங்குப் பட உலகில் கோடி கட்டிப்பறந்த விஜய சாந்தியும், தமிழிலும் தெலுங்கிலும் பல படங்களில் கதாநாயகியாக நடித்த அருணாவும் அந்த *கல்லுக்குள் ஈரம்* படத்தின் மூலம் அறிமுகமானவர்கள்தான். அந்தப் படம் வெற்றிப் படமாக அமையவில்லை.

அப்படத்தைத் தொடர்ந்து அவர் தனது சொந்தப் பட நிறுவனமான மனோஜ் கிரியேஷன்ஸ் சார்பில் தயாரித்து இயக்கிய *நிழல்கள்* படத்திலேதான் மணிவண்ணனை கதை வசனகர்த்தாவாக அறிமுகப்படுத்தினார் பாரதிராஜா. *கல்லுக்குள் ஈரம்* படத்துக்குப் பிறகு பாரதிராஜாவுடன் ஏற்பட்ட கருத்து வேறுபாடு காரணமாக அந்தப் படத்தில் நிவாஸ் பணியாற்றவில்லை. எனது கண்கள் என்று இன்றுவரை பாரதிராஜா போற்றிக் கொண்டாடுகின்ற ஒலிப்பதிவுக் கலைஞரான பி. கண்ணன் அந்தப் படத்திலேதான் பாரதிராஜாவோடு முதன் முதலாக இணைந்தார்.

16 வயதினிலே படம் முதல் பாரதிராஜாவுடன் இணைந்து பணியாற்றிய கதாசிரியர் பாக்கியராஜ் *புதிய வார்ப்புகள்* படம் முடிந்தவுடன் *சுவர் இல்லாத சித்திரங்கள்* படத்தை இயக்கி நடித்துக் கொண்டிருந்ததால் அவரும் *நிழல்கள்* படத்தில் பணியாற்றவில்லை.

இப்படிப்பட்ட சூழ்நிலையில் நிவாஸ், பாக்கியராஜ் ஆகிய இருவருடைய பங்களிப்பும் இல்லாமல் வெளிவந்த *நிழல்கள்* படம் பாராட்டுக்களைப் பெற்ற அளவிற்கு வசூலைப் பெறவில்லை.

பாரதிராஜாவின் தொடர் வெற்றிகளை ஜீரணித்துக் கொள்ள முடியாத சிலர் பாரதிராஜாவின் வெற்றிகளுக்குக் காரணமே நிவாசும் பாக்கியராஜும்தான் என்றும் அவர்கள் இல்லாததால்தான் *நிழல்கள்* படத்தை பாரதிராஜாவால் வெற்றிப்படமாக தரமுடியவில்லை என்றும் ஒரு விஷமத்தனமான பிரச்சாரத்தைத் தொடங்கினார்.

அந்த விமர்சனங்களுக்கு எல்லாம் பதில் சொல்கின்ற விதமாக தனது அடுத்த படத்தைத் தரவேண்டிய கட்டாயத்திலிருந்தபோது பாரதிராஜா இயக்கிய படம்தான் *அலைகள் ஓய்வதில்லை.*

பாரதிராஜா இயக்குனராக அறிமுகமான நாளிருந்தே தங்களுக்காக ஒரு படத்தை இயக்கித் தரும்படி இளையராவின் மூத்த சகோதரரான பாஸ்கர் கேட்டுக் கொண்டேயிருந்ததால் அலைகள் ஓய்வதில்லை படத்தை பாஸ்கரின் பாவலர் பிரதர்ஸ் நிறுவனத்திற்காக இயக்க முடிவு செய்தார் பாரதிராஜா.

மணிவண்ணன் கதைவசனம் எழுதிய அந்தப் படத்தின் கதை ஒரு இஸ்லாமியப் பெண்ணை பிராமண இளைஞன் ஒருவன் காதலிப்பதால் ஏற்படும் பிரச்னைகளை மையப்படுத்திதான் முதலில் அமைக்கப்பட்டிருந்தது. அதனால்தான் அந்தப் படத்திலே இடம் பெற்ற 'ஆயிரம் தாமரை மொட்டுக்களே வந்து ஆனந்தக் கும்மிகள் கொட்டுங்களே' என்று தொடங்கும் பாடலின் பல்லவியில் கூட.

இங்கிரண்டு ஜாதி மல்லிகை
தொட்டுக்கொள்ளும் காமன் பண்டிகை
கோவிலில் காதல் தொழுகை

என்று எழுதியிருந்தார் அப்பாடலை எழுதிய கவிஞர் வைரமுத்து.

பின்னர் இஸ்லாமிய சமூகத்திலிருந்து எதிர்ப்புகள் எழுமோ என்ற சந்தேகத்தில்தான் அந்தப் படத்தின் நாயகி பாத்திரம் மேரி என்ற கிருஸ்துவப் பெண்ணின் பாத்திரமாக மாற்றி அமைக்கப்பட்டது.

தனது இரண்டாவது படமான கிழக்கே போகும் ரயில் படத்தில் எல்லா பாத்திரங்களுக்கும் புதுமுகங்களை அறிமுகம் செய்தது போல அலைகள் ஓய்வதில்லை படத்திலும் பெரும்பாலும் புதுமுகங்களை அறிமுகம் செய்வது என்று முடிவெடுத்தார் பாரதிராஜா.

புதுமுகத் தேர்வில் அவர் இருந்த போது அவரைப் பார்க்க தனது தாயாரான சரசம்மாவோடு வந்தார் அம்பிகா. அப்போதே அம்பிகா நடித்து சில படங்கள் வெளிவந்திருந்ததால் அந்தப் படத்தில் அவரைப் பயன்படுத்த முடியாத நிலையில் "உனக்கு வேறு யாராவது சகோதரிகள் இருக்கிறார்களா?" என்று பாரதிராஜா அவரைப் பார்த்து கேட்க தனது கைப்பையிலிருந்து அம்பிகா, அவரது தங்கைகள் மல்லிகா, சந்திரிகா ஆகிய மூவரும் இருந்த ஒரு படத்தை எடுத்து நீட்டினார் அம்பிகாவின் தாயாரான சரசம்மா.

அதில் இருந்த சந்திரிகாவின் புகைப்படத்தை ஊடுருவிப் பார்த்த பாரதிராஜாவின் காமிரா கண்களுக்கு கதாநாயகி ஆவதற்கு அவர் சரியானவர் என்று அப்போதே தோன்றியிருக்க வேண்டும்.

அடுத்து "இந்தப் பெண் இப்போது என்ன படித்துக் கொண்டிருக்கிறாள்?" என்று அம்பிகாவின் தாயாரிடம் பாரதிராஜா கேட்க பத்தாவது படித்துக் கொண்டிருப்பதாக அவர் பதில் சொன்னார்.

அப்போது திருவனந்தபுரத்திலிருந்து 38 கிலோமீட்டர் தூரத்தில் அமைந்திருந்த கல்லரா என்ற கிராமத்தில்தான் தங்கி படித்துக் கொண்டிருந்தார் சந்திரிகா. அடுத்த வாரம் வேறு ஒரு நிகழ்ச்சியில் கலந்து கொள்ள தான் திருவனந்தபுரம் வர இருப்பதாகவும், அப்போது கல்லராவிற்கு வந்து சந்திரிகாவை நேரில் பார்த்து விட்டு முடிவு செய்யலாம் என்றும் கூறினார் பாரதிராஜா.

அவர் கல்லரா செல்வதற்கு முன்னாலேயே தனது மகள் சந்திரிகாவிடம் ஒரு பெரிய டைரக்டர் அவரைப் பார்க்க கல்லரா வரப் போகிறார் என்ற செய்தியைச் சொல்லியிருந்தார் சரசம்மா. ஆனால் அப்போது சந்திரிகாவிற்கு நடிப்பதில் பெரிய ஆர்வம் இல்லை என்பதால் அவர் அதை அவ்வளவு தீவிரமாக எடுத்துக் கொள்ளவில்லை.

சொன்னபடி ஒரு வாரம் சென்றவுடன் தனது ஒளிப்பதிவாளரான பி.கண்ணனுடன் கல்லராவுக்கு பாரதிராஜா சென்ற போது மாலை ஆறு மணிக்கு மேலாகி விட்டது. அந்த நேரத்தில் அங்கே கரண்ட் கட் ஆகி விடவே மெழுகுவர்த்தியின் விளக்கு வெளிச்சத்தில்தான் பாரதிராஜாவால் சந்திரிகாவைப் பார்க்க முடிந்தது.

அப்போது அவரது நடை, முகபாவம் இவற்றை எல்லாம் சரியாகப் பார்க்க முடியாமல் போனதாலோ என்பதாலோ என்னவோ தனக்கு அந்த வீட்டை சுற்றி காண்பிக்கச் சொன்னார் அவர். ஒரு மெழுகுவர்த்தியைக் கையில் எடுத்துக் கொண்டு பேய்ப்படங்களில் நடப்பது போல சந்திரிகா முன்னால் நடக்க அவரது முக பாவத்தை கூர்ந்து கவனித்தபடி அவருக்கு பின்னாலே சென்று கொண்டிருந்த பாரதிராஜா அந்த வீட்டை விட்டு கிளம்பும்போதே அவர்தான் நாயகி என்பதை முடிவு செய்துவிட்டார்.

பின்னர் "அடுத்த வாரம் சென்னைக்கு கூட்டி வாருங்கள். மேக்கப் போட்டு கொஞ்சம் ஸ்டில்கள் எடுத்துப் பார்ப்போம்" என்று சொல்லிவிட்டு கிளம்பினார் அவர்.

அப்போது அம்பிகா சென்னையில் ரஞ்சித் ஓட்டலில்தான் தங்கியிருந்தார். அந்த ஹோட்டலிலேயே சந்திரிகாவுக்கு மேக்கப்

டெஸ்ட் எடுக்கப்பட்டது. அதற்குப் பிறகு இளையராஜாவை சந்திக்க பிரசாத் ஸ்டுடியோவிற்கு பாரதிராஜாவுடன் போனார் சந்திரிகா.

"இவர்தான் அலைகள் ஓய்வதில்லை படத்தில் அறிமுகமாகப் போகும் கதாநாயகி" என்று இளையராஜாவிடம் பாரதிராஜா சந்திரிகாவை அறிமுகப்படுத்தியதும் "ஓ இவர்தான் அந்த கப்பக் கிழங்கா" என்று கேட்டார் இளையராஜா.

இளையராஜா அப்படிக் கேட்டதும் அவர் என் அப்படி அழைக்கிறார் என்று புரியாமல் முழித்தார் சந்திரிகா. இளையராஜா அப்படி அழைத்ததற்குக் காரணம் அலைகள் ஓய்வதில்லை படத்திற்காக பதிவு செய்யப்பட்டிருந்த ஒரு பாட்டு. அந்தப் படத்தின் நாயகன் நாயகியை கேலி செய்யும் விதமாக "வாடி என் கப்பக் கிழங்கே" என்று தொடங்கும் பாடல் அந்தப் படத்திற்காக பதிவு செய்யப்பட்டிருந்ததால்தான் அவரை அப்படி அழைத்தார் இளையராஜா.

கிழக்கே போகும் ரயில் படத்தில் அறிமுகமான ராதிகாவின் பெயர் ஆர் என்று எழுத்தில் தொடங்கும் பெயராக அமைந்ததால்தான் பாரதிராஜாவின் *புதிய வார்ப்புகள்* பட நாயகி ரதியாகவும் *நிழல்கள்* பட நாயகி ரோகிணியாகவும் பெயர் மாற்றம் பெற்றனர். அந்த ஆர் வரிசையில் ராதா என்று பெயர் சூட்டப்பட்டு *அலைகள் ஓய்வதில்லை* படத்திலே அறிமுகமான ராதா முதல் படத்திலேயே தமிழ்த் திரைப்பட ரசிகர்களின் கனவுக் கன்னியானார்.

அந்தப் படத்தில்தான் அவருக்கு ஜோடியாக கார்த்திக் அறிமுகமானார் என்பது எல்லோரும் அறிந்த ஒரு செய்தி. ஆனால் அந்தப் பாத்திரத்திற்கு முதலில் தேர்வானவர் கார்த்திக் இல்லை. அவர் யார் என்பதை அடுத்த கட்டுரையில் பார்ப்போம்.

31

கார் மோதியதால் கதாநாயகனான கார்த்திக்

அலைகள் ஓய்வதில்லை திரைப்படம் என் வாழ்க்கையிலும் ஒரு முக்கியமான படம். இயக்குனர் இமயம் பாரதிராஜா உதவி இயக்குனராகவும் நான் பத்திரிகையாளனாகவும் இருந்த காலத்தில் இருந்தே நானும் அவரும் நெருங்கிய நண்பர்கள். அவருடன் பணியாற்றிக் கொண்டிருந்த கே.பாக்யராஜ் உள்ளிட்ட பல உதவி இயக்குனர்கள் அவரிடமிருந்து விலகித் தனியாக படம் இயக்க தொடங்கி விட்டிருந்த சூழ்நிலையில் "என்னுடன் உதவி இயக்குனராக பணியாற்றுகிறாயா" என்று ஒரு நாள் என்னிடம் கேட்டார் பாரதிராஜா. அப்போது நான் திரைக்கதிர் என்ற பெயரிலே ஒரு பத்திரிகை நடத்திக் கொண்டிருந்தேன். அது தவிர ஏராளமான படங்களுக்கு பத்திரிகைத் தொடர்பாளராகப் பணியாற்றிக் கொண்டிருந்தேன்.

பாரதிராஜாவிடம் உதவி இயக்குனராகப் பணியாற்றுவதற்காக பல இளைஞர்கள் கியூவில் காத்துக் கொண்டிருந்த அந்த கால கட்டத்தில் அவரே என்னை உதவி இயக்குனராக சேரும்படி அழைக்கிறார் என்றால் அந்த வாய்ப்பை தவறவிடக்கூடாது என்று முடிவு செய்து உடனடியாக அவருடன் உதவி இயக்குனராக சேர்ந்தேன்.

அலைகள் ஓய்வதில்லை படத்தின் கதாநாயகியாக ராதா தேர்வானதும் கதாநாயகனாக நடிப்பதற்கும் அந்தப் படத்திலே மிக முக்கியவேடமாக அமைந்திருந்த கதாநாயகி மேரியின் அண்ணன் பாத்திரத்தில் நடிப்பதற்கும் நடிகர்களைத் தேர்வு செய்யும் பணி தொடங்கியது.

பிரசாந்தின் தந்தையான தியாகராஜன் அப்போது பாலிடார் என்ற இசைக் கம்பெனியின் சென்னைப் பிரதிநிதியாகப் பணியாற்றிக் கொண்டிருந்தார். ஆகவே இளையராஜா, கங்கை அமரன், ஆர்.டி. பாஸ்கர் ஆகியோரோடு அவருக்கு நெருக்கமான நட்பு இருந்தது.

ஒரு நாள் பாஸ்கரோடு அவர் பாரதிராஜாவைப் பார்க்கப் போனபோது அவரையே பார்த்துக் கொண்டிருந்தார் பாரதிராஜா.

“என்ன அவரையே பார்த்துக்கிட்டிருக்கே. அவரைப் படத்தில நடிக்க வைக்கப் போறியா?” என்று இளையராஜாவின் அண்ணனும் அந்த படத்தின் தயாரிப்பாளருமான பாஸ்கர் கேட்க “அதைத்தான் யோசிக்கிறேன். மேரியின் அண்ணனாக இவரை நடிக்க வைத்தால் எப்படியிருக்கும்?” என்றார் பாரதிராஜா.

அடுத்து கதாநாயகனுக்கான வேட்டை தொடங்கியது. பள்ளிகள், கல்லூரிகள், கடற்கரை என்று பல இடங்களில் தேடியும் அந்த கதைக்கேற்ற நாயகன் கிடைக்கவில்லை. படப்பிடிப்புக்கான நாள் நெருங்கிக் கொண்டிருந்த நிலையில் ராயப்பேட்டை பீட்டர்ஸ் சாலையில் அமைந்துள்ள ஆதர்ஷ் வித்யாலயாவில் படித்துக் கொண்டிருந்த ஒரு பையனை அந்தப் பாத்திரத்திற்கு தேர்வு செய்தார் பாரதிராஜா.

அதையடுத்த இரண்டு நாட்களில் படப்பிடிப்பு தொடங்க இருந்த நிலையில் அந்த பள்ளிக்கு என்னை அழைத்துக் கொண்டு போய் அந்த பையனைக் காட்டினார் அவர். என்ன காரணத்தாலோ என் மனதுக்கு அந்தப் பையன் அலைகள் ஓய்வதில்லையின் நாயகன் விச்சுவின் பாத்திரத்திற்குச் சரியாக இருப்பான் எனத் தோன்றவில்லை. அதை இயக்குனரிடம் சொன்னபோது ஷூட்டிங் எல்லாம் நிச்சயமாகி விட்டது. பரவாயில்லை விடு. இவனே இருக்கட்டும் என்றார்.

“இவ்வளவு நாள் பொறுத்துவிட்டோம். இன்று ஒரு நாள் மீண்டும் தேடிப் பார்ப்போம். பையன் சரியாக அமையவில்லை என்றால் நாளை இவனையே கதாநாயகனாக முடிவு செய்துகொண்டு படப்பிடிப்பிற்கு சென்றுவிடலாம்” என்றேன் நான்.

ஒரு வருடம் ஓடிய *கிழக்கே போகும் ரயில்* படத்தில் முழுக்க முழுக்க புதுமுகங்களை நடிக்க வைத்து சாதனை புரிந்த பாரதிராஜா பெருந்தன்மையோடு நான் சொன்னதை ஏற்றுக் கொண்டார். அதுதான் அவரிடமுள்ள தனிக்குணம். சாதாரணமாக எல்லா இயக்குனர்களிடமும் பார்க்க முடியாத பல நல்ல குணங்களுக்குச் சொந்தக்காரர் அவர்.

மீண்டும் கதாநாயகன் வேட்டை தொடங்கியது. இந்த முறை எங்களுடன் டிக்டிக்டிக் படத்தின் தயாரிப்பாளரான ஆர்.சி.பிரகாஷும் சேர்ந்து கொண்டார். பல இடங்களில் தேடி அலைந்து விட்டு மாலையில் எழும்பூரில் அமைந்துள்ள ஹாசன் மெமோரியல்

பள்ளியின் வாசலுக்குச் சென்ற நாங்கள் மூவரும் வகுப்புகள் விட்டு வெளியே வரும் மாணவர்களில் யாராவது தேறுவார்களா என்று பார்த்தோம். ஆனால் அதிலும் யாரும் தேறவில்லை. பின்னர் காபி சாப்பிடுவதற்காக மூவரும் அட்லாண்டிக் ஹோட்டலுக்குப் போன போது காரை ஓட்டியவர் பாரதிராஜா. அவர் அப்போதுதான் கார் ஓட்டக் கற்றுக் கொண்டிருந்தார். அட்லாண்டிக் ஓட்டல் அருகே போனபோது சைக்கிளில் போய்க் கொண்டிருந்த ஒரு பையன் மீது காரை மோதி விட்டார் பாரதிராஜா. போயஸ் தோட்டத்தில் தன் வீட்டுக்கு அருகே தனக்குத் தெரிந்த டாக்டர் ஒருவர் இருப்பதாக ஆர்.சி.பிரகாஷ் கூறவே அந்தப் பையனுக்கு முதலுதவி செய்வதற்காக அந்த டாக்டரின் இல்லத்துக்கு சென்றோம். அந்த டாக்டரின் வீடு கஸ்தூரி ரங்கன் சாலையில் அமைந்துள்ளது. சிகிச்சை முடிந்து அந்த பையனை அட்லாண்டிக் ஹோட்டல் அருகே இறக்குவதற்காக நாங்கள் காரில் சென்றபோது கஸ்தூரி ரங்கன் சாலையில் அமைந்துள்ள நடிகர் முத்துராமனின் வீட்டுக்கு பக்கத்தில் நண்பர்களுடன் பூப்பந்து ஆடிக் கொண்டிருந்தார் பின்னாளில் கார்த்திக் என்ற பெயரில் அறிமுகமான முரளி.

கார் அந்தப் பக்கம் சென்ற கண நேரத்தில் அவரைப் பார்த்த பாரதிராஜாவின் கண்களுக்கு அந்த முரளிக்கு உள்ளே இருந்த நடிகன் எப்படித்தான் தெரிந்தானோ? காரை கொஞ்சம் பின்னால் ஓட்டச் சொன்னார் 'யார் அந்தப் பையன்?' என்று என்னிடம் கேட்டார். முத்துராமன் எனது நெருங்கிய நண்பர் என்பதால் முரளியை ஏற்கனவே எனக்குத் தெரியும். ஆகவே "அது நடிகர் முத்துராமனின் மகன்" என்று அவருக்குச் சொன்னேன். பின்னர் அந்தப் பையனை அழைக்கச் சொன்னார். நான் முரளியை அழைத்துப் பேசிக் கொண்டிருக்க அவர் என்னுடன் பேசிக் கொண்டிருந்த முரளியின் முக பாவங்களையே கூர்ந்து கவனித்துக் கொண்டிருந்தார். ஒரு பத்து நிமிடத்திற்குப் பிறகு "அப்பா வீட்டில் இருக்கிறாரா?" என்று பாரதிராஜா முரளியிடம் கேட்டபோதே அலைகள் ஓய்வதில்லை படத்தின் நாயகன் முரளிதான் என்று எனக்குப் புரிந்துவிட்டது. அப்பா சினிமாவிற்குப் போயிருப்பதாக முரளி சொன்னவுடன் ஆர்.சி.பிரகாஷ் வீட்டு டெலிபோன் நம்பரை எழுதி முரளியிடம் கொடுத்து முத்துராமன் வந்தவுடன் அந்த நம்பருக்கு கூப்பிடச் சொல்லிவிட்டு அங்கிருந்து கிளம்பினோம்.

ஆர்.சி.பிரகாஷ் வீடு கஸ்தூரி ரங்கன் சாலைக்கு மிக அருகில் போயஸ் தோட்டத்தில் அமைந்திருந்ததால் அவரது வீட்டில்

முத்துராமனின் டெலிபோன் அழைப்பிற்காக காத்திருந்தோம். "மிகவும் வித்தியாசமான முகம் அது மட்டும் இல்லாமல் பையன் துருதுருவென்று இருக்கிறான். அலைகள் ஓய்வதில்லை கதையின் நாயகன் விச்சுவிற்கு இவன் மிக பொருத்தமாக இருப்பான்" என்றார் பாரதிராஜா.

இரவு பத்து மணியளவில் முத்துராமனிடமிருந்து போன் வந்தது.

அவரது வீட்டுக்கு நாங்கள் சென்றவுடன் வழக்கம்போல உற்சாகமாக எங்களை வரவேற்றார் முத்துராமன். "முரளியை நடிக்க வைக்கலாம் என்றிருக்கிறேன்" என்று அவரிடம் பாரதிராஜா சொன்னபோது முதலில் அவரால் அதை நம்பவே முடியவில்லை. 'இவனையா' என்று திரும்பத் திரும்பக் கேட்டார் என்றாலும் பாரதிராஜா தனது மகனைத் தேர்ந்தெடுத்ததில் அவருக்கு அப்படி ஒரு மகிழ்ச்சி.

பின்னர் முரளியின் பிளஸ் மற்றும் மைனஸ் இரண்டையும் பாரதிராஜாவோடு பகிர்ந்து கொண்ட முத்துராமனும் அவரது மனைவியும் "பையனை உங்ககிட்ட ஒப்படைச்சிட்டோம். இனி அவனைப் பார்த்துக் கொள்ள வேண்டியது உங்களது பொறுப்பு" என்று சொல்ல "இனி அவனைப் பற்றிய கவலையை நீங்கள் விட்டு விடுங்கள். அவனை ஹீரோவாக ஆக்க வேண்டியது என் பொறுப்பு" என்றார் பாரதிராஜா.

படத்தில் நடிப்பதற்கு முரளி தனது தந்தையிடம் விதித்த ஒரே நிபந்தனை அவர் படப்பிடிப்பைப் பார்க்க வரக்கூடாது என்பது மட்டுமே. அதற்கு உடனடியாக ஒப்புக் கொண்டார் முத்துராமன்.

அலைகள் ஓய்வதில்லை படத்தின் படப்பிடிப்பு நடந்த போது தனது மனைவியுடன் நாகர்கோவிலுக்கு வந்த அவர் மகனுக்கு கொடுத்த வாக்குறுதியை நிறைவேற்றுவதற்காக படப்பிடிப்பு நடைபெற்ற இடத்துக்கு வரவேயில்லை. ஹோட்டலிலேயே ஒரு நாள் மகனுடன் தங்கிவிட்டு சென்னைக்குப் புறப்பட்டுவிட்டார்.

கதாநாயகனாக முரளி தேர்ந்தெடுக்கப்பட்டதற்கு அடுத்த நாள் காலையில் படப்பிடிப்பு ஏற்பாடுகளுக்காக பாரதிராஜா புறப்பட்டுவிட அதற்கு அடுத்த நாள் காலையில் நானும் முரளியும் விமானத்தில் திருவனந்தபுரத்திற்கு புறப்பட்டோம்.

நாகர்கோவிலுக்கு சில கிலோ மீட்டர் தூரத்தில் அமைந்துள்ள முட்டம் என்னும் கடற்கரை கிராமத்தில் அலைகள் ஓய்வதில்லை படத்தின் படப்பிடிப்பு தொடங்கியது.

பாரதிராஜாவால் கார்த்திக் என்று பெயர் மாற்றம் பெற்றிருந்த முரளியை அலைகள் ஓய்வதில்லை படத்தின் நாயகன் விச்சுவாக கொஞ்சம் கொஞ்சமாக மாற்றிக் கொண்டிருந்தார் பாரதிராஜா.

அலைகள் ஓய்வதில்லை பலருக்கு அடையாளம் தந்த ஒரு படமாக அமைந்தது.

கார்த்திக், ராதா, தியாகராஜன், ஆகியோர் நடிகர்களாக அறிமுகமான அந்த படத்திலேதான் ஆர்.டி.பாஸ்கர் தயாரிப்பாளர் ஆக அறிமுகமானார். நான் உதவி இயக்குனராக பணியாற்றிய முதல் படமும் அலைகள் ஓய்வதில்லை தான்.

32

எம்.ஜி.ஆரையும் எம்.ஜி. சக்ரபாணியையும் அறிமுகம் செய்த இயக்குனர்

சதிலீலாவதி திரைப்படத்தில் எம்.ஜி.ஆரையும், இரு சகோதரர்கள் படத்தில் எம்.ஜி.ஆரின் அண்ணன் எம்.ஜி.சக்ரபாணியையும் அறிமுகம் செய்த எல்லிஸ்.ஆர். டங்கன் தமிழில் பேச அறிந்திருந்த மூன்று வார்த்தைகள் 'சாராயம் கொண்டு வா' என்பதுதான். அப்படிப்பட்ட அவர் எப்படிப்பட்ட தமிழ் இலக்கியவாதிகளுடன் பணியாற்றி இருக்கிறார் என்பதைப் பார்க்கும்போது பிரமிப்பு ஏற்படுவதை எவராலும் தடுக்க முடியாது. புரட்சிக் கவிஞர் பாரதிதாசன், சுத்தானந்த யோகியார், கல்கி, இளங்கோவன், கலைஞர் கருணாநிதி என்று அவர் பணியாற்றிய இலக்கியவாதிகளின் பட்டியல் மிகவும் நீளமானது.

1935ஆம் ஆண்டு முதல் 1950வரை இந்தியாவில் தங்கிய எல்லிஸ். ஆர். டங்கன் இயக்கிய தமிழ்ப் படங்களின் எண்ணிக்கை 13.

அமெரிக்காவில் ஓகையா மாநிலத்தில் அமைந்துள்ள பார்டன் என்ற சிற்றூரில் பிறந்தவர் டங்கன். சிறுவயது முதலே புகைப்படங்கள் எடுப்பதில் ஆர்வம் கொண்டவராக இருந்த அவர், தனது பள்ளிப்படிப்பு முடிவடைந்தவுடன் தெற்கு கலிபோர்னியாவில் அமைந்திருந்த பல்கலைக்கழகத்தில் திரைப்படத் துறைக்கான படிப்பில் ஒளிப்பதிவுப் பிரிவில் சேர்ந்தார். அப்போது அதே பல்கலைக்கழகத்தில் மானக்லால் தாண்டன் என்ற இந்திய மாணவர் திரைப்படத்துறை சம்பந்தமாக படித்துக் கொண்டிருந்தார். மானக்லால் தாண்டன் அப்போது பம்பாயில் இருந்த மிகப் பெரிய செல்வந்தரின் பிள்ளை. திரைப்படம் சம்பந்தமாக படித்து விட்டு வரப்போகும் தனது மகனுக்காக பம்பாயில் மிகப்பெரிய ஸ்டுடியோ ஒன்றை நிர்மாணித்துக் கொண்டிருந்தார் அவரது தந்தை.

தனது சொந்த ஸ்டுடியோவில் படத் தயாரிப்புகளைத் தொடங்குவதற்காக இந்தியா சென்றபோது தனது நண்பர்களான எல்லிஸ்.ஆர். டங்கனையும், மைக்கேல் ஓமலேவையும் தன்னுடன் இந்தியாவிற்கு வருமாறு அழைத்தார் தாண்டன்.

அவரது அழைப்பை ஏற்று 1935ஆம் ஆண்டு இந்தியாவிற்கு புறப்பட்டார் டங்கன். ஆறுமாதம் இந்தியாவில் தங்குவதற்காக அன்று அவர் மேற்கொண்ட அந்தப் பயணம் பதினைந்து வருடங்கள் அவரை இந்தியாவில் தங்க வைக்கப் போகிறது என்று அப்போது டங்கனுக்குத் தெரியாது.

சில காரணங்களால் திட்டமிட்டபடி படத் தயாரிப்புப் பணிகளை மானக்லால் தாண்டனால் தொடங்க முடியவில்லை. அந்த சந்தர்ப்பத்தில்தான் கே.பி.சுந்தராம்பாள் நந்தனாராக நடித்த *பக்த நந்தனார்* திரைப்படத்தை இயக்குகின்ற வாய்ப்பை அவருக்கு வழங்கினார் அசன்தாஸ் என்னும் தயாரிப்பாளர். அதுதான் கே.பி.சுந்தராம்பாள் நடித்த முதல் திரைப்படம். அந்தத் திரைப்படத்தில் மானக்லால் தாண்டனோடு இணைந்து பணியாற்றிய டங்கன் அந்த படத்தின் சில காட்சிகளை ஒளிப்பதிவு செய்தது மட்டுமின்றி இயக்கவும் செய்தார். எல்லிஸ்.ஆர். டங்கன் பணியாற்றிய முதல் படமாக *பக்த நந்தனார்* அமைந்தது. அந்தப் படத்தின் படப்பிடிப்பு முடிந்ததும் எல்லிஸ்.ஆர். டங்கனும் ஒமேலேயும் அமெரிக்காவிற்குத் திரும்பினார்கள்.

படப்பிடிப்பு முடிந்து *பக்த நந்தனார்* படம் வெளியீட்டுக்கு தயாரான போது அந்தப் படத்தின் பிரீமியர் கட்சி பம்பாயில் நடைபெற்றது. அந்தக் காட்சிக்கு வரும்படி தனது நண்பரான எல்லிஸ்.ஆர். டங்கனுக்கு மானக்லால் தாண்டன் விடுத்திருந்த அழைப்பை ஏற்றுக் கொண்டு இந்தியா வந்தார் டங்கன்.

பக்த நந்தனார் படத்தைத் தொடர்ந்து பல திரைப்பட நிறுவனங்களில் இருந்து மானக்லால் தாண்டனுக்கு அழைப்புகள் வந்தன. அதில் ஒரு அழைப்புதான் *சதிலீலாவதி* படத்தை இயக்க அவருக்கு வந்த வாய்ப்பு. தனக்கு வந்த பல வாய்ப்புகளில் *தலித் குசும்* என்ற இந்திப்படத்தை இயக்கும் வாய்ப்பை அப்போது தாண்டன் ஏற்றுக் கொண்டிருந்ததால் அவரால் *சதி லீலாவதி* படத்தை இயக்க முடியவில்லை. ஆகவே தனது நண்பரான எல்லிஸ்.ஆர். டங்கனை மருதாசலம் செட்டியாருக்கு பரிந்துரை செய்தார் தாண்டன்.

அப்போது டங்கனுக்கு சுத்தமாக ஒரு தமிழ் வார்த்தை கூட தெரியாது. ஆகவே அந்த 27 வயது இளைஞனை நம்பி படத்தை இயக்கும் வாய்ப்பை எப்படித் தருவது என்று மருதாசலம் செட்டியார்

யோசித்தபோது, என்ன சொன்னால் மருதாசலம் செட்டியாரை வீழ்த்த முடியுமோ அதைச் சொன்னார் தாண்டன். டங்கன் அமெரிக்காவில் திரைப்படக் கலை பற்றி படித்தவர் என்று தாண்டன் சொன்னதும் மறு பேச்சின்றி அவரை இயக்குனராக ஏற்றுக் கொண்டார் மருதாசலம் செட்டியார்.

தமிழ் சினிமா உலகின் முடிசூடா மன்னனாகத் திகழ்ந்த மக்கள் திலகம் எம்.ஜி.ஆர் அவர்களை தமிழ்த் திரையுலகிற்கு அறிமுகப்படுத்தியவர் என்ற பெருமை *சதிலீலாவதி* படத்தின் மூலம் எல்லிஸ்.ஆர். டங்கனுக்குக் கிடைத்தது. அந்தப் படத்திலே எம்.ஜி.ஆர் மட்டுமின்றி என்.எஸ். கிருஷ்ணன், டி.எஸ்.பாலையா போன்ற பல கலைஞர்கள் அறிமுகமானார்கள்.

முதல் படத்திலேயே தனது வித்தியாசமான கேமிரா கோணங்களால் தன்னைத் திரும்பிப் பார்க்க வைத்தார் டங்கன். ஒரே இடத்தில் கேமிராவை நிலையாக நிறுத்தி வைத்துப் படம் எடுக்காமல் காட்சிகளைப் படமாக்க முதல் முதலாக டிராலியை அந்தப் படத்திலே பயன்படுத்தியிருந்தார் டங்கன். அதனால் நீண்ட காலத்திற்கு டிராலி மூவ்மெண்டுகளை *டங்கன் டிராலி* என்ற பெயரிலே பல ஒளிப்பதிவாளர்கள் அழைத்து வந்தனர்.

சதி லீலாவதி படத்திலே நடிக்க எம்.ஜி.சக்ரபாணியும் முயற்சி செய்தார் என்றாலும் சரியான பாத்திரம் அமையாததால் அவரை அந்தப் படத்தில் டங்கன் பயன்படுத்திக் கொள்ளவில்லை. அதன் பின்னர் தான் இயக்கிய *இரு சகோதர்கள்* என்ற திரைப்படத்தில் எம்.ஜி. சக்ரபாணியை அறிமுகம் செய்தார் அவர்.

எல்லிஸ்.ஆர். டங்கன் இயக்கிய ஐந்தாவது படமாக எம்.கே.தியாகராஜ பாகவதரும் எம்.ஆர். சந்தானலட்சுமியும் ஜோடியாக நடித்த *அம்பிகாபதி* திரைப்படம் அமைந்தது. *அம்பிகாபதி* படத்தின் கதையைக் கேட்ட டங்கனுக்கு அந்தக் கதை மிகவும் பிடித்துப் போனது. *அம்பிகாபதி* படத்திற்கு வசனம் எழுதியவர் தமிழ்த்திரை உலகின் வசனப் போக்கை மாற்றியமைத்த பிரபல எழுத்தாளரான இளங்கோவன். தமிழ்த் திரைப்படங்களில் நாதா, ஸ்வாமி என்று பேசிக் கொண்டிருந்த கதாப்பாத்திரங்கள் இயல்பாக பேசத் தொடங்கியது இவரது வருகைக்குப் பிறகுதான் நிகழ்ந்தது.

அம்பிகாபதி ரோமியோ ஜூலியட்டைப் போன்ற ஒரு காதல் கதை என்பதால் அந்தத் திரைப்படத்தை இயக்குவதற்கு ரோமியோ

ஜூலியட்டை முன் மாதிரியாக வைத்துக் கொண்ட டங்கன் ரோமியோ ஜூலியட்டிலிருந்து சில காட்சிகளை இளங்கோவனிடம் கொடுத்து தமிழில் மொழிபெயர்த்துத் தரச் சொல்லி அந்தப் படத்திலே பயன்படுத்திக் கொண்டார்.

அம்பிகாபதி படுக்கையறைக்கு அமராவதியை தூக்கிச் செல்வது போல பல நெருக்கமான காட்சிகளை அந்தப் படத்துக்காக படமாக்கி இருந்தார் டங்கன். அதற்கு முன்பு தமிழ்ப் படங்களில் அத்தனை நெருக்கமான காதல் காட்சிகள் இடம் பெற்றதில்லை. ஆகவே அப்படிப்பட்ட காட்சிகள் மூலம் டங்கன் அமெரிக்க கலாச்சாரத்தை தமிழ்ப்படங்களில் புகுத்துவதாகக் கூட அவருக்கு எதிராக விமர்சனங்கள் எழுந்தன.

சதி லீலாவதி படத்திலே தான் அறிமுகப்படுத்திய டி.எஸ்.பாலையா, என்.எஸ்.கிருஷ்ணன், டி.ஏ. மதுரம் ஆகியோரை அம்பிகாபதி படத்திலே பயன்படுத்திக் கொண்டார் டங்கன். தியாகராஜா பாகவதரின் திரையுலக வாழ்க்கையில் மிக முக்கியமான ஒரு படமாக அமைந்த அம்பிகாபதி ஒரு வருடம் ஓடி மிகப்பெரிய வெற்றிப்படமாக அமைந்தது.

அம்பிகாபதி படத்தைத் தொடர்ந்து இசைக்குயில் எம்.எஸ்.சுப்புலட்சுமி நடித்த சகுந்தலை படத்தை இயக்கினார் டங்கன். அந்த வாய்ப்பை இவருக்கு வழங்கியவர் தமிழ்த் திரையுலகின் பிதா மகன் என்று எல்லோராலும் போற்றப்படும் பிரபல இயக்குனரான கே.சுப்ரமணியம் அவர்கள்.

எம்.எஸ்.சுப்புலட்சுமி அவர்களும் அவரது கணவரான சதாசிவமும் இணைந்து சந்திரபிரபா சினிடோன் என்ற பெயரில் ஒரு திரைப்பட நிறுவனத்தைத் தொடங்கினர். அந்த நிறுவனத்தின் சார்பில் சகுந்தலை படத்தை இயக்குவதற்காக இயக்குனர் கே.சுப்ரமணியம் அவர்களை அவர்கள் அணுகியபோது ஏற்கனவே பல பட வேலைகள் இருப்பதால் அந்த படத்தை ஒப்புக் கொள்ள முடியாத சூழ்நிலையில் இருப்பதாக அவர்களிடம் தெரிவித்தார் அவர்.

அருடைய அந்த பதிலால் மிகுந்த ஏமாற்றமடைந்த சதாசிவம் சில நாட்களுக்குப் பிறகு மீண்டும் சுப்ரமணியம் அவர்களை சந்தித்து சகுந்தலை படத்தை இயக்கப் பொருத்தமான ஒரு இயக்குனரை

பரிந்துரைக்கும்படி கேட்டுக் கொள்ள சுப்ரமணியம் எல்லிஸ். ஆர். டங்கன் அவர்களின் பெயரை சொன்னார்.

இப்படி கே. சுப்ரமணியம் அவர்கள் பரிந்துரைத்த டங்கன் சகுந்தலை படப்பிடிப்பில் "நீங்கள் எல்லாம் ஒரு நடிகையா, நடிக்கத் தெரியவில்லை என்றால் ஏன் நடிக்க வருகிறீர்கள்?" என்றெல்லாம் மனம் போனபடி எம்.எஸ்.சுப்புலட்சுமியைப் பார்த்துப் பேச இடை விடாமல் கண்ணீர் விட்டு அழுதார் அந்தக் கலையரசி.

அதற்குப் பிறகும் டங்கன் இயக்கத்திலே தொடர்ந்து நடிக்க அவர் எவ்வாறு ஒப்புக் கொண்டார் என்பதை அடுத்த கட்டுரையில் பார்ப்போம்.

33

இசைக்குயில் எம்.எஸ்.சுப்புலட்சுமியை மூன்று முறை இயக்கும் வாய்ப்பினைப் பெற்ற இயக்குனர்

பல திரைப்படப் பணிகளில் ஈடுபட்டிருந்ததால் சகுந்தலை படத்தை இயக்க முடியாத நிலையில் இருப்பதாக கல்கி சதாசிவம் அவர்களிடம் சொன்ன இயக்குனர் கே.சுப்ரமணியம் அந்தப் படத்தை இயக்க எல்லிஸ்.ஆர். டங்கனை சிபாரிசு செய்தது மட்டுமின்றி டங்கனைத் தொடர்பு கொண்டு சகுந்தலை படத்தை இயக்குகின்ற பொறுப்பை ஏற்றுக் கொள்ள வேண்டும் என்று அவரிடமும் சொன்னார்.

"எம்.எஸ்.சுப்புலட்சுமி என்னும் மாபெரும் இசையரசியோடு பணியாற்றக் கூடிய அற்புதமான வாய்ப்பை எனக்கு சகுந்தலை திரைப்படம் தந்தது" என்று ஒரு கட்டுரையில் குறிப்பிட்டிருக்கும் எல்லிஸ்.ஆர். டங்கன் தான் அந்தப் படத்தின் படப்பிடிப்பின்போது எம்.எஸ்.சுப்புலட்சுமி கண்ணீர்விட்டு அழக் காரணமாக இருந்தார்.

ராஜபிரதிநிதிகளும், மக்களும் புடை சூழ துஷ்யந்த மகராஜா கொலு மண்டபத்தில் அமர்ந்திருக்கும்போது அங்கே வரும் சகுந்தலை ராஜாவைப் பார்த்து கோபத்திலே கொந்தளிக்க வேண்டிய ஒரு காட்சி சகுந்தலை படத்துக்காகப் படமாக்கப்பட்டபோது அந்தக் காட்சியில் எப்படி நடிக்க வேண்டும் என்று மிகப் பொறுமையாக எம்.எஸ். சுப்புலட்சுமி அவர்களுக்கு சொல்லிக் கொடுத்தது மட்டுமின்றி நடித்தும் காட்டினார் டங்கன். அதற்குப் பிறகு பல முறை ஒத்திகை பார்த்துவிட்டே அந்தக் காட்சியைத் தொடங்கினார் டங்கன். ஆனால் பல முறை படமாக்கிய போதும் அந்தக் காட்சிக்கு வேண்டிய கோபத்தை எம்.எஸ்.அவர்கள் சரியாக வெளிக்காட்டவில்லை. அதைக்கண்டு முகம் சிவந்த டங்கன் கோபமாக செட்டைவிட்டு வெளியே போய்விட்டார்.

சிறிது நேரம் சென்ற பிறகு செட்டுக்குள் நுழைந்த அவர், "காலையிலிருந்து இந்தக் ஒரே காட்சியை எத்தனை முறை

படமாக்குவது? இதுதான் கடைசி டேக். இந்த டேக்கிலும் சரியாக நடிக்கவில்லை என்றால் நான் திரும்ப பொறுமையாக சொல்லிக் கொடுத்துக் கொண்டிருக்க மாட்டேன். ஷூட்டிங்கை கேன்சல் செய்துவிட்டு போய்க்கொண்டே இருப்பேன்" என்று பொதுவாக உரத்த குரலில் சத்தம் போட்டதுமட்டுமின்றி எம்.எஸ். சுப்புலட்சுமியின் அருகிலே போய் "இவ்வளவு மோசமான நடிகையா இருப்பீங்க என்று நான் கொஞ்சமும் எதிர்பார்க்கவில்லை" என்றார்.

அவர் அப்படிச் சொன்னதும் ஒரு பக்கம் அவமானம், இன்னொரு பக்கம் கோபம், மற்றொரு பக்கம் ஆத்திரம் என்று பல உணர்ச்சிகளுக்கு ஆளான சுப்புலட்சுமியின் கண்களிலிருந்து கண்ணீர் அருவியாகக் கொட்ட ஆரம்பித்தது.

அந்த கால கட்டத்தில் இசையுலகில் ராணியாக இருந்தார் எம்.எஸ். அது தவிர சகுந்தலை படத்தின் தயாரிப்பாளரும் அவர்தான். அப்படியிருக்கும் போது அவரை இப்படி மனம்போனபடி டங்கன் திட்டியது சுப்புலட்சுமி அவர்களை மட்டுமின்றி அந்த செட்டில் இருந்த எல்லோரையுமே அதிர்ச்சிக்கு ஆளாக்கியது.

ஆனால் டங்கன் எதையும் பொருட்படுத்தவில்லை. எம.எஸ்.சுப்புலட்சுமி அழத் தொடங்கிய அடுத்த நிமிடம் அவரை சமாதானப்படுத்துவதற்கு பதிலாக "லைட்ஸ், கேமிரா, ஆக்ஷன்" என்று அடுத்தடுத்து கட்டளைகளை பிறப்பித்தார்.

அதை அடுத்து அந்தக் காட்சியில் நடிக்க வந்த எம்.எஸ்.சுப்புலட்சுமிக்கு துஷ்யந்தனை விட டங்கன் பேரில் கோபம் அதிகமாக இருந்தது. அந்த கோபத்தில் ஆத்திரம் பொங்க துஷ்யந்தனை வறுத்து எடுத்துவிட்டார் அவர். படப்பிடிப்பு முடிந்ததும் தான் எதிர்பார்த்ததை விட மிகச் சிறப்பாக அந்தக் காட்சியில் நடித்த எம்.எஸ். சுப்புலட்சுமியை கட்டிப்பிடித்துப் பாராட்டினார் டங்கன்.

"எம்.எஸ். சுப்புலட்சுமி அவர்கள் ஒரு மிகச் சிறந்த நடிகை. அப்படிப்பட்டவரை நான் மோசமான நடிகை என்று திட்டியதை அவரால் தாங்கிக் கொள்ள முடியவில்லை. அதனால்தான் அவர் அப்படி உணர்ச்சிவசப்பட்டு அழுதார். நான் அவரை ஆங்கிலத்தில்தான் திட்டினேன். அவருக்கு ஆங்கிலத்தில் மிகச்சில வார்த்தைகளே அப்போது தெரியும் என்றாலும் நான் கோபத்தின் உச்சியில் இருந்ததால் அவரது நடிப்பைத்தான் நான் குறை கூறுகிறேன்

என்று அவரால் தெளிவாகப் புரிந்து கொள்ள முடிந்தது" என்று இந்த சம்பவம் பற்றி ஒரு கட்டுரையில் குறிப்பிட்டிருக்கும் டங்கன் "புகழ்பெற்ற நட்சத்திரங்களோடு பணியாற்றும் போது நாம் எதிர்பார்க்கின்ற உணர்ச்சிகளை அவர்களிடமிருந்து பெறுவதற்கு இதுபோன்ற சில உபாயங்களைக் கையாள வேண்டியது தவிர்க்க முடியாததாகி விடுகிறது" என்றும் எந்த கட்டுரையில் பதிவு செய்துள்ளார்.

1940 ஆம் ஆண்டின் மாபெரும் வெற்றிச் சித்திரமாக சகுந்தலை அமைந்தது. அந்தப்படத்திலே சகுந்தலை தனது மோதிரத்தை ஆற்றிலே தொலைக்கும் காட்சியை ஸ்லோ மோஷனில் படமாக்கியிருந்தார் டங்கன். அதுவரை ரசிகர்கள் அப்படி ஒரு காட்சியை திரைப்படத்தில் பார்த்தது இல்லை என்பதால் ரசிகர்களிடம் அந்தக் காட்சி மிகப்பெரிய வரவேற்பைப் பெற்றது.

சகுந்தலை படத்தின் வெற்றியைத் தொடர்ந்து எம்.எஸ்.சுப்புலட்சுமி கதாநாயகியாக நடிக்க இசையின் மேன்மையைப் பற்றி சொல்லும ஒரு கதையைப் படமாக்க ஆசைப்பட்டார் எம்.எஸ். அவர்களின் கணவரான சதாசிவம். அதற்காக எந்தக் கதையைத் தேர்ந்தெடுக்கலாம் என்று அவர் கல்கி அவர்கள் உட்பட பல நண்பர்களிடம் ஆலோசனை மேற்கொண்ட போது மீரா கதையைத் தேர்வு செய்தார் எம்.எஸ்.சுப்புலட்சுமி.

எம்.எஸ்.நடித்து மாபெரும் வெற்றிச் சித்திரமாக அமைந்த சகுந்தலை படத்தின் இயக்குனரான எல்லிஸ்.ஆர். டங்கன் அவர்களையே மீரா படத்தை இயக்குவதற்கும் சதாசிவமும், சுப்புலட்சுமியும் தேர்ந்தெடுத்தனர்.

பொலிவான முகத் தோற்றத்தைப் பெற்றிருந்த எம்.எஸ்.சுப்புலட்சுமி அவர்களை மீரா படத்தில் இன்னும் அழகாகத் திரையில் காட்ட புதுமையான முயற்சி ஒன்றை மேற்கொண்ட டங்கன் எம்.எஸ்.சுப்புலட்சுமி அவர்களின் தத்ரூபமான தோற்றத்துடன் அவரது மார்பளவு சிலை ஒன்றை உருவாக்கச் சொன்னார்.

அந்தச் சிலை தயாரானதும் அந்தச் சிலையை வித்தியாசமான பல கோணங்களில் லைட்டிங் செய்யச் சொல்லி தனது ஒளிப்பதிவாளரான ஜித்தன் பானர்ஜியிடம் சொன்ன டங்கன் எந்தெந்த ஒளியமைப்பில் அவர் மிகவும் அழகாக இருந்தாரோ அதையெல்லாம் குறிப்பெடுத்துக் கொண்டு பின்னர் அதே ஒளியமைப்பில் அவரைப் படமாக்கினார்.

மீரா படத்தில் எம்.எஸ்.சுப்புலட்சுமி தெய்வீக அழகுடன் ஒளிர்ந்ததற்குக் அதுவே காரணம்.

மீரா படத்தின் படப்பிடிப்பு வட இந்தியாவில் ராஜஸ்தான், துவாரகா போன்ற பல இடங்களில் நடைபெற்றது.

மீராவாக நடித்த எம்.எஸ்.சுப்புலட்சுமி பாடியபடி நடந்து வரும் காட்சி துவாரகாவில் படமாக்கப்பட்டபோது எம்.எஸ்.சுப்புலட்சுமியை பக்த மீராவாகவே பார்த்த ஆயிரக்கணக்கான மக்கள் அவரது காலில் பயபக்தியோடு விழுந்து வணங்கினர்.

எம் எஸ்.சுப்புலட்சுமியும் அந்த பாத்திரத்தில் நடித்த போது பக்த மீராவாகவே மாறினார். அதன் விளைவாக துவாரகையில் உள்ள கண்ணன் கோவிலில் மீராவாக அடி எடுத்துவைத்த சுப்புலட்சுமியின் கண்களில் கண்ணீர் பெருக்கெடுத்து ஓடியது. அதைத் தொடர்ந்து அங்கேயே மயங்கி சரிந்தார் அவர்.

தமிழில் மட்டுமின்றி இந்தியிலும் மிகப்பெரிய வெற்றிப்படமாக அமைந்தது *மீரா.*

பண்டிட் ஜவஹர்லால் நேரு, மவுண்ட்பேட்டன் பிரபு, கவிக்குயில் சரோஜினிதேவி ஆகியோருக்காக *மீரா*வின் சிறப்புக் காட்சி ஒன்று தலைநகர் தில்லியில் ஏற்பட்டு செய்யப்பட்டது.

எம.எஸ்.சுப்புலட்சுமி அவர்களின் பெருமையை சர்வதேச அளவிலே எடுத்துச் சென்ற படமாக *மீரா* படம் அமைந்தது.

மீரா படத்தின் இந்தி பதிப்பையும் சேர்த்து எம்.எஸ்.சுப்புலட்சுமி அவர்கள் நடித்தது மொத்தம் ஐந்து படங்கள் மட்டுமே. அதில் மூன்று படங்களை இயக்குகின்ற வாய்ப்பைப் பெற்றவர் எல்லிஸ்.ஆர். டங்கன்.

மீரா படத்திலே ஒரு சிறு பாத்திரத்தில் எம்.ஜி.ஆர் அவர்களையும் நடிக்க வைத்திருந்தார் டங்கன். 1936 ஆம் ஆண்டில் *சதிலீலாவதி* படத்திலே எம்.ஜி.ஆர் அவர்களை ஓர் சிறு பாத்திரத்தில் அறிமுகப்படுத்திய எல்லிஸ்.ஆர். டங்கன் 1950 ஆம் ஆண்டில் எம்.ஜி.ஆர். கதாநயகனாக நடித்த *மந்திரிகுமாரி* படத்தை இயக்கினார்.

மந்திரி குமாரி படப்பிடிப்பு 75 சதவிகிதம் முடிவடைந்திருந்த நிலையில் தனது மணவாழ்க்கையில் முறிவு ஏற்பட்டுவிடக் கூடாதே

என்பதற்காக தனது மனைவியின் வற்புறுத்தலுக்கு இணங்க தாய்நாடு திரும்பினார் டங்கன். ஆனால் எந்த மணவாழ்க்கையைக் காப்பாற்றிக் கொள்ள டங்கன் இந்தியாவை விட்டு கிளம்பினாரோ அந்த மண வாழ்க்கையும் நீடிக்கவில்லை. 1951ஆம் ஆண்டு தனது மனைவி எலைனைப் பிரிந்தார் டங்கன்.

எல்லிஸ்.ஆர். டங்கன் அமெரிக்கா திரும்பிய பிறகு மந்திரிகுமாரி படத்தில் படமாக்கப்பட வேண்டியிருந்த மீதி காட்சிகளை இயக்கும் பொறுப்பை ஏற்று படத்தை முடித்தார் அப்படத்தின் தயாரிப்பாளரான மாடர்ன் தியேட்டர்ஸ் அதிபர் டி.ஆர்.சுந்தரம். அதனால் படத்தின் டைட்டிலில் டங்கனுடைய பெயருடன் சுந்தரம் அவர்களின் பெயரும் இடம் பெற்றது.

அதற்குப் பின்னர் பல டாக்குமெண்டரி படங்களை இயக்க இந்தியா வந்த எல்லிஸ்.ஆர். டங்கன் இறுதியாக இந்தியா வந்தது 1993 ஆம் ஆண்டில். அப்போது தமிழ்த் திரையுலகம் சார்பில் மிகப்பெரிய வரவேற்பு அவருக்கு அளிக்கப்பட்டது. கமல்ஹாசன் ஏ.வி.எம்.சரவணன், மந்திரிகுமாரி படத்திலே நடித்த ஜி.சகுந்தலா உட்பட எண்ணற்ற திரையுலக பிரமுகர்கள் அந்த விழாவிலே கலந்து கொண்டனர்.

அந்த விழாவிலே சிறப்பு விருந்தினராகக் கலந்து கொண்ட இசை அரசி எம்.எஸ்.சுப்புலட்சுமி எல்லிஸ்.ஆர்.டங்கன் இயக்கிய மீரா படத்திலிருந்து ஒரு பாடலை அந்த நிகழ்ச்சியில் பாடினார். அப்போது அந்த அரங்கில் கண்ணில் ஈரம் கசியாமல் இருந்தவர்களை விரல் விட்டு எண்ணி விடலாம்.

எம்.ஜி.ஆர், டி.எஸ்.பாலையா, என்.எஸ்.கிருஷ்ணன் என்று தமிழ்த் திரையுலகின் தூண்களாக இருந்த பல சாதனையாளர்களை அறிமுகம் செய்த எல்லிஸ்.ஆர். டங்கன் 2001 ஆம் ஆண்டு டிசம்பர் முதல் தேதியன்று மறைந்தார்.

தமிழ்த் திரையுலக வரலாற்றை எப்போது யார் எழுதினாலும் டங்கன் அவர்களுடைய பெயர் இன்றி அது நிறைவடையாது.

34

இரண்டு கதாநாயகர்களை வில்லனாக மாற்றிய கதாசிரியர்

சினிமா சூழ்நிலை சரியாக இல்லாததாலும் தாங்கள் தயாரித்த சில திரைப்படங்கள் வெற்றியடையாததாலும் சிறிது காலம் படத் தயாரிப்பில் இருந்து ஒதுங்கி இருந்த ஏ.வி.எம். அதிபரான மெய்யப்ப செட்டியார், ஒரு கால கட்டத்தில் மீண்டும் படம் தயாரிக்கத் திட்ட மிட்டார்.

அதைத் தொடர்ந்து அவர்கள் அறிவித்த இரண்டு படங்களிலும் கதாநாயகன் கமல்ஹாசன். ஒரு படத்தை இயக்க கே.பாலசந்தரையும் இன்னொரு படத்தை இயக்க பாரதிராஜாவையும் அவர்கள் ஒப்பந்தம் செய்து இருந்தார்கள். ஆனால் என்ன காரணத்தாலோ அந்த இரு படங்களையுமே அவர்களால் திட்டமிட்டபடி தொடங்க முடியவில்லை.

அந்த சமயத்தில் ரஜினிகாந்த் பஞ்சு அருணாச்சலத்துக்குக் கொடுத்திருந்த கால்ஷீட்டை ஏ.வி.எம்.நிறுவனத்துக்காக விட்டுக் கொடுக்கும்படி அவரிடம் கேட்டுக் கொண்டார் ஏ.வி.எம்.சரவணன். சரவணன் அவர்கள் மீது மிகுந்த மரியாதை வைத்திருந்த பஞ்சு அருணாச்சலம் மறு பேச்சின்றி அதற்கு ஒப்புக்கொண்டார். அப்படி உருவான படம்தான் *முரட்டுக்காளை.*

அந்தப்படத்திலே ஜெய்சங்கரை வில்லனாக நடிக்க வைக்க யோசனை கூறியவர் பஞ்சு அருணாச்சலம்தான். இருப்பினும் அதை ஜெய்சங்கரிடம் நேராகத் தெரிவிப்பதில் அவருக்குத் தயக்கம் இருந்தது.

பஞ்சு அருணாச்சலத்தின் வளர்ச்சியில் ஜெய்சங்கருக்கும் பெரும் பங்கு உண்டு என்பதால் "கதாநாயகனான என்னை வில்லனாக நடிக்கச் சொல்லி நீயே கேட்கலாமா?" என்று ஜெய்சங்கர் தன்னிடம் கேட்டுவிட்டால் என்ன செய்வது என்ற எண்ணம் காரணமாக அவருக்குள் எழுந்த தயக்கம் அது. அதை அவர் எம்.சரவணன் அவர்களிடம் தெரிவித்தபோது "அதனால் என்ன. நானே

ஜெய்சங்கரிடம் பேசுகிறேன்" என்று சொன்ன அவர் உடனடியாக ஜெய்சங்கரைத் தொடர்பு கொண்டு "உங்களை சந்திக்க வேண்டுமே ஜெய்" என்றார். "நான் ஏ.வி.எம் அருகேதான் இருக்கிறேன். இன்னும் பத்து நிமிடத்தில் நானே அங்கு வருகிறேன்" என்று சொன்ன ஜெய்சங்கர் சொன்னபடி வந்தார்.

"நாங்கள் ரஜினிகாந்தை வைத்து அடுத்து எடுக்கவிருக்கும் முரட்டுக் காளை படத்தில் வித்தியாசமான ஒரு வில்லன் பாத்திரம் இருக்கிறது. அதில் நீங்கள் நடித்தால் நன்றாக இருக்கும் என்று நான், பஞ்சு, முத்துராமன் ஆகிய அனைவரும் நினைக்கிறோம்" என்று சரவணன் அவர்கள் சொன்ன அடுத்த நிமிடமே "நான் நடிக்கிறேன்" என்று கூறிவிட்டார் ஜெய்சங்கர்.

"நீங்கள் நன்கு யோசித்து உங்கள் முடிவை சொன்னால் போதும்" என்று சரவணன் சொன்னபோது "இதில் யோசிக்க என்ன இருக்கிறது. இங்கு இருக்கும் நீங்கள், பஞ்சு, முத்துராமன் ஆகிய மூவருமே எனுடைய நலனில் அக்கறை கொண்டவர்கள். எனக்கு பாதிப்பு ஏற்படுத்தக் கூடிய விஷயத்தை செய்யச் சொல்லி நீங்கள் யாராவது சொல்வீர்களா? அதனால்தான் ஒரு கணம் கூட யோசிக்காமல் நான் சரி என்று ஒப்புக் கொண்டேன்" என்று ஜெய்சங்கர் சொன்னபோது நண்பர்கள் மேல் ஜெய்சங்கர் வைத்திருக்கும் நம்பிக்கையை பார்த்து அந்த மூவருமே அசந்து போனார்கள்.

கதாநாயகனாக நடித்துக் கொண்டிருந்த ஜெய்சங்கரை ரஜினிகாந்த் நடித்த முரட்டுக்காளையில் வில்லனாக அறிமுகப்படுத்தியது போல ஏ.வி.எம். நிறுவனத்துக்காக ரஜினி நடித்த இன்னொரு படமான போக்கிரி ராஜா படத்தில் வில்லனாக முத்துராமனை அறிமுகப்படுத்தலாம் என்ற யோசனையையும் எம்.சரவணன் அவர்களுக்கு சொன்னவர் பஞ்சு அருணாச்சலம்தான்.

"நல்ல யோசனை" என்று அவர் சொன்னதை அப்படியே ஒப்புக் கொண்ட சரவணன் அவர்கள் "முத்துராமனைப் பார்த்து பேசி அவரை ஒப்புக்கொள்ள வைக்கும் பொறுப்பு உங்களுடையது" என்று அந்தப் பொறுப்பை பஞ்சு அருணாச்சலத்திடமே ஒப்படைத்தார்.

அப்போது கதாநாயகனாக நடிக்கின்ற வாய்ப்புகள் முத்துராமன் அவர்களுக்கு குறைந்திருந்த நேரம். குணச்சித்திர வேடங்களுக்கு மாறியிருந்தார் என்றால் அப்போதே பல படங்களில் அவருக்கு

வாய்ப்பு கிடைத்திருக்கும். ஆனால் என்ன காரணத்தாலோ அப்படி எந்த வாய்ப்பையும் ஏற்காமல் திரையுலகை விட்டு ஒதுங்கி இருந்தார் அவர்.

அப்படிப்பட்ட சூழ்நிலையில் அவரை சந்தித்த பஞ்சு அருணாச்சலம் *போக்கிரி ராஜா* என்ற பெயரில் ரஜினிகாந்த இரட்டை வேடத்தில் நடிக்கும் படம் ஒன்றை ஏ.வி.எம் நிறுவனம் தயாரிக்கின்ற விவரத்தை அவருக்கு எடுத்துக் கூறி அதில் வில்லன் வேடத்தில் அவர் நடிக்க வேண்டும் என்று கேட்டுக் கொண்டார்.

அப்படி ஒரு வில்லன் பாத்திரத்தில் நடிப்பது பற்றி பேசத்தான் பஞ்சு அருணாச்சலம் தன்னை சந்திக்க வருகிறார் என்று முத்துராமனுக்கு தெரியாது என்பதால் பஞ்சு அருணாச்சலம் கேட்டதும் என்ன பதில் சொல்வது என்று புரியாமல் மிகப்பெரிய குழப்பத்திற்கு ஆளானார் அவர்.

சிறிது நேரத்திற்குப் பிறகு "பஞ்சு, நீங்க வீடு தேடி வந்து என்னைக் கூப்பிட்டதில் மகிழ்ச்சி. ஆனா, சினிமா, நாடகம் என்று இத்தனை வருஷம் தொடர்ந்து நடித்து விட்டேன். இப்ப வசதி வாய்ப்போடு செட்டிலாகி நிம்மதியா ரெஸ்ட் எடுத்துட்டிருக்கேன்.

இவ்வளவு நாள் நல்ல நல்ல பாத்திரங்களில் நடிச்சிட்டு இப்ப கடைசியில் வில்லனா நடிச்சு ஹீரோகிட்ட எதுக்கு அடி வாங்கணும்னுதான் நான் யோசிக்கிறேன்" என்றார் முத்துராமன்.

"நீங்க ஏன் வில்லன்னா அப்படி நினைக்கறீங்க. நெகடிவாக இருந்தாலும் அது ஒரு நல்ல கேரக்டர். அதனால் யோசனை செய்யாம இந்தப்படத்தில நடிங்க. இது காமெடி கலந்த வில்லன் பாத்திரம். நீங்க நடித்தால் நிச்சயம் அந்த கேரக்டர் வெற்றி பெறுவது மட்டுமில்லை. உங்களுக்கும் நல்ல பெயர் கிடைக்கும்.

இன்னொன்றையும் சொல்றேன் கேட்டுக்கங்க. இந்தப்படம் நிச்சயமா மிகப்பெரிய வெற்றியை அடையும். அதுக்கு அப்புறம் பத்து சினிமா கம்பெனி கார்கள் தினமும் உங்க வீட்டு வாசல்ல கியூவில் நிற்கும். அதனால எனக்காக நீங்கள் இந்தப் படத்தில் நடியுங்கள். எல்லாம் சரியாக வரும்" என்றார் பஞ்சு அருணாச்சலம்.

முத்துராமன் அந்தப்பாத்திரத்தில் நடிக்க ஒப்புக் கொண்டவுடன் அவருக்கு முக்கியத்துவம் கொடுத்து திரைக்கதையிலும் பல மாற்றங்களை

செய்தார் பஞ்சு. ஆனால் துரதிருஷ்டவசமாக அந்தப்படத்தின் படப்படிப்பு முடிவடையும் முன்னரே ஒரு படப்பிடிப்பிற்காக கொடைக்கானல் சென்றிருந்த முத்துராமன் இறந்துவிட்டதால் அவருடைய பாத்திரம் அந்தப் படத்திலே சிறப்பாக அமையவில்லை.

போக்கிரி ராஜாவைத் தொடர்ந்து ஏ.வி.எம் நிறுவனத்துக்காக பஞ்சு அருணாச்சலம் பணியாற்றிய ரஜினிகாந்த் படமாக “பாயும் புலி” அமைந்தது. தனது தங்கையைக் கொன்றவனை கதாநாயகன் பழி வாங்குகின்ற அந்தக் கதையில் கராத்தே கலைக்கு முக்கியத்துவம் கொடுத்திருந்தார் கதாசிரியர் பஞ்சு அருணாச்சலம்.

அந்தப்படத்தில் வில்லனாக யாரை நடிக்கவைக்கலாம் என்பது பற்றி விவாதம் வந்தபோது ஜெய்சங்கர், முத்துராமன் ஆகிய இரு கதாநாயகர்களை வில்லனாக ஆக்க யோசனை தந்த பஞ்சு அருணாச்சலம் *பாயும் புலி* படத்தில் வில்லனாக நடிக்க ஒரு இயக்குனரின் பெயரை பரிந்துரைத்தார். அந்த இயக்குனர் ஏ.சி.திருலோகச்சந்தர்.

எம்.சரவணன் அவர்களின் நெருங்கிய நண்பரான ஏ.சி. திருலோகச்சந்தர் நிச்சயமாக அதற்கு ஒப்புக் கொள்ள மாட்டார் என்று தெரிந்திருந்த போதிலும் “வில்லனாக நடிக்கிறீர்களா” என்று அவரைக் கேட்டார் சரவணன்.

“என்னை விட்டு விடுங்கள் நான் இயக்குனராகவே இருந்து விடுகிறேன்” என்று சொல்லி அந்த வாய்ப்பை ஏற்க அவர் மறுத்து விட்டார் அவர். அடுத்து அந்தப் பாத்திரத்திலே நடிக்க ஒப்பந்தம் செய்யப்பட்டவர் கராத்தே மணி. முதலில் நடிக்க ஒப்புக் கொண்ட அவர் சில நாட்களுக்குப் பிறகு “கராத்தே மாஸ்டரான நான் நடிப்பிற்காக தோற்றால் கூட மாணவர்கள் மத்தியில் என்னுடைய இமேஜ் பாதிக்கப்படும்” என்று கூறி அந்த படத்திலிருந்து விலகி விட்டார். அதை அடுத்து முரட்டுக்காளை படத்தில் வில்லனாக நடித்த ஜெய்சங்கரையே அந்த பாத்திரத்தில் நடிக்க வைக்கலாம் என்று எல்லோரும் முடிவு செய்ய ஜெய்சங்கருக்கு அழைப்பு சென்றது.

“என்ன கராத்தே மணி வில்லனாக நடிக்க மாட்டேன் என்று சொல்லிவிட்டாரா?” என்றபடியே ஏ.வி.எம்.நிறுவனத்துக்குள் காலடி எடுத்து வைத்தார் ஜெய்சங்கர்.

பின்னர் நடந்தது எல்லாவற்றையும் அவருக்கு விளக்கமாகக் கூறி வில்லன் பாத்திரத்தில் நீங்கள்தான் நடிக்க வேண்டும் என்று கேட்டுக் கொண்டவுடன் தனது சட்டைப்பையில் இருந்து ஒரு காகிதத்தை எடுத்து சரவணன் அவர்களிடம் நீட்டினார் அவர்.

அந்தக் காகிதத்தில் "கராத்தே மணியால் ஏ.வி. எம் நிறுவனத்துக்கு ஏதோ சிக்கல். அதனால் அந்த பாத்திரத்தில் நடிக்கத்தான் என்னை அழைத்திருக்கிறார்கள். நான் அதை ஒப்புக் கொள்ளப் போகிறேன்" என்று எழுதி வைத்திருந்தார் அவர்.

"அன்று காலை வரை அந்தப் பாத்திரத்துக்காக அவரை அழைக்கப் போகிறோம் என்று எங்களுக்கே தெரியாது. ஆனால் அவர் எப்படி எல்லாவற்றையும் சரியாக கணித்து எழுதியிருந்தார் என்று எங்கள் எல்லோருக்குமே ஆச்சர்யம்" என்று அந்த நிகழ்ச்சி பற்றி ஒரு கட்டுரையில் குறிப்பிட்டிருக்கிறார் பஞ்சு அருணாச்சலம்.

35

சிவாஜியை விட்டு விட்டு சந்திரபாபுவைத் தேர்ந்தெடுத்த கண்ணதாசன்

எஸ்.எஸ்.ராஜேந்திரன் கதாநாயகனாக நடிக்க கவிஞர் கண்ணதாசன் தயாரித்த *சிவகங்கை சீமை* திரைப்படம் அப்போது சிவாஜி கணேசன் நடித்துக் கொண்டிருந்த வீரபாண்டிய கட்டபொம்மனுக்கு எதிராக எடுக்கப்பட்ட படம் என்ற விமர்சனத்தோடு வெளியாகி தோல்வியைத் தழுவிய படம்.

அந்த படத்திலே ஏற்பட்ட நஷ்டத்தை சரிக்கட்ட கண்ணதாசன் தீவிரமாக முயற்சி செய்த போது இயக்குனர் ஏ. பீம்சிங் அவருக்கு உதவ முன்வந்தார். கண்ணதாசனின் பட நிறுவனத்துக்காக சிவாஜி கணேசன் கதாநாயகனாக நடிக்க, தான் ஒரு படத்தை இயக்கித் தருவதாக சொன்னார்.

அப்போது சிவாஜிகணேசன் ஏ. பீம்சிங் இணைந்து பணியாற்றிய படங்களுக்கென்று ஒரு தனி மார்க்கெட் உருவாகி இருந்தது. அவர்கள் இருவரும் இணைந்த எல்லா படங்களுமே வெற்றிப் படங்களாக அமைந்ததால் அவர்கள் படங்களுக்கு விநியோகஸ்தர்கள் மத்தியிலும் பெரிய வரவேற்பு இருந்தது.

அப்படிப்பட்ட ஒரு சூழ்நிலையில் பீம்சிங்கும் சிவாஜியும் வலிய வந்து உதவி செய்கிறேனென்று சொன்னபோதிலும் அதை கண்ணதாசன் பயன்படுத்திக் கொள்ளவில்லை என்றால் அதற்குக் காரணம் விதி என்றுதான் சொல்ல வேண்டும்.

சிவாஜியை விட்டுவிட்டு சந்திரபாபுவைக் கதாநாயகனாகத் தேர்ந்தெடுத்த கண்ணதாசன் அவர் கதாநாயகனாக நடிக்க *கவலை இல்லாத மனிதன்* என்ற படத்தைத் தயாரித்தார்.

அதற்குப் பிறகு ஒரு நாள் கூட கவலை இல்லாமல் அவரால் இருக்க முடியவில்லை.

சந்திரபாபுவை வைத்துப் படமெடுப்பது என்பது அவ்வளவு எளிதான ஒரு வேலையல்ல. அவர் சரியான நேரத்திற்கு சூட்டிங்கிற்கு வர மாட்டார். அப்படியே வந்தாலும் எப்போது செட்டில் இருப்பார், எப்போது காணாமல் போவார் என்று தெரியாது. அடிக்கடி பணம் கேட்டு தொல்லை கொடுப்பார். பேசிய பணத்தை விட அதிகமாகப் பணம் கேட்பார். அது தவிர அவரை வைத்துப் படமெடுத்தால் குறிப்பட்ட நேரத்தில் படத்தை வெளியிட முடியாது என்றெல்லாம் அவரை வைத்துப் படமெடுத்த தயாரிப்பாளர்கள் எல்லோருமே அப்போது அவரைப் பற்றி குறை கூறிக் கொண்டிருந்தனர்.

சந்திரபாபு தன்னுடைய நெருங்கிய நண்பர் என்பதால் தன்னிடம் அப்படி எல்லாம் நடந்து கொள்ள மாட்டார் என்று திடமாக நம்பினார் கண்ணதாசன்.

இப்படிப்பட்ட நிகழ்ச்சிகள் சந்திரபாபுவோடு முடிந்து போய் விட்ட ஒன்றல்ல. ஒவ்வொரு கால கட்டத்திலும் தயாரிப்பாளர்களுக்கு தொடர்ந்து தொல்லை கொடுக்கும் நடிகர்கள் திரையுலகில் இருந்து கொண்டேதான் இருக்கிறார்கள். அதைப் போன்று நம்முடைய படத்துக்கு நிச்சயமாக அவர் அப்படியெல்லாம் செய்ய மாட்டார் என்ற எண்ணத்தில் அந்த நடிகரை ஒப்பந்தம் செய்கிறவர்களும் இன்றுவரை இருந்து கொண்டேதான் இருக்கிறார்கள்.

கே. சங்கர் இயக்க சந்திரபாபுவிற்கு ஜோடியாக எல். விஜயலட்சுமி நடித்த அந்த படத்தில் எம்.ஆர். ராதா, டி.எஸ். பாலையா, டி.ஆர்.மகாலிங்கம், எம் என் ராஜம். ராஜசுலோசனா என்று பல பிரபலமான நட்சத்திரங்கள் நடித்தனர்.

சென்னைக்கு முதன் முதலாக வந்த போது சினிமாவில் நடிக்க ஆசைப்பட்டு ஏ.வி. மெய்யப்ப செட்டியாரின் பிரகதி ஸ்டுடியோவிற்கு விண்ணப்பித்து பின்னர் அவர்களால் நிராகரிக்கப்பட்ட கண்ணதாசன் முதன் முதலில் நடித்த படமாக சிவாஜி கதாநாயகனாக அறிமுகமான பராசக்தி படம் அமைந்தது.

அந்தப் படத்திலே நீதி மன்றக் காட்சியில் கலைஞர் கருணாநிதியின் அனல் பறக்கும் வசனங்களை சிவாஜி பேசிய போது நீதிபதியின் வேடத்திலே அந்தப் படத்திலே அமர்ந்திருந்தவர் கண்ணதாசன்தான்.

அவர் நடித்த இரண்டாவது படமாக கவலை இல்லாத மனிதன் படம் அமைந்தது. அந்தப் படத்தின் முதல் காட்சியிலேயே கல்லூரிப் பட்டமளிப்பு விழாவிலே அவர் பேசிய காட்சி இடம் பெற்றது.

கவலை இல்லாத மனிதன் படத்தின் படப்படிப்பு நடைபெற்ற போது அந்தப் படத்திலே நடித்த எம்.ஆர். ராதா, டி. எஸ். பாலையா உட்பட எல்லா நட்சத்திரங்களும் காலை ஒன்பது மணிக்கு படப்பிடிப்புக்கு எட்டு மணிக்கே மேக்கப்பைப் போட்டுக் கொண்டு தயாராகி விடுவார்கள்.

ஆனால் சந்திரபாபுவைப் பொறுத்தவரை தினமும் காலை பத்து மணிக்குதான் அவர் எழுந்திருப்பார். அதைத் தொடர்ந்து அவர் குளித்து தயாராகி படப்பிடிப்பு தளத்திற்கு வர எப்படியும் குறைந்தது பதினோரு மணியாகிவிடும். அதற்குப் பிறகு மேக் அப் போட்டுக் கொண்டு பன்னிரண்டு மணி அளவில் சூட்டிங்கிற்கு வருவார் அவர்.

ஏதோ ஒரு நாள் அவர் அப்படி பன்னிரண்டு மணிக்கு படப்பிடிப்பிற்கு வந்தார் என்றால் மற்ற நட்சத்திரங்கள் பொறுத்துக் கொண்டிருப்பார்கள். தினமும் அப்படி வருவதை அவர் வழக்கமாக வைத்துக் கொண்டதால் தயாரிப்பு நிர்வாகி வீரய்யாவை அழைத்த அவர்கள் “கவிஞரை சந்திரபாபுவிடம் பேசச் சொல்லுங்கள். நாங்களும் நடிகர்கள்தானே. அவருக்காக தினமும் நாங்கள் காத்திருக்க வேண்டும் என்றால் எப்படி?” என்று அவரிடம் கேட்டனர். அந்தத் தகவல் சந்திரபாபுவிற்கும் போனது.

அவர்கள் எல்லோரும் அப்படி தங்களது குறையை வெளிப் படையாகத் தெரிவித்த பிறகாவது சந்திரபாபு நேரத்துக்கு படப்படிப்பிற்கு வரத் தொடங்கினாரா என்றால் இல்லை.

வழக்கம்போல பன்னிரண்டு மணிக்கே மேக்கப்புடன் செட்டுக்கு வந்து கொண்டிருந்தார்.

ஒரு நாள் அப்படி பன்னிரண்டு மணிக்கு அவர் படப்படிப்பிற்கு வந்தவுடன் “பாலையா அண்ணனையும் ராதா அண்ணனையும்” வரசொல்லுங்கள் என்றார் இயக்குனர் கே. சங்கர்.

அவர்களை அழைத்து வர மேக் அப் அறைக்குச் சென்ற உதவி இயக்குனர் அவர்கள் அங்கே இல்லை என்ற விவரத்தை சொன்னவுடன் தயாரிப்பு நிர்வாகியான வீரய்யா அந்த ஸ்டுடியோ முழுவதும் அவர்களைத் தேடிப் பார்த்தார். ஆனால் அவர்கள் இருவரும் எங்கேயும் இல்லை.

சந்திரபாபுவிற்கு பாடம் புகட்ட வேண்டும் என்பதற்காக அவர் செட்டுக்குள் நுழைந்தவுடன் அவர்கள் இருவரும் தங்களது காரில் ஏறி வீட்டுக்கு போய்விட்டனர்.

இந்த அதிர்ச்சி வைத்தியத்திற்குப் பிறகு கொஞ்ச நாட்கள் சரியான நேரத்திற்கு படப்பிடிப்பிற்கு வந்தார் சந்திரபாபு.

படத்தின் படப்பிடிப்பு முடிவடைகின்ற கட்டத்துக்கு வந்தபோது மீண்டும் தனது வழக்கமான பாணிக்கு திரும்பினார் சந்திரபாபு.

படத்தின் கிளைமாக்ஸ் காட்சி படமாக்கப்பட்டபோது காலை ஏழு மணி முதலே படப்பிடிப்பை நடத்த திட்டமிட்டார் இயக்குனர் சங்கர்.

ஒன்பது மணி படப்பிடிப்பிற்கே ஒழுங்காக வராத சந்திரபாபுவிடம் காலை ஏழு மணிக்கே படப்பிடிப்பிற்கு வரவேண்டும் என்று அவர் கேட்டுக் கொண்டபோது அதற்கு லேசான மறுப்பைக் கூட சந்திரபாபு தெரிவிக்கவில்லை.

ஆனால் அதற்குப் பதிலாக "ஏழு மணிக்கு வரவேண்டும் என்றால் முதலில் பேசிய சம்பளத்திற்கும் மேலாக இருபதாயிரம் ரூபாய் வேண்டும்" என்றார்.

எப்படியாவது படத்தை முடித்தால் போதும் என்ற மன நிலைக்கு அப்போது வந்துவிட்டிருந்த கண்ணதாசன் எந்தவிதமான மறுப்பையும் சொல்லாமல் உடனடியாக இருபதாயிரம் ரூபாயைக் கொடுத்தார்.

அப்படிப் பணம் கொடுத்த பிறகும் படப்பிடிப்பு தினத்தன்று அவர் சீக்கிரம் வராமல் இருந்து விட்டார் என்றால் பெருத்த நஷ்டம் ஏற்பட்டுவிடுமே என்ற அச்சத்தில் காலையில் எழுந்ததும் நேராக சந்திரபாபு வீட்டுக்கு போனார் கண்ணதாசன்.

உள்ளே அவர் தூங்கிக் கொண்டிருப்பதாக அவர் வீட்டில் வேலை செய்து கொண்டிருந்த பையன் சொன்னான். ஸ்டுடியோவிலோ எம்.ஆர். ராதா, டி.எஸ். பாலையா, ராஜசுலோசனா ஆகியோர் காலை ஆறு மணிக்கே மேக்கப் போட்டுக் கொண்டு படப்பிடிப்பிற்கு தயாராக இருந்தார்கள்.

இரண்டு மணி நேரத்துக்கும் மேலாக வெளியில் உட்கார்ந்து கொண்டிருந்த கண்ணதாசன் பொறுமை இழந்து அங்கிருந்த பையனை அழைத்தார்.

"இப்போதாவது எழுந்து விட்டாரா என்று உள்ளே போய் பாரப்பா?" என்றார்.

"அவர் எழுந்து பின் பக்கமாக அப்போதே போய் விட்டாரே" என்று அந்தப் பையன் சொன்ன பதில் அவரை நிலை குலைய வைத்தது.

அந்தப் பையன் சொன்னதைக் கேட்டதும் கண்ணதாசன் தலை கிர்ரென்று சுற்ற ஆரம்பித்தது.

அடுத்து கவிஞர் என்ன செய்தார் என்பதை அடுத்த கட்டுரையில் பார்க்கலாம்.

36

படம் எடுத்து பத்து காரை விற்ற கவிஞர் கண்ணதாசன்

சந்திரபாபுவை படப்பிடிப்பிற்கு அழைத்துச் செல்வதற்காக அவர் வீட்டு வாசலில் காத்துக் கொண்டிருந்த கவிஞர் கண்ணதாசன் பின் வாசல் வழியாக சந்திரபாபு போய் விட்டார் என்று தெரிந்ததும், தான் வாயிலில் உட்கார்ந்திருப்பதால் தன்னைப் பார்க்க சங்கடப்பட்டுக் கொண்டு பின் வாசல் வழியாக ஸ்டுடியோ போய் விட்டார் போலிருக்கிறது என்று எண்ணிக் கொண்டார்.

பின்னர் படப்பிடிப்பு ஒழுங்காக நடைபெறுகிறதா என்று தெரிந்து கொள்ள ஸ்டுடியோவிற்கு அவர் தொடர்பு கொண்ட போது சந்திரபாபுவிற்காகத்தான் எல்லோரும் காத்திருப்பதாகவும் அவர் இன்னமும் வரவில்லை என்றும் அவர்கள் சொன்னதைக் கேட்டவுடன் சிறிது நேரம் கவிஞருக்கு பேச்சே வரவில்லை.

சந்திரபாபு படப்பிடிப்பிற்கு வராததை விட அவர் வெளியே உட்கார்ந்து கொண்டிருக்கும்போது அவரிடம் ஒரு வார்த்தை கூடச் சொல்லாமல் பின் வாசல் வழியாக வெளியேறியது அவர் மனதை மிகவும் பாதித்தது.

மிகப் பெரிய அவமானமாக அந்த சம்பவத்தைக் கருதினார் அவர்.

படம் என்ன ஆகுமோ என்ற பயமும் கடன்காரர்களுக்கு என்ன பதிலைச் சொல்வது என்ற கவலையும் அவரை சூழ்ந்து கொண்டது.

அங்கிருந்து ஸ்டுடியோவிற்குப் போன அவர் தனது துயரத்தை எல்லாம் நடிகவேள் எம்.ஆர். ராதா அவர்களிடம் சொல்லி அழுதார்.

சந்திரபாபுவிற்காக அவர் வீட்டில் காத்திருந்ததைப் பற்றியும் அவரிடம் ஒரு வார்த்தை கூட சொல்லாமல் சந்திரபாபு பின் வாசல் வழியாக சென்றதைப் பற்றியும் எனது சுய சரிதம் என்ற புத்தகத்தில் அப்படியே பகிர்ந்து கொண்டிருக்கிறார் கண்ணதாசன்.

“எந்த வீட்டிலும் போய் நாற்காலியில் காத்துக் கிடக்க வேண்டிய அவசியம் எனக்கு வந்தது கிடையாது.

மந்திரிகளில் முதன் மந்திரியாக இருந்த என் நண்பர் கருணாநிதியின் விட்டுக்கு மட்டும்தான் போவேன்.

இன்ன நேரத்தில் சந்திப்பதென்று நேரத்தை முன் கூட்டியே முடிவு செய்து கொண்டுதான் போவேன்.

சந்திரபாபு வீட்டில் இரண்டு மணி நேரம் காத்துக் கிடந்த பிறகு சினிமா நடிகர்களைப் பற்றி எனக்கு ஒரு கெட்ட அபிப்ராயமே ஏற்பட்டது.

அளப்பரிய திறமை இருந்தாலும் ஆணவம் ஒரு மனிதனை அழித்துவிடும்.

சந்திரபாபு அளப்பரிய திறமையுடையவர் என்று சொல்ல முடியாது. ஆனால் அவருக்கு எல்லையில்லா ஆணவம் இருந்தது.

ஆணவத்தால் அழிந்து போனவர்கள் பல பேரை என் வாழ்க்கையில் பார்த்திருக்கிறேன்.

ஆணவத்தால் தொழிலை அலட்சியப்படுத்தியவர்கள் பல பேர் இன்று சோற்றுக்கு அலைகிறார்கள்.

சுமார் இருபத்தி ஐந்தாண்டு காலமாக இந்த பட உலகில் சிலரை வளமாகவும் நிரந்தரமாகவும் ஆண்டவன் வைத்திருக்கிறான்.

தம்பி விஸ்வநாதன், மாமா கே.வி. மகாதேவன், டி. எம். சவுந்திரராஜன், பி.சுசீலா, நான் ஆகியோர் எங்கள் தொழிலில் காட்டுகின்ற ஆர்வம், பயம், பணிவு ஆகியவை தான் கால் நூற்றாண்டு காலமாக எங்களை வாழ வைத்துக்கொண்டிருக்கிறது.

ஒரு பாட்டிற்கு இசையமைக்கும்போது தயாரிப்பாளருக்கோ, இயக்குனருக்கோ ஒரு மெட்டு பிடிக்கவில்லை என்றால் தம்பி விஸ்வநாதன் பத்து மெட்டுக்கள் போடுவான். டைரக்டர்களுக்கு பிடித்தாலும் தனக்குப் பிடிக்கவில்லை என்றால் மீண்டும் மீண்டும் போட்டுக் கொண்டே இருப்பான்.

மாமா மகாதேவனும் அதே மாதிரிதான். நானும் மற்றவர்களுக்கு திருப்தி ஏற்படுகின்றவரை மாற்றி மாற்றி எழுதிக்கொண்டே இருப்பேன்.

சுசிலாவும் சவுந்திரராஜனும் பாட்டு நன்றாக அமையும் வரை அலுப்படையாமல் பாடல்கள் பாடுவார்கள்.

எங்களது வெற்றியின் ரகசியம் எங்கள் திறமையில் மட்டும் இல்லை. தொழிலில் உள்ள பொறுப்பு, பயம். ஒவ்வொரு பாட்டும் ரசிக்கப்பட வேண்டும் என்ற ஆசை இந்தத் தொழில் நம்மை கைவிட்டு விடக்கூடாது என்ற கவலை ஆகிய எல்லாமே அதற்குக் காரணம்.

இவற்றை எல்லாம் நான் குறிப்பிடுவதற்குக் காரணம் தொழிலை தெய்வமாக மதித்து பொறுப்பாகச் செய்கின்ற எவனையும் இந்தத் தொழில் கைவிடாது.

ஆணவம் பிடித்து மற்றவர்களை அலட்சியப்படுத்தினால் ஒரு நாளைக்கு அவர்களுடைய படிக்கட்டிலேயே ஏறி ஐம்பது ரூபாய் யாசகம் கேட்க வேண்டி வரும்.

பண விஷயத்தில் நான் பிடிவாதம் பிடித்தது இல்லை. பேரம் பேசியதில்லை. ரேட்டை திடீர் திடீரென்று உயர்த்தியதில்லை.

கஷ்டப்பட்டு ஒருவர் படம் எடுத்தால் அவர் கொடுப்பதை வாங்கிக் கொள்வேன். வெற்றிகரமான தயாரிப்பாளர்கள் அவர்களாகவே நான் கேட்பதை கொடுத்துவிடுவார்கள்.

அவர்களுக்கு ஒரு கஷ்டம் வந்தால் நான் இலவசமாகக் கூட ஒத்துழைப்பேன். அதனால்தான் எனக்குக் கஷ்டம் வரும்போது எல்லோருமே உதவி செய்கிறார்கள்.

ஆணவக்காரர்கள் மட்டுமே தொழிலின்றி அலைகிறார்கள். அவர்களில் சந்திரபாபுவும் ஒருவர் என்பதைச் சொல்ல வேண்டியது எனது கடமையாகிறது" என்று அந்த நூலிலே குறிப்பிட்டுள்ளார் கண்ணதாசன்.

தனது வாழ்நாளில் கவிஞர் யாரையும் அந்த அளவு கடுமையாக விமர்சித்ததே இல்லை.

கவலை இல்லாத மனிதன் படத்திலே பிறக்கும் போதும் அழுகின்றாய் பாடல் உட்பட மிகச் சிறந்த பாடல்கள் பல இடம் பெற்றிருந்தன. ஆனால் அந்தப் பாடல்களாலும் படத்தைக் காப்பாற்ற முடியவில்லை.

முன்பின் தொடர்பில்லாத குழப்பமான கதை, கதாநாயகனாக நடித்த சந்திரபாபுவின் அலட்சியப்போக்கு, ஆகிய எல்லாமாகச் சேர்ந்து அந்தப் படத்தை மிகப்பெரிய தோல்விப்படமாக ஆக்கியது. அந்தப் படம் வெளியானபோது ஐந்து லட்சத்து தொண்ணூறு ரூபாய் கடனாளியாகி இருந்தார் கண்ணதாசன்.

அப்போது கண்ணதாசனின் பட நிறுவனத்தில் பதினோரு கார்கள் இருந்தன. அத்தனை கார்களிலும் ஒரே ஒரு பியட் காரை மட்டும் வைத்துக் கொண்டு மற்ற கார்கள் அனைத்தையும் அந்த கார்களின் மீது யார் யார் கடன் கொடுத்திருந்தார்களோ அவர்களது வீட்டில் கொண்டுபோய் விடச் சொன்னார் கண்ணதாசன்.

அடுத்து கம்பெனி இருந்த அலுவலகத்தை காலி செய்தார் அங்கிருந்த சாமான்கள் அனைத்தையும் அள்ளிக் கொண்டு போய் வீட்டிலே போட சொன்னார்.

அந்தப் படத்திற்குப் பிறகு பாடல்கள் எழுதி அவர் சம்பாதித்த பணம் முழுவதும் கடன்காரர்களுக்கு வட்டித் தொகை செலுத்தவே சரியாக இருந்தது.

சேலம் மாடர்ன் தியேட்டர்சில் கண்ணதாசன் பணியாற்றிக் கொண்டிருந்தபோது சேலம் டவுனில் டாக்டர் செரியன் என்று ஒரு பல் டாக்டர் இருந்தார். அந்த டாக்டருக்கு கைரேகை பார்த்து பலன் சொல்வது என்றால் மிகவும் இஷ்டம்.

அவருடன் ஒரு முறை கண்ணதாசன் பேசிக் கொண்டிருந்த போது கண்ணதாசனின் கையைப் பார்த்துவிட்டு "இந்தக் கை லட்சம் லட்சமாக சம்பாதிக்கும். ஆனால் பணம் வருவதற்கு முன்பே கடன் வந்து விடும். ஐம்பது வயதிற்கு மேல் ஐம்பத்தி ஆறாவது வயதிற்குள் நீ சந்நியாசியாகவோ ஏகாந்தத்தை நாடுகிறவனாகவோ ஆகி விடுவாய்" என்று அவரிடம் கூறினாராம் அவர்.

கவலை இல்லாத மனிதன் பட தோல்விக்கு பிறகு ஏற்பட்ட சூழ்நிலையைப் பார்த்தவுடன் கண்ணதாசனுக்கு அவர் நினைவுதான் வந்தது.

கவலை இல்லாத மனிதன் என்று படத்திற்கு பெயர் வைத்ததி னாலேயே கடவுள் என்னைத் தண்டித்து விட்டார். மனிதன் எப்படி

கவலை இல்லாமல் இருக்க முடியும் என்று கடவுள் என்னிடம் சவால் விட்டதாகவே நான் உணர்ந்தேன் என்று கவலை இல்லாத மனிதன் படத்தை எடுத்த அனுபவம் பற்றி குறிப்பிட்டிருக்கிறார் கண்ணதாசன்.

37

ஜெமினி கணேசன் பட வாய்ப்புகளை இழக்கக் காரணமான சோ

சிவாஜி கணேசன் கதாநாயகனாக நடித்த *பார்மகளே பார்* படத்தில் நடிகராக அறிமுகமான சோவிற்கு, திரைக்கதை வசனம் எழுதும் வாய்ப்பை முதலில் வழங்கியவர் முக்தா சீனிவாசன். அவரது இயக்கத்திலே ஜெமினி கணேசன் கதாநாயகனாக நடித்த *தேன்மழை* என்ற படம்தான் சோ திரைக்கதை வசனம் எழுதிய முதல் திரைப் படம்.

திரையுலகில் பல நடிகர்களுக்கு நெருக்கமாக இருந்த டாக்டர் ஜெகதீசன் சோ அவர்களுக்கும் முக்தா சீனிவாசன் அவர்களுக்கும் நல்ல நண்பர். அவர் மூலம்தான் சோவை தன்னுடைய படத்திலே பணியாற்ற ஒப்பந்தம் செய்தார் முக்தா சீனிவாசன்.

"திரைக்கதையை எப்படி எழுத வேண்டும் என்று எனக்குக் கற்றுக் கொடுத்தவர் முக்தா சீனிவாசன் அவர்கள்தான்" என்று ஒரு கட்டுரையில் குறிப்பிட்டிருக்கும் சோ அந்தப் படத்தில் பணியாற்றும் போது அவருக்கும் முக்தா சகோதரர்களுக்கும் இடையே அடிக்கடி தோன்றிய சண்டைகள் பற்றியும் அதில் குறிப்பிட்டிருக்கிறார்.

"என்னுடைய மேடை அனுபங்களை வைத்து என்னை நானே உயர்வாக நினைத்துக் கொண்டிருந்த கால கட்டம் அது. அதனால் நாங்கள் நன்றாக சண்டை பிடித்துக் கொள்வது வழக்கம். டாக்டர் ஜெகதீசன்தான் எங்களை அடிக்கடி சமாதானப்படுத்தி வைப்பார். அதற்குப் பிறகு நாங்கள் மிக நெருங்கிய நண்பர்கள் ஆனோம். திரையுலகில் எனக்கு மிக நெருக்கமாக உள்ள தயாரிப்பாளர், இயக்குனர் என்றால் அது முக்தா ராமசாமி அவர்களும் முக்தா சீனிவாசன் அவர்களும்தான். எனக்கு ஒரு வெற்றி கிடைத்தால் அதைத் தனது வெற்றியாக நினைத்து மகிழ்ச்சி அடைவார் சீனிவாசன். நாணயம் என்பதற்கு இலக்கணமாக திகழ்பவர் அவர்" என்று ஒரு கட்டுரையில் முக்தா சீனிவாசன் அவர்களைப் பற்றி குறிப்பிட்டிருக்கிறார் சோ.

முக்தா சீனிவாசனின் இயக்கத்தில் ஐந்து திரைப்படங்களுக்கு வசனம் எழுதிய சோவிற்கு முதல் படத்தில் அவருடன் இணைந்து பணியாற்றிய போதே அவர் மீது மிகப்பெரிய மரியாதை ஏற்பட்டது என்றால் அதற்குக் காரணம் தேன்மழை படத்தின் படப்பிடிப்பின்போது நடந்த ஒரு சம்பவம்.

தேன்மழை படத்தின் படப்பிடிப்பு நடைபெற்றுக் கொண்டிருந்த போது அப்படத்தின் நாயகனான ஜெமினி கணேசன் சோ எழுதியிருந்த வசனங்களைப் படித்துவிட்டு "இதெல்லாம் என்ன வசனம்?" என்று சொல்லியபடியே அந்த வசனம் எழுதப்பட்ட காகிதங்களைத் தூக்கி எறிந்தார். அந்த கால கட்டத்தில் சோவுக்கு சாதாரணமான விஷயங்களுக்கே கோபம் மூக்கின் மீது வரும். அப்படி இருக்க அவர் எழுதிய வசனங்களை அப்படி தூக்கி போட்டால் சும்மா இருப்பாரா? தான் உட்கார்ந்திருந்த நாற்காலியிலிருந்து வேகமாக எழுந்தார் அவர். அவர் ஆத்திரத்துடன் எழுந்ததைக் கவனித்த முக்தா சீனிவாசன் ஜெமினி கணேசன் அருகில் சோ செல்வதற்கு முன்பாக அவரது கையைப் பிடித்து இழுத்தார்.

"இப்போது நீ ஜெமினியிடம் போய் சத்தம் போட்டால் நிச்சயம் அது பெரிய பிரச்னை ஆகும். அவர் இந்தப் படத்தின் ஹீரோ. அவர் ஒத்துழைப்பு இல்லாமல் இந்தப்படத்தை எங்களால் முடிக்க முடியாதுன்னு உனக்கே நன்றாகத் தெரியும். அதனால நடந்த இந்த சம்பவத்தை அப்படியே மறந்து விடு" என்று சோவிடம் கூறினார் அவர்.

"நீங்க உங்க படத்தை முடிக்க வேண்டும் என்பதற்காக நான் அவமானத்தை சகித்துக் கொள்ள வேண்டுமா?" என்று அவரிடம் கோபமாக சோ கேட்க "எங்கள் மீது உனக்கு அக்கறை இருந்தால் சகித்துக் கொண்டு அமைதியாக இரு. நாங்கள் எக்கேடு கேட்டுப் போனாலும் பரவாயில்லை என்று நினைத்தால் நீ தாராளமாக அவரிடம் போய் உன் இஷ்டம் போல சண்டை போட்டுக் கொள்ளலாம்" என்று சோவிடம் சொல்லிவிட்டு அந்த செட்டின் ஓரத்தில் போடப்பட்டிருந்த நாற்காலியில் போய் உட்கார்ந்து விட்டார் முக்தா சீனிவாசன்.

அவர் அப்படி சொன்னதும் தன்னுடைய கோபத்தினால் அவர்களுக்கு லட்சக்கணக்கான ரூபாய் நஷ்டம் ஏற்படக்கூடாது

என்பதற்காக அந்த விஷயத்தை அப்படியே விட்டுவிட்டார் சோ. அதைத் தொடர்ந்து அந்தப் படத்தின் படப்பிடிப்பு எந்த பிரச்னையும் இல்லாமல் நடைபெற்றது.

தங்களுக்கு எந்தப் பிரச்னையும் வரக்கூடாது என்பதற்காக தனக்கு ஏற்பட்ட அவமதிப்பை பெருந்தன்மையோடு பொறுத்துக் கொண்ட சோ மீது முக்தா சகோதரர்களுக்கு மிகப்பெரிய மரியாதை ஏற்பட்டது. அதற்காக அவருக்கு மிகவும் வித்தியாசமான முறையிலே அவர்கள் நன்றி தெரிவித்தார்கள்.

சோவை படப்படிப்பு தளத்தில் அவமானப்படுத்திய ஜெமினி கணேசனுக்கு அடுத்து தங்களது எந்த படத்திலும் அவர்கள் வாய்ப்பு தரவில்லை. அதே சமயம் அவர்களுக்காக பொறுமை காத்த சோ தொடர்ந்து அவர்களுடைய பல படங்களில் இடம் பெற்றார்.

“தங்களது படங்களில் வாய்ப்பு தரவில்லை என்றாலும் அதற்குப் பிறகு ஜெமினி கணேசனோடு அவர்கள் நட்பு பாராட்டாமல் இல்லை. அதற்குப் பிறகும் அவர்கள் நட்பு நீடித்தது. அதேபோன்று ஜெமினி கணேசனுக்கு ஏதாவது நல்ல விஷயங்கள் நடந்தால் முதல் பாராட்டு அவர்களுடையதாகவே இருந்தது. அந்த மாதிரி பெருந்தன்மையை எல்லோரிடமும் பார்க்க முடியாது” என்று முக்தா சகோதரர்களைப் பற்றி குறிப்பிட்டிருக்கிறார் சோ.

மிகப் பெரிய திறமைசாலியாக இருந்த சோ தனக்கு உரிய மரியாதை கிடைக்கவில்லை என்றால் உடனே பொங்கி எழுந்து விடுவார். அதே நேரத்தில் தான் செய்தது தவறு என்று தெரிந்தால் உடனே கீழே இறங்கி வரவும் அவர் தவறியதில்லை.

அறிஞர் அண்ணா அவர்களோடு சோவிற்கு ஏற்பட்ட அனுபவம் இன்னும் சுவையானது.

சோவின் திரைக்கதை வசனத்தில் முக்தா சீனிவாசன் இயக்கிய படம் ஒன்றைப் பார்க்க வரும்படி அறிஞர் அண்ணா அவர்களை அழைப்பதற்காக அவரது நுங்கம்பாக்கம் விட்டுக்கு சென்ற முக்தா சீனிவாசன் தன்னுடன் சோவையும் அழைத்துக் கொண்டு சென்றிருந்தார். அப்போது அறிஞர் அண்ணா அவர்கள் தமிழக முதல்வராக இருந்த கால கட்டம். இவர்கள் சென்ற சமயம் அறிஞர் அண்ணா அவர்கள் வீட்டில் இல்லாததால் இவர்கள் இருவரும் அவரது வீட்டில் அவரது வருகைக்காக காத்துக் கொண்டிருந்தார்கள்.

சிறிது நேரம் சென்ற பின்னர் வெளியில் இருந்து வீடு திரும்பிய அறிஞர் அண்ணா, அவர்கள் இருவரையும் பார்த்தபடியே யாருடனோ பேசிக்கொண்டு வீட்டுக்குள் சென்று விட்டார்.

சோ அவர்களின் நாடகங்களுக்கு பல முறை வந்துள்ள அவருக்கு சோவை மிக நன்றாகத் தெரியும். அதே போன்று முக்தா சீனிவாசன் அவர்களையும் அண்ணா நன்கு அறிவார். அப்படி இருக்க தங்களோடு ஒரு வார்த்தை கூட பேசாமல் அண்ணா அவர்கள் நேராக வீட்டுக்குள் போனதைப் பார்த்தவுடன் சோவுக்கு அவர் மீது கோபம் என்றால் அப்படி ஒரு கோபம் வந்தது. இருந்தாலும் பல்லைக் கடித்தபடி கோபத்தை அடக்கிக் கொண்டு உட்கார்ந்து கொண்டிருந்தார் அவர்.

அடுத்து அண்ணா அவர்கள் தனது அறைக்கு வந்த பிறகும் முதலில் அவரைச் சந்திக்கின்ற வாய்ப்பு சோவுக்கும் முக்தா சீனிவாசனுக்கும் தரப்படவில்லை.

தங்களுக்கு அருகில் இருந்த வேறு சிலருக்கு அண்ணாவைப் சந்திப்பதற்கு முதலில் அழைப்பு வந்ததும், கோபத்தின் உச்சிக்கு சென்ற சோ தனது நாற்காலியை விட்டு எழுந்து நேராக முக்தா சீனிவாசனிடம் சென்றார். “நீங்களே அவரைப் பார்த்து உங்க படத்துக்கு கூப்பிட்டுக் கொள்ளுங்கள். நான் கிளம்புகிறேன்” என்று கூறிவிட்டு அண்ணா அவர்களின் வீட்டை விட்டு வெளியே கிளம்பி விட்டார்.

அங்கே வரும்போது முக்தா சீனிவாசனின் காரில் வந்திருந்ததால் திரும்பிப் போக அவரிடம் கார் இல்லை. இருந்தும் அதைப்பற்றி எல்லாம் கவலைப்படாமல் தெருவில் இறங்கி நடக்கத் தொடங்கினார் அவர்.

அண்ணாவின் வீட்டை விட்டு வெளியேறி அவர் தெருவில் நடக்க ஆரம்பித்ததும் அவரைப் பின் தொடர்ந்து வந்த முக்தா சீனிவாசன் “சோ” என்று சத்தமாக அவர் பெயரைச் சொல்லி அழைத்தார். அவரது அழைப்புக்கு மரியாதை கொடுத்து அவர் அருகில் வந்த சோ “அவர் முதலமைச்சராக இருந்தால் இருக்கட்டும் சார். அதற்காக இது மாதிரியான அவமானத்தை எல்லாம் என்னால் பொறுத்துக் கொள்ள முடியாது” என்று அவரிடம் சொல்ல “பேசாம என் கூட வா. முதல்வர் நம்மை அழைக்கிறார்” என்று கூறி அறிஞர் அண்ணா அவர்களது அறைக்கு சோவை அழைத்துச் சென்றார் முக்தா சீனிவாசன்.

சோவைப் பார்த்து சிரித்த அறிஞர் அண்ணா "பொறுப்பில் இருக்கும் மனிதனுக்கு பல வேலைகள் இருக்கும். பல பிரச்னைகள் இருக்கும். அதைக் கூட புரிஞ்சிக்கலேன்னா எப்படி" என்று சோவைப் பார்த்து கேட்டார்.

படத்தைப் பார்க்க வரும்படி அவரை அழைத்துவிட்டு அவர்கள் திரும்பியபோது "எல்லாம் இருக்கு. வயதுதான் போதவில்லை" என்று சோ பற்றி முக்தா சீனிவாசனிடம் சிரித்தபடியே சொன்னார் அவர்.

"என்னுடைய அவசரம், ஆத்திரம் ஆகியவைகளைப் பற்றி எண்ணி நானே வருத்தப்படுகின்ற அளவிலே அவருடைய பெருந்தன்மை அமைந்தது" என்று அந்த நிகழ்ச்சி பற்றி குறிப்பிட்டிருக்கிறார் சோ.

38

எம்.ஜி.ஆருக்கு கதாநாயகன் என்ற அடையாளத்தைத் தந்த இயக்குனர்

1946 ஆம் ஆண்டு தீபாவளியன்று ஜுபிடர் பிக்சர்ஸ் தயாரித்த ஸ்ரீ முருகன் மற்றும் டி.ஆர். ராமச்சந்திரன் கதாநாயகனாக நடித்த வித்யாபதி ஆகிய இரு படங்களும் திரைக்கு வந்தன. அதுவரையில் ஒரே நிறுவனம் தயாரித்த இரு திரைப்படங்கள் ஒரே நாளில் வெளிவந்ததே இல்லை. ஆகவே இந்தியாவிலே அப்படிப்பட்ட சாதனையைச் செய்த முதல் நிறுவனம் என்ற பெருமையை ஜுபிடர் பிக்சர்ஸ் பெற்றது. ஆனால் இந்த இரண்டு படங்களால் அவர்களுக்குக் கிடைத்தது அந்தப் பெயர் மட்டும்தான் என்பதுதான் மிகப் பெரிய சோகம். ஒரே நாளில் வெளியான அந்த இரு படங்களும் ஒரே மாதிரியாக தோல்வியைத் தழுவின.

அப்போது ஜுபிடர் பிக்சர்ஸ் நிறுவனத்திலே கதாசிரியராக மிகச் சிறப்பாகப் பணியாற்றிக் கொண்டிருந்தார் ஏ.எஸ்.ஏ.சாமி. அவருக்கு ஒரு படத்தை இயக்குகின்ற வாய்ப்பை கொடுக்க முடிவெடுத்த ஜுபிடர் பிக்சர்ஸ் அதிபர்களான சோமுவும், மொகிதீனும் ஒரு நாள் ஏ.எஸ்.ஏ.சாமி அவர்களை அழைத்து அவரிடம் மனம் விட்டுப் பேசினார்கள்.

"நீங்கள் டைரக்ட் செய்யப்போகும் முதல் படம் இது என்பதால் உங்களது படத்தில் பெரிய நடிகர்களைப் போட்டு எங்களால் ரிஸ்க் எடுக்க முடியாது. அதனால் நம்ப கம்பெனி ஒப்பந்தத்தில் இருக்கும் நடிகர்களை வைத்துத்தான் நீங்கள் படம் எடுக்க வேண்டும்" என்று அவரிடம் இவர்கள் கூற அந்த நிபந்தனையை அப்படியே ஒப்புக் கொண்ட ஏ.எஸ்,ஏ.சாமி, சோமுவும் மொகிதீனும் சொன்னதை மனதில் வைத்துக் கொண்டு *ராஜகுமாரி* என்ற பெயரில் ஒரு அருமையான திரைக்கதையைத் தயார் செய்து அவர்களிடம் சொன்னார்.

கதையைக் கேட்டவுடன் தனது முடிவை அடியோடு மாற்றிக் கொண்ட ஜுபிடர் சோமு "கதை ரொம்பப் பிரமாதமாக இருக்கிறது.

ஆனால் இந்தக் கதையை நமது கம்பெனி நடிகர்களை வைத்து எடுத்தால் நிச்சயமாக எடுபடாது. அதனால் கதாநாயகனாக பி.யு.சின்னப்பா அவர்களையும் கதாநாயகியாக டி.ஆர்.ராஜகுமாரியையும் ஒப்பந்தம் செய்து விடுவோம்" என்றார். அந்த கால கட்டத்தில் தமிழ்ப் பட உலகில் இருந்த இரண்டு சூப்பர் ஸ்டார்கள் எம்.கே.தியாகராஜா பாகவதரும், பி.யு.சின்னப்பாவும்தான்.

இன்றைய சூழ்நிலையில் புதுமுகங்களை வைத்துப் படமெடுக்க ஒப்பந்தம் செய்யப்பட்ட ஒரு இயக்குனரிடம் "உங்களது படத்திற்கு அஜித்தையும் நயன்தாராவையும் ஒப்பந்தம் செய்து தருகிறேன்" என்று ஒரு தயாரிப்பாளர் சொன்னால் எந்த ஒரு புது இயக்குனராவது வேண்டாம் என்று சொல்வாரா?

ஆனால் ஏ.எஸ்.ஏ.சாமி அந்த காரியத்தைச் செய்தார்.

"எனக்கு பி.யு.சின்னப்பாவும், டி.ஆர்.ராஜகுமாரியும் வேண்டாம். உங்களது ஸ்ரீமுருகன் படத்திலே சிவனாகவும் பார்வதியாகவும் நடித்த ராமச்சந்திரனையும் மாலதியையும் நீங்கள் ஒப்பந்தம் செய்து தாருங்கள், போதும்" என்றார்.

அன்று அவர் எடுத்த அந்த முடிவுதான் எம்.ஜி.ராம்சந்தர் என்ற பெயரிலே திரையுலகில் ஒரு சரியான அங்கீகாரம் கிடைக்காமல் தடுமாறிக் கொண்டிருந்த ராமச்சந்திரனுக்கு கதாநாயகன் என்ற அடையாளத்தைத் தந்தது.

ஏ.எஸ்.ஏ.சாமி அப்படி சொன்னவுடன் சோமு அவர்களுக்கும் மொகிதீன் அவர்களும் அவர் சொன்னதை அப்படியே ஒப்புக் கொள்ளவில்லை. "இது நீங்கள் டைரக்ட் செய்யப்போகும் முதல் படம். அதில் பி.யு.சின்னப்பாவும், டி.ஆர்.ராஜகுமாரியும் நடித்தார்கள் என்றால் வெற்றி நிச்சயம். செலவைப் பற்றி கவலைப்படாமல் நாங்களே பெரிய நடிகர்களை ஒப்பந்தம் செய்யலாம் என்று சொல்லும்போது நீங்கள் ஏன் வேண்டாம் என்று சொல்கிறீர்கள்?" என்று ஏ.எஸ்.ஏ.சாமியிடம் கேட்டனர்.

"ராமச்சந்திரனையும், மாலதியையும் வைத்துக் கொண்டு இந்தப் படத்தை மிகப்பெரிய வெற்றிப்படமாக்க முடியும் என்று எனக்கு நம்பிக்கை இருக்கிறது. அப்படி இருக்க எனக்கு எதற்கு மிகப் பெரிய நட்சத்திரங்கள்" என்று ஏ.எஸ்.ஏ.சாமி சொன்னவுடன் "உங்களுக்கு அவ்வளவு நம்பிக்கை இருக்கும்போது அதில் குறுக்கிட நாங்கள்

விரும்பவில்லை. உங்கள் விருப்பப்படியே படம் எடுங்கள்” என்று இயக்குனர் ஏ.எஸ்.ஏ.சாமிக்கு தயாரிப்பாளர்கள் இருவரும் பச்சைக் கொடி காட்டினர்.

ராஜகுமாரி படத்துக்கு இசையமைக்கும் பொறுப்பை ஏற்றிருந்த எஸ்.எஸ்.சுப்பையா நாயுடு அவர்கள் எம்.ஜி.ஆரின் மிக நெருங்கிய நண்பர். ஆகவே *ராஜகுமாரி* படத்தில் கதாநாயகன் வேடத்துக்கு எம்.ஜி.ஆரின் பெயரை ஏ.எஸ்.ஏ.சாமி சொன்ன செய்தி அவர் காதுக்கு எட்டியதும் உடனே எம்.ஜி.ஆரை சந்தித்து அந்த இனிய தகவலைப் பகிர்ந்து கொண்டார் அவர்.

அந்தச் செய்தியைக் கேட்டதும் ராமச்சந்திரன் துள்ளிக் குதிக்க வில்லை. ஏனெனில் *சாயா* என்றொரு படத்தில் கதாநாயகனாக ஒப்பந்தம் செய்யப்பட்டு, பல நாட்கள் நடித்த பின்னர் அந்த படத்திலிருந்து நீக்கப்பட்ட காயத்தின் வடு அந்த அளவிற்கு அவர் மனதில் ஆழமாகப் பதிந்திருந்தது.

தான் சொன்ன விஷயம் ராமச்சந்திரனின் முகத்தில் எந்த மாறுதலையும் ஏற்படுத்தாததைப் பார்த்தவுடன் “ஏ.எஸ்.ஏ.சாமி உங்களது நெருங்கிய நண்பர்தானே. ஆகவே அவரிடமே "ராஜகுமாரி" பட நாயகன் நீங்கள்தானா என்பதைக் கேட்டு தெளிவுபடுத்திக் கொள்ளுங்கள்” என்றார் எஸ்.எம். சுப்பையா நாயுடு. அதைத் தொடர்ந்து ஏ.எஸ்.ஏ.சாமியை ராமச்சந்திரன் சந்தித்தபோது *ராஜகுமாரி* படத்தின் நாயகன் அவர்தான் என்பதை உறுதிப்படுத்தினார் அவர்.

ராஜகுமாரி படம்தான் கதாநாயகனாக எம்.ஜி.ஆருக்கு முதல் படம் என்பதால் எம்.ஜி.ஆருக்கு அந்தப்படத்தில் சம்பளம் இரண்டாயிரத்து ஐந்நூறு ரூபாய் என்று முடிவு செய்ய்யப்ட்டது. அதே படத்தில் இன்னொரு முக்கியமான பாத்திரத்தில் நடித்த டி.எஸ். பாலையாவுக்கு எம்.ஜி.ஆர் சம்பளத்தைப் போல நான்கு மடங்கு சம்பளம் தரப்பட்டது.

பின்னாளில் எம்.ஜி.ஆர்.அவர்களோடு திரையுலகில் மிக நெருக்கமாக இருந்த பலர் இந்த *ராஜகுமாரி* படத்தில் அவரோடு பணியாற்றினார்கள். எம்.ஜி.ஆர். நடித்து பதினாறு படங்களை இயக்கிய எம். ஏ. திருமுகம் அந்தப்படத்திலே உதவி எடிட்டராக பணி புரிந்தார். எம்.ஜி. ஆரை வைத்து அதிகமான படங்களைத் தயாரித்த நிறுவனம் என்ற பெயரைப் பெற்ற தேவர் பிலிம்ஸ் அதிபரான சாண்டோ எம்.எம்.ஏ. சின்னப்பா தேவர் *ராஜகுமாரி*யில்தான்

முதன்முதலாக ராமச்சந்திரனோடு நடித்தார். எம்.ஜி.ஆர் அவர்களின் பெரும்பாலான படங்களில் தவறாமல் இடம்பெற்ற இன்னொரு நடிகரான எம். நம்பியார் எம்.ஜி.ஆரோடு இணைந்து நடித்த முதல் படமும் *ராஜகுமாரி* தான்.

கலை உலகில் மட்டுமின்றி அரசியலிலும் எம்.ஜி.ஆர். அவர்களோடு இணைந்து பல ஆண்டுகள் பயணம் செய்த கலைஞர் மு.கருணாநிதி அவர்கள் எம்.ஜி.ஆரோடு இணைந்து பணியாற்றிய முதல் படமாகவும் *ராஜகுமாரி* அமைந்தது.

கலைஞர். கருணாநிதி அந்தப் படத்திலே பணியாற்றக் காரணமாக அமைந்தவர் பிரபல பாடகரான சிதம்பரம். எஸ். ஜெயராமன். ஜுபிடர் பிக்சர்ஸ் தயாரிப்பதாக இருந்த உதயணன் என்ற திரைப்படத்துக்கு இசையமையக்க இவர் ஒப்பந்தமானார். அது தொடர்பாக அடிக்கடி ஜுபிடர் பிக்சர்சுக்கு வந்தபோது ஏ.எஸ்.ஏ.சாமி அவர்களோடு அவருக்கு நல்ல நட்பு ஏற்பட்டது.

“என் மைத்துனரான மு.கருணாநிதி திராவிடர் கழகத்தில் இருக்கிறார். இப்போது குடியரசு பத்திரிகையிலே பணியாற்றிக் கொண்டிருக்கும் அவர் மிகச் சிறந்த எழுத்தாற்றால் கொண்டவர். சந்தர்ப்பம் வரும்போது அவரைப் பயன்படுத்திக் கொள்ளுங்கள்” என்று ஒருமுறை தன்னிடம் சிதம்பரம் ஜெயராமன் கூறியதை நினைவில் வைத்துக் கொண்டிருந்த ஏ.எஸ்.ஏ.சாமி, தனக்கு *ராஜகுமாரி* படத்தை இயக்குகின்ற வாய்ப்பு கிடைத்ததும் தன்னுடன் இணைந்து வசனம் எழுத வரும்படி கலைஞர் கருணாநிதி அவர்களுக்கு அழைப்பு விடுத்தார்.

கோவைக்கு சென்று ஏ.எஸ்.ஏ.சாமி அவர்களைச் சந்தித்த கலைஞர் கருணாநிதிக்கு ஏற்கனவே பல நாடகங்களை எழுதிய அனுபவம் இருந்ததால் ஏ.எஸ்.ஏ.சாமி அவர்கள சொன்ன காட்சிகளுக்கு எல்லாம் உடனுக்குடன் அவர் வசனங்களை எழுதிக் கொடுத்தார். வசனம் எழுதுவதில் அவருக்குள்ள ஆற்றலைப் பார்த்து அசந்து போன ஏ.எஸ்.ஏ.சாமி முழு திரைப்படத்திற்கும் அவரையே வசனம் எழுதச் சொன்னார்.

ஒரு திரைப்படக் கதையைப் போலவே எதிர்பாராத பல திருப்பங்களை படப்பிடிப்பின் போது எம்.ஜி.ஆரின் முதல் படமான *ராஜகுமாரி* சந்தித்தது. *ராஜகுமாரி* சந்தித்த அந்த திருப்பங்கள் என்னென்ன என்பதை அடுத்த கட்டுரையில் பார்ப்போம்.

39

சின்னப்பா தேவருக்கு எம்.ஜி.ஆர் வாங்கித் தந்த பட வாய்ப்பு

ராஜகுமாரி படத்தில் பணியாற்றும்போதுதான் எம்.ஜி.ஆர். அவர்களுக்கும் கலைஞர் மு.கருணாநிதி அவர்களுக்கும் நெருக்கமான நட்பு உருவானது.

அதே போன்று தயாரிப்பாளர் சின்னப்பா தேவர் அவர்களுக்கும் எம்.ஜி.ஆருக்கும் இருந்த நட்பு, சகோதர பாசமாக மாறுவதற்குக் காரணமாக இருந்ததும் *ராஜகுமாரி* படம்தான்.

எம்.ஜி.ஆரை வைத்து அதிகமான படங்களைத் தயாரித்தவர் என்ற பெருமையைப் பெற்ற தயாரிப்பாளர் சின்னப்பா தேவர் அவர்களை *சாலிவாகனன்* படத்திலே நடித்தபோதுதான் முதன் முதலாகப் பார்த்தார் எம்.ஜி.ஆர். அப்போது அவர்களிடையே துளிர் விட்ட நட்பு தங்களது வேதனைகளை ஒருவருக்கொருவர் பகிர்ந்து கொள்கின்ற அளவிற்கு மிகக் குறுகிய காலத்திலேயே மிகவும் நெருக்கமாக வளர்ந்தது.

"நட்பு முதிர்ந்து ஒரு கால கட்டத்தில் இருவரும் சகோதரர்களாகவே ஆகிவிட்டோம். எங்களது ஏற்றத் தாழ்வோ, அரசியல் கொள்கை களோ, ஜாதி மதம் சம்பந்தமான நம்பிக்கைகளோ, தொழிலோ எதுவும் எங்களைப் பிரிக்கவில்லை" என்று சின்னப்பா தேவருக்கும் தனக்கும் இருந்த நட்பு பற்றி ஒரு கட்டுரையில் குறிப்பிட்டுள்ளார் எம்.ஜி.ஆர்.

சதி லீலாவதி படத்திலே எம்.ஜி.ஆருக்கு நிச்சயமாக ஒரு வாய்ப்பு தந்தே ஆக வேண்டும் என்று எம்.கே.ராதா அவர்கள் போராடியதைப் போல *ராஜகுமாரி* படத்திலே தனது நண்பரான சின்னப்பா தேவருக்கு ஒரு வாய்ப்பினைப் பெற்றுத்தரப் போராடினார் எம்.ஜி.ஆர்.

ராஜகுமாரி கதையின்படி ராணிக்கு ஒரு மெய்க்காப்பாளன் இருந்தான். அந்த மெய்க்காப்பாளனிடம் சண்டையிட்டு கதாநாயகன் அவரை வெல்கின்ற காட்சியிலே எம்.ஜி.ஆரோடு நடிக்க மிகப் பெரிய பயில்வான் ஒருவரை ஏற்பாடு செய்திருந்தார் தயாரிப்பாளரான சோமு.

“அந்த பயில்வான் வேஷத்துக்கு உங்க கம்பெனியிலேயே ஒரு நடிகர் இருக்கும்போது எதற்கு வெளியில் இருந்து ஆளை வரவழைக்க வேண்டும்?” என்று கேட்ட எம்.ஜி.ஆர் தனது நண்பரான சின்னப்பா தேவரை அந்தப் பாத்திரத்திற்கு சிபாரிசு செய்தார்.

“நம்ம கம்பெனியில் மாதச்சம்பளம் வாங்கும் எக்ஸ்டிரா நடிகன் அவன்” என்று தயாரிப்பாளர் சோமு சற்று அலட்சியமாகச் சொன்னபோது “சின்னப்பா அவர்களின் திறமையைப் பற்றி உங்களுக்குத் தெரியாது. அவரது திறமையைப் பூரணமாக அறிந்தவன் நான். அவர் ரொம்ப நன்றாக சண்டை போடுவார்” என்று தேவருக்காக பரிந்து பேசினார் எம்.ஜி.ஆர்.

“நீங்கள் கதாநாயகனாக நடிக்கும் முதல் படம் இது. அப்படி இருக்கும் போது மிகப்பெரிய பயில்வான் ஒருவரை நீங்கள் தோற்கடித்தால்தானே நன்றாக இருக்கும். அதனால்தான் கமாலுதீன் என்கிற மிகப் பெரிய பயில்வான் ஒருவரை அந்த வேடத்திற்கு போடச் சொல்லியிருக்கிறேன்” என்று படத் தயாரிப்பாளர் சோமு சொன்னபோது “என்னை மன்னித்துக் கொள்ளுங்கள். சின்னப்பா இல்லை என்றால் இந்த சண்டைக் காட்சியே வேண்டாம்” என்றெல்லாம் சொல்லி வாதாடி அந்த வேடத்தை தேவருக்குப் பெற்றுக் கொடுத்தார் எம்.ஜி.ஆர்.

சாயா என்ற படம்தான் எம்.ஜி.ஆர். கதாநாயகனாக நடித்த முதல் படம். அந்தப் படத்தின் படப்பிடிப்பு பாதி முடிவடைந்த நிலையில் அவரை மாற்றிவிட்டு அப்போது மிகவும் பிரபலமான நடிகராக இருந்த பி.யு.சின்னப்பா அவர்களைப் போட்டு அந்தப் படத்தை எடுக்க அந்தப் படத் தயாரிப்பாளர்கள் முடிவெடுத்தனர்.

அந்தப் படத்தில் ஏற்பட்ட அந்த கசப்பான அனுபவங்கள் காரணமாக *ராஜகுமாரி* படத்திலே கடைசி வரை தன்னைக் கதாநாயகனாக நடிக்க விடுவார்களா என்ற அச்சம் எம்.ஜி.ஆருக்கு இருந்து கொண்டே இருந்தது.

அவருடைய அந்த அச்சத்தை அதிகப்படுத்துவது போல பல சம்பவங்கள் அவ்வப்போது நடந்தன. தடாலென்று பாகவதர் போல நீண்ட முடியுடன் ஒருவர் ஸ்டுடியோவில் தென்படுவார். உடனே “உங்களுக்குப் பதிலாக வேறு ஒரு நடிகரை வைத்து டெஸ்ட் எடுக்கப் போகிறார்களாம்” என்று எம்.ஜி.ஆருக்கு செய்தி வரும். அந்தச்

செய்தியைக் கேட்ட அன்று இரவு முழுவதும் எம்.ஜி.ஆருக்கு தூக்கம் இருக்காது. இப்படிப் பல கண்டங்களைத் தாண்டி *ராஜகுமாரி* படம் பாதிக்கு மேல் வளர்ந்த நிலையில் மிகப் பெரிய சோதனை ஒன்றை எம்.ஜி.ஆர் எதிர்கொள்ளவேண்டி வந்தது.

ராஜகுமாரி படத்தின் தயாரிப்பாளர்களான சோமு அவர்களுக்கும் மொகிதீன் அவர்களுக்கும் படத்தை எடுத்த வரையில் திரையிட்டுக் காட்டினார் இயக்குனர் ஏ.எஸ்.ஏ.சாமி.

சாமி அவர்களைப் பொறுத்தவரையில் படம் மிகச் சிறப்பாக அமைந்திருப்பதாக அவர் எண்ணினார். ஆகவே படத்தைப் பார்த்து விட்டு முதலாளிகள் இருவரும் தன்னை நிச்சயம் பாராட்டுவார்கள் என்ற எதிர்பார்ப்புடன் தியேட்டருக்கு வெளியே காத்துக் கொண்டிருந்தார் அவர்.

ஆனால் அவரது எதிர்பார்ப்பிற்கு முற்றிலும் மாறாக படத்தின் முதலாளிகள் இருவரும் முகத்தைத் தொங்கப் போட்டுக் கொண்டு தியேட்டரை விட்டு வெளியே வந்தனர்.

அவர்கள் இருவருக்குமே படம் பிடிக்கவில்லை.

“முந்தைய இரு படங்களும் தோல்வியடைந்துள்ள நிலையில் இன்னொரு தோல்விப்படம் கொடுக்க வேண்டுமா என்று ஒரு முறைக்கு இருமுறை யோசித்துக் கொள்ளுங்கள்” என்று தன்னுடைய பங்குதாரரான சோமுவிடம் கூறினார் மொகிதீன். அவர் அப்படிக் கூறியவுடன் சோமு மிகப் பெரிய குழப்பத்துக்கு ஆளானார்.

இன்னொரு தோல்விப்படத்தை தங்களது நிறுவனம் தாங்காது என்று அவருக்கும் நன்றாகத் தெரிந்திருந்தது. ஆனால் அதே சமயம் *ராஜகுமாரி* படம் நிறுத்தப்பட்டால் முதன் முதலாக அந்தப் படத்திலே இயக்குனராக அறிமுகமாகும் ஏ.எஸ்.ஏ.சாமி, அந்தப்படத்தில் கதானாயகனாக நடித்து வரும் ராமச்சந்திரன் ஆகிய இருவரின் எதிர்காலமும் கேள்விக்குறியாகி விடுமே என்று யோசனை செய்த அவர் அவர்களின் எதிர்காலத்தை மனதில் கொண்டு வித்தியாசமான ஒரு முடிவை எடுத்தார்.

“எப்படியும் பாதி படத்துக்கும் மேலாக எடுத்துவிட்டோம். மீதமுள்ள நான்காயிரம் அடி படத்தையும் எடுத்துவிட்டுப் போட்டுப்

பார்ப்போம். அதற்குப்பிறகும் படம் பிடிக்கவில்லை என்றால் யார் கண்ணிலும் காட்டாமல் படத்தை தூக்கிப் போட்டு விடலாம்" என்பதுதான் மொகிதீனிடம் அவர் சொன்ன முடிவு.

எம்.ஜி.ஆர், ஏ.எஸ்.ஏ.சாமி ஆகிய இருவரின் எதிர்காலத்தை மனதில் கொண்டு மொகதீன் அவர்களும் சோமுவின் முடிவை ஏற்றுக்கொள்ள *ராஜகுமாரி* படத்தின் படப்பிடிப்பு தொடர்ந்தது.

இப்படி அடிக்கடி ஏற்பட்ட குழப்பங்களால் *ராஜகுமாரி* படம் முடிய பதினெட்டு மாதங்கள் ஆகி விட்டன. அந்தப் படத்திலே எம்.ஜி.ஆருக்கு பேசப்பட்டிருந்த மொத்த சம்பளம் 2500 ரூபாய். அந்தப் பணத்தை மாதம் 200 ரூபாயாக பிரித்து அவருக்குக் கொடுத்துக் கொண்டிருந்தார்கள். படப்பிடிப்பு பன்னிரண்டு மாதங்களையும் தாண்டி நடைபெற்றதால் மொத்த சம்பளப் பணத்தையும் வாங்கித் தீர்த்துவிட்டிருந்த எம்.ஜி.ஆர். கையில் காசில்லாமல் கோயம்பத்தூரில் வசிக்க மிகவும் சிரமப்பட்டார். ஒரு கட்டத்தில் சென்னைக்கு கிளம்பிவிடலாம் என்று முடிவெடுத்தபோது ஜுபிடர் பிக்சர்சில் நடன ஆசிரியராகப் பணியாற்றிக் கொண்டிருந்த கே.ஆர்.குமார் என்பவர் எம்.ஜி.ஆரை அழைத்து "நீங்கள் எனக்கு ஒரு உறுதி மொழி தரவேண்டும்" என்றார்.

அந்த நடன இயக்குனர் குமார் அவர்களை தனது ஆசானாக எண்ணி மதிப்பவர் என்பதால் அவர் சொன்னதைக் கேட்டு பதில் பேசாமல் நின்றார் எம்.ஜி.ஆர்.

"செலவுக்கு பணம் இல்லை என்பதால் நீங்கள் சென்னைக்கு போக முடிவெடுத்திருப்பதாக கேள்விப்பட்டேன். நீங்கள் ஒரு விஷயத்தை நினைவில் கொள்ள வேண்டும். மொத்தத் தமிழ் சினிமா உலகமும் கதாநாயகன் வேடத்திற்கு நீங்கள் லாயக்கில்லை என்று நினைக்கிறது. அப்படிப்பட்ட நேரத்திலே உங்களுக்குக் கதாநாயகன் வேடம் கொடுத்து ஜுபிடர் பிக்சர்சார் படம் எடுத்துக் கொண்டிருக்கிறார்கள். முன்பு உங்களுக்கு கதாநாயகன் வேடம் கொடுத்தவர்கள் படத்தை முடிக்காதது மட்டுமில்லாமல் இதே சென்ட்ரல் ஸ்டுடியோவில் வேறொரு நடிகரை வைத்து அந்தப் படத்தை எடுக்கவும் முயற்சி செய்தார்கள். ஆனால் சோமு அண்ணன் அவர்கள் அப்படிப்பட்டவர் அல்ல. ஏறக்குறைய படம் முடிவடையும் கட்டத்திற்கு வந்து விட்டது. அதனால் இந்தப் படத்தை முடிக்காமல் நீங்கள் இங்கிருந்து கிளம்பக் கூடாது" என்று

அறிவுரை கூறியது மட்டுமின்றி ஒரு கவரை எம்.ஜி.ஆரிடம் நீட்டிய குமார் "இதில் ஆயிரத்து எண்ணூறு ரூபாய் இருக்கிறது. இதை வைத்துக் கொள்ளுங்கள். நான் அடுத்த முறை வரும்போது வாங்கிக் கொள்கிறேன்" என்றார்.

"இந்தப் பணத்தை எடுத்து நான் செலவு செய்துவிட்டால் உங்களுக்கு எப்படி நான் பணத்தைத் திருப்பித் தருவது" என்று ராமச்சந்திரன் கேட்டபோது வாய் விட்டு சிரித்த அவர் "நீங்கள் எப்போதும் இப்படியேதான் இருக்கப் போகிறீர்களா என்ன? உங்களுக்கு நல்ல எதிர்காலம் நிச்சயமாக அமையும். அப்போது நான் உங்களிடம் பணத்தை வாங்கிக் கொள்கிறேன்" என்றார்.

"அன்று அவர் செய்த அந்த உதவியினால்தான் கோவையில் தங்கி என்னால் அந்தப் படத்தில் நடித்து முடிக்க முடிந்தது" என்று ஒரு கட்டுரையில் குறிப்பிட்டிருக்கிறார் எம்.ஜி.ஆர்.

இத்தனை போராட்டங்களை சந்தித்துவிட்டு திரைக்கு வந்த ராஜகுமாரி திரைப்படம் மிகப் பெரிய வெற்றியைக் குவித்தது.

அந்தப் படம்தான் தமிழ்த்திரைப்படக் கதாநாயகர்களின் பட்டியலில் ஒரு நிரந்தரமான இடத்தை எம்.ஜி.ஆருக்கு பெற்றுத் தந்தது.

40

தந்தை போட்ட சபதத்திற்காக வயலின் கற்றுக்கொண்ட குன்னக்குடி வைத்தியநாதன்

வயலின் இசைக் கருவியை மிகவும் அற்புதமாக வாசிக்கக் கூடிய கலைஞர்கள் ஆயிரக்கணக்கானவர்கள் இருக்கிறார்கள். ஆனால் அந்த வயலின் மூலம் ரசிகர்களோடு பேசிய பெருமை குன்னக்குடி வைத்தியநாதனுக்கு மட்டுமே சொந்தமானது.

காரைக்குடியிலிருந்து பத்து கிலோமீட்டர் தூரத்தில் அமைந்துள்ள முருகன் தலமான குன்னக்குடியைச் சேர்ந்த ராமசாமி சாஸ்திரிகளுக்கு ஐந்தாவது குழந்தையாக 1935 ஆம் ஆண்டு மார்ச் 2ஆம் தேதி அன்று பிறந்தவர் வைத்தியநாதன்.

ராமசாமி சாஸ்திரிகளின் குடும்பம் ஒரு சங்கீதக் குடும்பம். வைத்தியநாதனின் தந்தை ஹரிகதா காலட்சேபம் நடத்துவதில் வல்லவர். வைத்தியநாதனின் மூத்த சகோதரர் கணபதி சுப்ரமணியம் மிருதங்க வித்வானாக இருந்தார் என்றால் அவரது சகோதரிகளான சுப்புலட்சுமியும், சுந்தரலட்சுமியும் "குன்னக்குடி சகோதரிகள்" என்ற பெயரிலே கர்நாடக இசைக் கச்சேரி செய்து கொண்டிருந்தனர்.

அந்த குடும்பத்தில் சங்கீதத்தோடு எந்தத் தொடர்பும் இல்லாமல் வளர்ந்தவர் என்றால் அது குன்னக்குடி வைத்தியநாதன் மட்டும்தான்.

படிப்பிலோ, இசையிலோ கொஞ்சமும் அக்கறை இல்லாமல் தனது மகன் வளர்ந்து வருவதைப் பார்த்து சங்கடப்பட்ட வைத்தியநாதனின் தாயார் "இவன் மேல் மட்டும் நீங்கள் என் அக்கறையே காட்ட மாட்டேன் என்கிறீர்கள்?" என்று தனது கணவரிடம் கேட்காத நாளில்லை.

"எல்லாவற்றிற்கும் நேரம் வர வேண்டும்" என்பார் அவர்.

அந்த நேரம் ஒரு வயலின் வித்வான் மூலம் ஒரு நாள் வந்தது.

குன்னக்குடி சகோதரிகளுக்கு எல்லா கச்சேரிகளிலும் வயலின் வாசிக்கக் கூடிய வயலின் வித்வான் அன்றைய கச்சேரிக்கு வரவில்லை. அவர் இல்லாமலே கச்சேரி நடந்து முடிந்தது.

மறுநாள் அந்த வயலின் வித்வான் வந்தபோது முதல் நாள் கச்சேரிக்கு வராத அந்த வயலின் வித்வானை கடுமையாக திட்டித் தீர்த்தார் வைத்தியநாதனின் தந்தை.

"உங்களுடைய பெண்கள் பாடுகிறார்கள், பையன் மிருதங்கம் வாசிக்கிறான், ஆனா வயலினுக்கு மொத்த குடும்பமும் என்னைத்தான் நம்பிக்கிட்டு இருக்கீங்க? அதை மனதில் வைத்துக் கொண்டு கொஞ்சம் மரியாதையாகப் பேசுங்கள்" என்று அந்த வயலின் வித்வான் பேசியது ராமசாமி சாஸ்திரிகளின் கோபத்தை உச்சத்துக்குக் கொண்டு சென்றது. அப்போது அந்தப் பக்கமாக வைத்தியநாதன் வர "இன்னும் ஒரே வருடத்தில் இவனைப் பெரிய வயலின் வித்வான் ஆக்கவில்லை என்றால் என் பெயர் ராமசாமி இல்லை" என்று அந்த வயலின் வித்வானிடம் சபதம் போட்டார் அவர்.

அவர் அப்படி சபதம் போட்டதும் அந்த வயலின் வித்வான் கூட சும்மா இருந்தார். ஆனால் வைத்தியநாதனின் சகோதரிகளால் சிரிப்பை அடக்க முடியவில்லை. அதுவரை வயலினைக் கையில் கூட எடுத்துப் பார்க்காத வைத்தியநாதன் எங்கே வயலின் கற்றுக் கொள்ளப் போகிறார் என்பதுதான் அவர்களது சிரிப்புக்குக் காரணம்.

ஆனால் தந்தையின் சொல்லுக்காக வயலினைக் கையில் எடுத்த வைத்தியநாதன் அவரது சகோதரிகளின் கணிப்பை எல்லாம் மீறி அசுர சாதகம் செய்யத் தொடங்கினார்.

சரியாக ஒரு வருடத்தில் தனது சகோதரிகளான குன்னக்குடி சகோதரிகள் பாட அண்ணன் கணபதி சுப்ரமணியம் மிருதங்கம் வாசித்த கச்சேரியில் அற்புதமாக வயலின் வாசித்து, முயன்றால் முடியாதது எதுவும் இல்லை என்ற தாரக மந்திரத்திற்கு வலுவினைச் சேர்த்தார் வைத்தியநாதன்.

குன்னக்குடி வைத்தியநாதன் என்ற பெயரில் பிரபலமாகத் தொடங்கிய வைத்தியநாதனைத் தேடி பல பெரிய வித்வான்களின் பாட்டு கச்சேரிகளில் வயலின் வாசிக்கக் கூடிய வாய்ப்புகள் வரத் தொடங்கின.

இசைக்கு அடுத்தபடியாக சினிமா வைத்தியநாதனை ஈர்த்தது.

எந்த புது படம் வந்தாலும் முதல் காட்சியில் தவறாமல் வைத்தியநாதனைப் பார்க்கலாம்.

திரைப்படப் பாடல்களுக்கு ஜலதரங்கம் வாசித்துக் கொண்டிருந்த வெங்கட்ரமணராவ் என்பவர் ஒரு முறை வைத்தியநாதனை சந்தித்தார். எவ்வளவுதான் கச்சேரிகளில் வாசித்தாலும் பெரிதாக பணம் சேர்க்க முடியாது என்று வைத்தியநாதனுக்கு சொன்ன அவர் பணம் சம்பாதிக்க ஒரே வழி சினிமாதான் என்று சொன்னது மட்டுமின்றி சேலத்தில் உள்ள மாடர்ன் தியேட்டர்சில் போய் சேரும்படி வைத்தியநாதனுக்கு யோசனையும் கூறினார். அடுத்த கணமே சேலத்திற்குப் புறப்பட்டுவிட்டார் வைத்தியநாதன்.

வைத்தியநாதனின் திறமை என்ன என்பதை சோதித்துப் பார்த்த பிறகே அவரை சேர்த்துக் கொள்ள முடியும் என்று சொன்ன மாடர்ன் தியேட்டர்ஸ் நிர்வாகிகள் அவரது திறமையை சோதித்துப் பார்ப்பதற்காக இசையமைப்பாளர் ஜி.ராமநாதன் முன்னாலே அவரைக் கொண்டுபோய் நிறுத்தினர்.

“எங்கே வாசி பார்க்கலாம்” என்றார் ஜி.ராமனாதன்.

இசையமைப்பாளர் ஜி.ராமநாதன் அவர்களுக்கு மிகவும் பிடித்த ராகம் சாருகேசி ராகம். அந்த விஷயம் வைத்தியநாதனுக்குத் தெரியாது என்ற போதிலும் அதிர்ஷ்டமும், நேரமும் அவருக்குத் துணை நின்ற காரணத்தாலோ என்னவோ சாருகேசி ராகத்தில் அமைந்த ஒரு பாடலைப் பாடிக் காட்டினார் அவர்.

அதைத் தொடர்ந்து மாடர்ன் தியேட்டர்ஸ் நிறுவனத்தின் கதவுகள் அவருக்குத் திறக்கப்பட்டன.

மாடர்ன் தியேட்டர்ஸ் நிறுவனத்திலே சேர்ந்து பணியாற்ற கிடைத்த வாய்ப்பு பொருளாதார ரீதியாக மட்டுமின்றி ஒரு இசையமைப்பாளராக தனது தகுதியை வளர்த்துக் கொள்ளவும் குன்னக்குடி வைத்தியனாதனுக்கு மிகப் பெரிய அளவில் உதவியது.

அந்த அனுபவங்களின் துணையுடன் தனது 17வது வயதில் சென்னையில் காலடி எடுத்து வைத்த வைத்தியநாதனுக்கு அப்போது பிரபலமாக இருந்த சூலமங்கலம் சகோதரிகளின் அறிமுகம் கிடைத்தது.

அவர்களது கச்சேரிகளுக்கு வாசிக்கத் தொடங்கிய வைத்தியநாதனுக்கு தமிழகத்தின் மிகப்பெரிய இசைக் கலைஞர்களாக விளங்கிய செம்மங்குடி, மகாராஜபுரம் சந்தானம், சிர்காழி கோவிந்தராஜன், டிஎன்.ராஜரத்தினம் பிள்ளை, திருவெண்காடு சுப்ரமணிய பிள்ளை உட்பட பல கலைஞர்களோடு இணைந்து கச்சேரி செய்யக் கூடிய வாய்ப்புகள் கிடைத்தன.

1970ஆம் ஆண்டு தனியாக வயலின் கச்சேரி செய்யத் தொடங்கியது தான் குன்னக்குடி வைத்தியநாதனின் வாழ்க்கையில் மிகப் பெரிய திருப்பத்தை ஏற்படுத்தியது.

சரஸ்வதி ஸ்டோர்ஸ் என்ற பெயரிலே இசைத்தட்டுக்களை வெளியிடும் நிறுவனத்தை நடத்திக் கொண்டிருுண்ட ஏ.வி.மெய்யப்ப செட்டியார் ஒவ்வொரு ஆண்டும் சரஸ்வதி பூஜை தினத்தன்று அவரது அலுவலகத்தில் மிகவும் பிரம்மாண்டமாக பூஜையை நடத்துவது வழக்கம். அந்த பூஜையில் கலந்து கொண்டு பிரபலமான பல பாடகர்கள் பாடுவார்கள். அப்படி பாடிக் கொண்டிருந்த சிதம்பரம் ஜெயராமனுக்கு வயலின் வாசித்துக் கொண்டிருந்த குன்னக்குடி வைத்தியநாதன் அடுத்த பாடலைப பாட சி.எஸ்.ஜெயராமன் இடைவெளி எடுத்துக் கொண்ட சமயத்தில் ‘திருநீலகண்டர்’ படத்திலே தியாகராஜ பாகவதர் பாடிய “தீனகருணாகரனே”என்ற பாடலை வயலினில் வாசித்தார். அவர் வாசிக்க ஆரம்பித்தவுடன் அவர் பக்கம் திரும்பிய மெய்யப்ப செட்டியார் அவர் வாசித்து முடிக்கின்றவரையில் அடுத்த பக்கம் திரும்பவில்லை.

கச்சேரி முடிந்ததும் குன்னக்குடி வைத்தியநாதனைத் தனியாக அழைத்த அவர் “உனக்கு பாகவதர் பாட்டு எல்லவற்றையும் வாசிக்கத் தெரியுமா” என்று கேட்டார். தெரியும் என்று வைத்தியநாதன் தலையை ஆட்டியவுடன் சரஸ்வதி ஸ்டோர்ஸ் நிர்வாகியான கண்ணனை அழைத்த செட்டியார் வைத்தியநாதனின் வயலின் வாசிப்பை இசைத் தட்டாக கொண்டுவர ஏற்பாடு செய்யும்படி அவரிடம் கூறினார்.

வைத்தியநாதன் வயலினில் வாசித்த திரைப்படப் பாடல்களுக்கு மிகப் பெரிய வரவேற்பு கிடைத்ததைத் தொடர்ந்து எச்.எம்.வி. நிறுவனத்துக்காக பக்திப் பாடல்களுக்கு இசையமைக்கக் கூடிய வாய்ப்பு குன்னக்குடி வைத்தியநாதனுக்குக் கிடைத்தது.

அதைத் தொடர்ந்து பல இசைத்தட்டு நிறுவனங்களுக்காக எண்ணற்ற பாடல்களைத் தனது இசையமைப்பில் உருவாக்கினார் வைத்தியனாதன்.

அப்படி அவர் உருவாக்கிய ஒரு பாடல்தான் தமிழ் சினிமா உலகில் குன்னக்குடி வைத்தியநாதன் இசையமைப்பாளராக அறிமுகமாக பாதை போட்டுத் தந்தது.

41

ரஜினிகாந்தை நேருக்கு நேர் பார்க்க முடியாமல் தவித்த மனோரமா

ஆயிரத்து ஐநூறு படங்களுக்கு மேலாக நடித்து தமிழ்த் திரையுலகில் மிகப் பெரிய சாதனையை நிகழ்த்தியுள்ள மனோரமாவை ஒரு 'சகலகலாவல்லி' என்றுதான் கூறவேண்டும். நடிப்பதில் மட்டுமின்றி பழகுவதிலும் உயரிய நாகரீகத்தைக் கடைப்பிடித்த மனோரமாவின் திரை வாழ்க்கையில் ஒரே ஒரு கரும்புள்ளி என்றால் அது ஒரு மேடையில் ரஜினிகாந்தை விமர்சித்து அவர் சொன்ன வார்த்தைகள்தான்.

"யானைக்கும் அடி சறுக்கும்" என்ற பழமொழியினைப் போல மனோரமா சறுக்கக் காரணமாக அமைந்தது ஒரு அரசியல் மேடை.

ரஜினிகாந்தோடு எண்ணற்ற திரைப்படங்களில் நடித்திருந்த மனோரமா ரஜினியை அப்படி விமர்சிப்பார் என்று யாருமே எதிர்பார்க்கவில்லை.

இன்னும் சரியாகச் சொல்வதென்றால் அப்படிப்பட்ட ஆவேசமான விமர்சனக்கணைகள் ரஜினியை நோக்கி அதுவரை வீசப்பட்டதே இல்லை.

அவரது அந்த விமர்சனங்கள்தான் காரணமோ, அல்லது இயல்பாகவே அது நடந்ததோ மனோரமா அப்படி ரஜினியை விமர்சித்துப் பேசியதற்குப் பிறகு அடுத்த ஆறு மாதங்கள் மனோரமாவைத் தேடி எந்த ஒரு பட வாய்ப்பும் வரவில்லை.

அந்த ஆறுமாத இடைவெளிக்குப் பிறகு பிறகு அவர் நடிக்க ஒப்பந்தமான முதல் படம் *அருணாச்சலம்* அந்தப் படத்தின் கதாநாயகன் ரஜினிகாந்த்.

"இன்னாசெய்தாரை ஒறுத்தல் அவர் நாண நன்னயம் செய்து விடல்" என்ற வள்ளுவரின் வாக்குப்படி மனோரமாவிற்கு அந்தப் படத்திலே வாய்ப்பு தந்தார் ரஜினி.

அந்தப் படத்தின் தொடக்க விழாவில் ரஜினியை சந்தித்தபோது நேருக்கு நேராக அவரைப் பார்க்க முடியாமல் தவித்தார் மனோரமா. ஆனால் அந்தப் படத்தின் படப்பிடிப்பின்போது அந்தச் சம்பவம் பற்றி ஒரு நாள் கூட மனோரமாவிடம் ரஜனி பேசவேயில்லை.

தனது படத்தில் வாய்ப்பு தந்தது மட்டுமின்றி மனோரமாவின் பொன்விழாவினைக் கொண்டாடும் விதமாக திரையுலகின் சார்பில் அன்றைய முதல்வர் கலைஞர். மு. கருணாநிதி அவர்கள் தலைமையில் மனோரமாவிற்கு ஒரு பாராட்டு விழா நடைபெற்ற போது மனோரமாவின் அழைப்பை ஏற்று அந்த விழாவிற்கும் வந்து சிறப்பித்தார் ரஜினி.

அந்த விழாவில் கலந்து கொள்ள ரஜினி, கமல் ஆகிய இருவரையும் மனோரமா நேரில் கூட சென்று அழைக்கவில்லை. தொலைபேசி மூலம்தான் அழைத்தார் என்றாலும் மறு பேச்சின்றி அவர்கள் இருவரும் விழாவிற்கு வர ஒப்புக் கொண்டனர்.

மனோரமா தன்னைக் கடுமையாகத் தாக்கிப் பேசியபோதும் தான் ஏன் அதைப் பொருட்படுத்தவில்லை என்பதைப் பற்றி முதல் முறையாக அந்த பாராட்டு விழா மேடையில் ரஜினிகாந்த் பகிர்ந்துகொண்டார்.

பில்லா படத்திலே நடித்துக் கொண்டிருந்த போது ரஜினி உடல் நலக் குறைவால் பாதிக்கப்பட்டிருந்தார். அந்த படத்தின் வெளிப்புறக் காட்சிகள் படமாக்கப்பட்டபோது கூட்டத்தில் நின்ற வக்கிர புத்திக்காரர்கள் சிலர் ரஜினியைப் பார்த்து “பைத்தியம், பைத்தியம்” என்று கூவினார்கள். அந்த சமயத்தில் அந்தப் படப்பிடிப்பில் ரஜினியுடன் நடித்துக் கொண்டிருந்த மனோரமா ரஜினிக்கு எதிராகக் குரல் கொடுத்தவர்களை நோக்கிப் பாய்ந்தது மட்டுமின்றி சரமாரியாக அவர்களைத் திட்டித் தீர்த்தார்.

மனோரமாவின் பாராட்டு விழா மேடையிலே அந்தச் சம்பவத்தை நினைவு கூர்ந்த ரஜினி “அன்றைக்கு என்னை அணைத்த இந்தக் கை, எத்தனை தடவை என்னை அடித்தாலும் தாங்குவேன்” என்று கூறியபோது மனோரமாவின் கண்கள் கலங்கின.

அந்த ஒரு சம்பவத்தை நீக்கி விட்டுப் பார்த்தால் திரை உலகில் எல்லா விஷயங்களிலும் மனோரமாவுக்கு தெளிவான ஒரு பார்வை இருந்திருப்பதை உணரலாம்.

ஒரு நடிகை எப்படிப்பட்ட ஈடுபாட்டோடு இந்தத் தொழிலிலே இருக்க வேண்டும் என்பது பற்றி அவர் எழுதியுள்ள சில குறிப்புகள் அதற்கு உதாரணமாகத் திகழ்கின்றன.

“ஒரு படத்திலோ அல்லது ஒரு நாடகத்திலோ நடிக்க ஒப்புக்கொண்ட பிறகு நான் தோன்றுகின்ற முதல் காட்சியிலேயே நான் ஏற்கின்ற அந்தக் கதாபாத்திரத்தின் குணாதிசயத்தை வெளிப் படுத்திவிடுவதில் உறுதியாக இருப்பேன். எந்தக் காரணத்தை கொண்டும் அடுத்தடுத்த காட்சிகளில் அதைப் பார்த்துக் கொள்ளலாம் என்று நான் இருந்ததே இல்லை. எனது கதாபாத்திரத்தைப் புரிந்து கொள்வதில் ரசிகர்களுக்கு எந்தக் குழப்பமும் இருக்கக் கூடாது என்பதில் எப்போதும் நான் ஜாக்கிரதையாக இருப்பேன்” என்று அந்தக் குறிப்புகளில் கூறியுள்ளார் மனோரமா. ஒரு நட்சத்திரத்தின் நீண்ட கால திரை உலக வாழ்க்கைக்கும் புகழுக்கும் அடிப்படையாக அமைவது படவுலகமும் ரசிகர்கள் உலகமும்தான். ஒரு நடிகை அல்லது நடிகர் கலை உலகில் நீடித்து இருப்பதற்கு ஒரு நாணயத்தின் இரண்டு பக்கங்களைப் போல அவர்கள் இருவருமே அவசியம். இதில் எந்தப் பக்கம் இல்லாவிட்டாலும் நட்சத்திர வாழ்க்கை என்பது செல்லாத நாணயத்தைப்போல் ஆகிவிடும். ‘எனக்கு ரசிகர்கள் இருக்கிறார்கள் அதனால் இந்த சினிமாக்காரர்களைப்பற்றி எனக்குக் கவலையில்லை. அவர்களால் என்னை என்ன செய்து விடமுடியும்? ரசிகர்கள்தான் முக்கியம்’ என்று கூறிவிட்டு படப்பிடிப்புக்கு ஒழுங்காக வராமல் இருந்த பல நட்சத்திரங்களை நான் சந்தித்திருக்கிறேன். ஆனால் அப்படிப்பட்டவர்களை இப்போது நான் மட்டுமல்ல, ரசிகர்களும் எங்கே என்று கேட்டுக் கொண்டிருக்கிறார்கள். ஒரு நடிகர் நடிகைக்கு லட்சக்கணக்கில், கோடிக்கணக்கில் ரசிகர்கள் இருந்தால் அது அவர்களது திறமை அவர்களுக்கு தேடித் தந்த சொத்து. ஆனால் இந்த இடத்தில் ஒரு விஷயத்தை நினைவில் கொள்ள வேண்டும். எந்த ரசிகரும் தாங்கள் விரும்புகின்ற நட்சத்திரத்தை தூக்கி நிறுத்துவதற்காக திரைப்படம் எடுப்பதில்லை. எந்த ஒரு கலைஞரையும் ரசிகப் பெருமக்களிடம் நிலைக்க வைத்து வாழவைப்பவர்கள் படவுலகினர் தான். ரசிகர்களும் தயாரிப்பாளர்களும் ஒரு நடிகர் அல்லது நடிகையின் இரண்டு கண்களைப் போன்றவர்கள். ஆகவே கலைஞர்கள் எப்போதும் ரசிகர்கள் தயாரிப்பாளர்கள் ஆகிய இருவரையும் மதித்து நடக்க வேண்டும். இன்னொரு விஷயத்தையும் கலைஞர்களுக்கு நான் கூற விரும்புகிறேன். கலைஞர்களுக்கு எத்தனையோ பிரச்சினைகள்

இருக்கும். அவற்றை நான் ஒப்புக் கொள்கிறேன். ஆனால் அவற்றை ஸ்டூடியோவரை எடுத்துச் செல்லவே கூடாது. என்னைப் பொறுத்த வரையில், எனக்கு எவ்வளவோ பிரச்சனைகள் தொல்லைகள் உண்டு. அவைகள் அனைத்தையும் வீட்டில் இருந்து ஷூட்டிங் புறப்பட காரில் ஏறி கார் கதவைத் திறக்கும் வரைதான் என் மனதில் வைத்திருப்பேன். கார் கதவைத் திறந்து உள்ளே உட்காரும்போது நான் அன்று நடிக்கப் போகும் கதாபாத்திரத்தின் குணத்திற்குரிய முழுக் கலைஞராகத்தான் உட்காருவேன். கார் வீட்டை விட்டுப் புறப்பட்ட மறுகணம் வீட்டை மறந்து விடுவேன். படப்பிடிப்பு முடிந்து மறுபடியும் வீட்டுக்குப் புறப்படக் காரில் ஏறி உட்கார்ந்த பிறகுதான் வீட்டுப் பிரச்சனைகளைப் பற்றி நினைப்பேன். தொழில் முன்னேற்றத்திற்கு இந்த மனப்பாங்கு மிகத் தேவை என்று நான் கருதுகிறேன்" என்று அந்தக் கட்டுரையில் குறிப்பிட்டிருக்கிறார் மனோரமா. தனது அனுபவத்தினால் பெற்ற அறிவின் துணையோடு மனோரமா எழுதியுள்ள இந்தக் குறிப்புகள் இன்றுள்ள கலைஞர்கள் அனைவரின் கைகளிலும் இருக்க வேண்டிய ஒரு பாடம் என்பதில் எந்தச் சந்தேகமும் இல்லை.

42

பத்மினியின் திருமணத்தில் கலந்து கொள்ளாத கதாநாயகன்

பிரபல படத் தயாரிப்பாளரும் கண்ணதாசனின் மூத்த சகோதரருமான ஏ.எல். சீனிவாசன் கலைவாணர் என்.எஸ். கிருஷ்ணனுடன் இணைந்து தயாரித்த படம் *பணம்*. சிவாஜி அறிமுகமான படமான *பராசக்தி* படம் படப்பிடிப்பில் இருந்தபோதே *பணம்* படத்தில் நடிக்க ஒப்பந்தமாகிவிட்டார் சிவாஜி.

சிவாஜி கணேசனுடன் அதிகமான படங்களில் ஜோடியாக நடித்தவர் என்ற பெருமைக்குச் சொந்தக்காரரான பத்மினி சிவாஜியுடன் ஜோடி சேர்ந்த முதல் படம் *பணம்* தான். அதற்கு முன்னரே *மணமகள்* உட்பட பல திரைப்படங்களில் நடித்து புகழ் பெற்றிருந்தார் பத்மினி.

பணம் படத்தின் முதல் நாள் படப்பிடிப்பிலே பத்மினியை சந்தித்த போது "உங்கள் படங்கள் எல்லாவற்றையும் நான் பார்த்திருக்கிறேன். *மணமகள்* திரைப்படத்தில் உங்கள் நடிப்பு ரொம்பவும் பிரமாதமாக இருந்தது. உங்களை மாதிரி நடிகைகளோடு எல்லாம் சேர்ந்து நடிப்பேன் என்று நான் கனவு கூட கண்டதில்லை" என்றார் சிவாஜி.

சிவாஜியின் அந்த பாராட்டுக்களை சிரித்தபடியே ஏற்றுக் கொண்ட பத்மினி, "கணேஷ், இப்போது சினிமா உலகில் இளம் கதாநாயகர்களே இல்லை. அந்தக் குறையைப் போக்கும் விதத்தில் நீங்கள் வந்திருக்கிறீர்கள். உங்களது முதல் படமான *பராசக்தி* பற்றி இப்போதே எல்லோரும் பரபரப்பாக பேசுகிறார்கள். அதனால் எதிர்காலத்தில் நீங்கள் ஒரு பெரிய நடிகராக நிச்சயம் புகழ் பெறுவீர்கள்" என்று அவரைப் பாராட்டினார்.

அப்படி அறிமுகமான அந்த சிவாஜி கணேசன் – பத்மினி ஜோடிதான் பின்னர் திரைப்பட ரசிகர்களால் மறக்க முடியாத ஒரு ஜோடியாக அமைந்தது.

பணம் படத்தில் நடித்துக் கொண்டிருந்த போதுதான் சிவாஜியின் திருமணம் நிச்சயம் ஆனது.

சுவாமி மலையில் நடைபெற்ற அந்த திருமணத்திற்கு முதல் நாள் பணம் படத்திற்காக படமாக்கப்பட்ட காட்சி சிவாஜி பத்மினி ஆகிய இருவரின் திருமணக் காட்சி.

அந்தத் திருமணம் நடைபெற்று ஒன்பது ஆண்டுகளுக்குப் பிறகு நடைபெற்ற பத்மினியின் திருமணமும் அவர் சிவாஜியுடன் நடித்துக் கொண்டிருந்த செந்தாமரை படத்தின் படப்பிடிப்பின் போதுதான் நடைபெற்றது.

செந்தாமரை படம் முடிவடைய பத்மினி மற்றும் அவரது சகோதரி லலிதா ஆகியோரின் திருமணங்கள் ஒரு வகையில் காரணமாக அமைந்தன என்று கூட சொல்லலாம்.

ஏ.எல்.சீனிவாசனை மிகவும் கவர்ந்த இயக்குனர்களில் ஏ. பீம்சிங்கும் ஒருவர். கலைவாணர் என்.எஸ்.கிருஷ்ணனின் இயக்கத்திலே சிவாஜி கணேசன், பத்மினி ஜோடியாக நடித்த பணம் படத்தைத் தயாரித்த அவர் அந்த படத்தைத் தயாரிக்கும்போதே பீம்சிங் இயக்கத்திலே ஒரு படத்தைத் தயாரிக்க வேண்டும் என்று ஆசைப்பட்டார். ஆனால் என்.எஸ்.கிருஷ்ணனுக்கும் பீம்சிங்குக்கும் அப்போது கருத்து வேறுபாடு இருந்ததால் ஏ.எல். சீனிவாசனால் உடனடியாக அதைச் செயல்படுத்த முடியவில்லை.

ஆகவே பணம் படம் வெளியான பின்னர் பீம்சிங் இயக்கத்திலே செந்தாமரை என்ற படத்தைத் தொடங்கினார் அவர்.

சிவாஜிகணேசன், கே.ஆர். ராமசாமி, எஸ்.எஸ். ராஜேந்திரன் ஆகிய மூன்று கதாநாயகர்கள் இணைந்து நடிக்க லலிதா, பத்மினி, ராகினி ஆகிய திருவாங்கூர் சகோதரிகள் மூவரும் நடித்த அந்தப் படத்தில் சந்திரபாபு, கே.ஏ. தங்கவேலு, பி.ஆர். பந்துலு என்று மிகப் பெரிய நட்சத்திரப் பட்டாளம் இடம் பெற்றிருந்தது.

அந்தப் படத்தை ஆரம்பித்தபோது பல வருட காலம் அந்தப்படம் தயாரிப்பில் இருக்கப் போகிறது என்று யாருக்குமே தெரியாது. அந்தப் படத்தில் கதாநாயகிகளாக நடித்த லலிதா, பத்மினி ஆகிய இருவருக்கும் அந்த படத்தின் படப்பிடிப்பு முடைவடைதற்கு முன்பே திருமணம் நடந்துவிட்டது. அவர்கள் இருவருக்கும் திருமணம் நிச்சயமாகாமல் இருந்திருந்தால் அந்தப் படம் வெளிவர இன்னும் கூட தாமதமாகியிருக்கக் கூடும்.

1957 ஆம் ஆண்டு ஜனவரி 23 ஆம்தேதி அன்று திருமணம் செய்து கொள்ள முடிவெடுத்த லலிதா அதற்குப் பிறகு படங்களில் நடிக்க மாட்டேன் என்று அறிவித்துவிடவே செந்தாமரை படத்திலே லலிதா சம்பந்தப்பட்டிருந்த காட்சிகளை எல்லாம் அவசரம் அவசரமாக படமாக்கி முடித்தார் அந்தப்படத்தின் தயாரிப்பாளரான ஏ.எல். சீனிவாசன்.

அதற்குப் பிறகு அந்தப் படத்தின் படப்பிடிப்பிலே தேக்கம் ஏற்பட்டது.

ஏறக்குறைய நான்காண்டுகள் அந்தப் படத்தின் படப்பிடிப்பு நடைபெறாமல் இருந்த சூழ்நிலையில் அந்தப் படத்தில் சிவாஜிக்கு ஜோடியாக நடித்துக் கொண்டிருந்த பத்மினிக்கும் டாக்டர் ராமச்சந்திரனுக்கும் திருமணம் நிச்சயமானது.

1961ஆம் ஆண்டு மே மாதம் 25 ஆம்தேதி அவர்களது திருமணத்தை நடத்த பத்மினியின் தாயார் முடிவு செய்தார். திருமணத்துக்குப் பிறகு நடிப்பதில்லை என்று முடிவெடுத்த பத்மினி அப்போது தான் நடித்துக் கொண்டிருந்த படத்தின் படப்பிடிப்புகளை எல்லாம் அவசரம் அவசரமாக முடித்தார்.

இனி பத்மினி நடிக்க மாட்டார் என்பது தெரிந்ததும் அவர் சம்பந்தப்பட்ட காட்சிகளை முடிப்பதற்காக மீண்டும் செந்தாமரை படத்தின் படப்பிடிப்பு அவசரமாகத் தொடங்கியது.

திருமணத்திற்கு முன்னர் பல படங்களில் நடித்து முடிக்க வேண்டியிருந்ததால் வேறு வழியில்லாமல் இரவு பகலாக படப்பிடிப்புகளில் கலந்து கொண்டார் பத்மினி.

இருபத்தி ஐந்தாம் தேதி நடக்கவிருந்த திருமணத்திற்காக இருபத்தி நான்காம் தேதி விமானம் மூலம் கொச்சி புறப்பட்ட பத்மினி அன்று விடியற்காலை வரை செந்தாமரை படத்தின் படப்பிடிப்பில் சிவாஜியோடு கலந்து கொண்டார்.

காலை 10.40 மணிக்கு விமானம் மூலம் சென்னையில் இருந்து கொச்சிக்குப்புறப்பட்ட பத்மினியைவழியனுப்பசென்னைமீனம்பாக்கம் விமான நிலையத்தில், 25 ஆயிரம் பேருக்கு மேல் கூடியிருந்தனர். விமான நிலையத்துக்கு வந்த அவருக்கு, பூரண கும்பத்துடன் வரவேற்பு

அளிக்கப்பட்டது. டைரக்டர் கே.சுப்பிரமணியம் ஏற்பாடு செய்திருந்த பல நாதசுரக் கலைஞர்கள் நாதசுரம் வாசிக்க நூற்றுக்கணக்கான பெண்கள் பத்மினிக்கு ஆரத்தி எடுத்தனர். மாலைகள் போர் எனக் குவிந்தன.

விமான நிலையத்தில் கூடியிருந்த கூட்டத்தையும், தன் மீது ரசிகர்கள் கொண்டிருந்த அன்பையும் கண்ட பத்மினி, நெகிழ்ந்து போய் கண் கலங்கினார். கை கூப்பி வணங்கி, ‘போய் வருகிறேன்’ என்றார். பேச முடியாமல் அவரது நா தழுதழுத்தது. அவரது கண்களில் இருந்து கண்ணீர் அருவியாகக் கொட்டியது. கண்களைத் துடைத்துக்கொண்டு. கை அசைத்தபடி ரசிகர்களிடம் விடைபெற்றுக் கொண்டு விமானத்தில் ஏறினார் பத்மினி.

குருவாயூரில் நடைபெற்ற அவரது திருமணத்தைக் காண பல்லாயிரக்கணக்கான ரசிகர்கள் அங்கே குவிந்தனர்.

திருமணத்தைத் தொடர்ந்து ராமச்சந்திரன் பத்மினியின் திருமண வரவேற்பு சென்னை அண்ணா சாலையில் இப்போது ஹயாத் ஹோட்டல் இருக்கும் இடத்தில் அப்போது அமைந்திருந்த ஆபட்ஸ்பரி திருமண மண்டபத்தில் நடைபெற்றது.

மூதறிஞர் ராஜாஜி, இசைக்குயில் எம்.எஸ்.சுப்புலட்சுமி ஆகியோர் கலந்து கொண்டு சிறப்பித்த அந்தத் திருமண வரவேற்பில் பத்மினிக்கு வாழ்த்து தெரிவிக்க மொத்தத் திரையுலகமும் குவிந்தது. முக்கியமான ஒரு கதாநாயகனைத் தவிர. அந்தக் கதாநாயகன் சிவாஜி கணேசன்.

43

ரத்தக் கண்ணீர் படத்தில் நடிக்க எம்.ஆர்.ராதா விதித்த நிபந்தனைகள்

நடிகவேள் என்று திரை ரசிகர்கள் கொண்டாடிய எம்.ஆர்.ராதா நடித்த முதல் திரைப்படம் *ராஜசேகரன்.* 1937 ஆம் ஆண்டு வெளியான அந்தத் திரைப்படத்தில் தன்னுடைய அபாரமான நடிப்புத் திறனை வெளிப்படுத்தி இருந்தார் ராதா. மிகச் சிறந்த பாராட்டுக்களை அந்தப் படம் அவருக்குப் பெற்றுத்தந்த போதிலும் அந்தப் படத்தைத் தொடர்ந்து எம்.ஆர்.ராதாவைத் தேடி திரைப்பட வாய்ப்புகள் வரவில்லை. அதற்குக் காரணம் *ராஜசேகரன்* படத்தின் தோல்வி.

ஒரு படம் வெற்றியடைந்துவிட்டால் திறமையே இல்லை என்றாலும் அந்தப் படத்தில் நடித்த நடிகருக்கு பட வாய்ப்புகள் குவிவதும், படம் வெற்றி பெறாவிட்டால் அந்தப் படத்தில் நடித்தவர் எவ்வளவு திறமையான நடிகராக இருந்தபோதிலும் அவர் இருக்கும் திசையையே திரும்பிப் பார்க்க மறுப்பதும் இந்தத் திரையுலகில் காலம் காலமாகவே நடந்து வருகிறது என்பதற்கு எம்.ஆர்.ராதாவும் ஒரு உதாரணம்.

அப்படிப்பட்ட தயாரிப்பாளர்களிலிருந்து மாறுபட்டிருந்த மாடர்ன் தியேட்டர்ஸ் அதிபர் டி.ஆர்.சுந்தரம் எம்.ஆர்.ராதாவின் திறமையை மதித்து சந்தனத் தேவன், சத்தியவாணி ஆகிய இரண்டு படங்களில் அவரைக் கதாநாயகனாக ஒப்பந்தம் செய்தார்.

மெட்ராஸ் ராஜகோபாலன் ராதாகிருஷ்ணன் என்ற அவரது பெயரை சுருக்கி எம்.ஆர்.ராதா என்று அவருக்கு பெயர் சூட்டிய பெருமையும் டி.ஆர்.சுந்தரத்துக்கே சொந்தமானது.

எம்.ஆர்.ராதா நடித்த அந்த இரண்டு திரைப்படங்களும் வெற்றியை அடையாததால் மீண்டும் நாடக மேடைக்குத் திரும்பிய எம்.ஆர்.ராதா நடித்த நாடகம்தான் *ரத்தக் கண்ணீர்.*

அந்த நாடகத்தின் பிற்பகுதியில் குஷ்டரோகியாக நடித்த எம்.ஆர்.ராதா இன்று இருப்பதைப் போல மேக்கப் வசதிகள் எதுவும்

இல்லாத அந்தக் கால கட்டத்திலேயே தன்னுடைய கற்பனைத் திறனின் உதவியுடன் குஷ்ட ரோகியின் தோற்றத்தை மிகவும் வித்தியாசமாக அமைத்துக் கொண்டார்.

அந்த குஷ்டரோகியின் வேடத்தில் அவரைப் பார்க்க அவரது குடும்பத்தினரே பயப்படுவார்களாம். அவை எல்லாவற்றிற்கும் மேலாக ரத்தக் கண்ணீர் நாடகத்திற்கு ஒரு முறை தலைமை தாங்க வந்த எம்.கே.தியாகராஜ பாகவதர் ராதாவைத் தொட்டுப்பேச பயப்பட்டது மட்டுமின்றி அவரிடமிருந்து இரண்டடி தள்ளியே நின்று பேசினாராம்.

எம்.ஆர். ராதா எண்ணற்ற நாடகங்களில் நடித்திருந்தாலும் ராதா என்று சொன்னவுடன் எல்லோரது நினைவிற்கும் வரக்கூடிய ஒரே நாடகம் ரத்தக் கண்ணீர் நாடகம்தான் என்பதை எவரும் மறுப்பதற்கில்லை. அந்த நாடகத்தில் அவரது ஆர்ப்பாட்டமான நடிப்பைப் பார்த்து விட்டுத்தான் நடிகவேள் என்ற பட்டத்தை அவருக்குச் சூட்டி பெருமைப்படுத்தினார் திராவிட கழகத் தலைவர்களில் ஒருவரான பட்டுக்கோட்டை அழகிரிசாமி.

தமிழ் சினிமாவின் ஆரம்ப கட்டத்தில் புகழ் பெற்ற நாடகங்களே திரைப்படங்களாகத் தயாரிக்கப்பட்டன. அந்த வரிசையில் எம்.ஆர். ராதாவின் ரத்தக் கண்ணீர் நாடகத்தைத் திரைப்படமாகத் தயாரிக்க பல தயாரிப்பாளர்கள் ஆசைப்பட்டார்கள் என்றாலும் ராதாவிடம் பேச்சு வார்த்தை நடத்த பயந்து கொண்டு அவர்களில் பலர் தங்களது ஆசையை மனதிலேயே புதைத்துக் கொண்டு விட்டனர்.

பராசக்தி படத்தில் நடிகர் திலகம் சிவாஜி கணேசனை அறிமுகம் செய்த நேஷனல் பிக்சர்ஸ் அதிபர் பெருமாள் முதலியார் ரத்தக் கண்ணீர் நாடகத்தைப் படமாக்கும் நோக்கத்துடன் எம்.ஆர்.ராதாவை சந்தித்துப் பேசினார்.

சமூக சீர்திருத்தக் கருத்துக்களோடு பராசக்தி படத்தைத் தயாரித்தவர் என்பதால் பெருமாள் முதலியார் மீது எம்.ஆர்.ராதாவுக்கு மிகுந்த மரியாதை இருந்தது. அதன் காரணமாக "சினிமாக்காரங்க பழக்கத்தை விட்டே நீண்ட நாட்கள் ஆகி விட்டது ஆனாலும் நீங்கள் விரும்பிக் கேட்பதால் நடிக்க வருகிறேன்" என்று சொல்லிவிட்டு அந்தப்படத்தில் நடிக்க ஒப்புக்கொண்ட எம்.ஆர்.ராதா அந்தப் படத்தில் நடிக்க பல நிபந்தனைகளை விதித்தார்.

"சினிமாவிற்காக நாடகத்தை விட்டுவிட்டு நான் வரமாட்டேன். என்னைப் பொருத்தவரைக்கும் சினிமா என்பது சைட் பிசினஸ்தான். ஒற்றைவாடை தியேட்டரில் தினமும் என்னுடைய நாடகம் இருப்பதால் இரவில்தான் என்னால் படப்பிடிப்பில் கலந்து கொள்ளமுடியும்" என்பதை முதல் நிபந்தனையாக சொன்ன அவர் அடுத்து விதித்த நிபந்தனை கொஞ்சம் விசித்திரமானதாக இருந்தது.

"நான் நாடக நடிகன். அதனால் காமிராவின் இஷ்டத்துக்கு எல்லாம் நான் திரும்பித் திரும்பி நடிக்க மாட்டேன். காமிராவைத் திருப்பி திருப்பி நீங்கள்தான் என்னை படம் பிடித்துக் கொள்ள வேண்டும்" என்பதை இரண்டாவது நிபந்தனையாக சொன்னார் அவர்.

அடுத்து சம்பளப் பிரச்னை எழுந்தது. தமிழ்த் திரையுலகில் அப்போது அதிகமாக சம்பளம் வாங்கிக் கொண்டிருந்த ஒரே நடிகை கே.பி.சுந்தராம்பாள் மட்டுமே. முதல் படமான *நந்தனாரில்* நடிக்க அவர் ஒரு லட்சம் ரூபாய் சம்பளம் வாங்கியிருந்ததை அறிந்திருந்த எம்.ஆர்.ராதா "அந்த அம்மா வாங்கிய சம்பளத்துக்கு மேல் இருபத்தி ஐயாயிரம் ரூபாய் போட்டு ஒரு லட்சத்து இருபத்தி ஐயாயிரம் ரூபாயை எனக்கு சம்பளமாகக் கொடுத்து விடுங்கள்" என்றார்.

அவர் சொன்ன எதைக் கேட்டும் பெருமாள் முதலியார் அசரவில்லை. எல்லாவற்றிற்கும் சரி என்று ஒப்புக் கொண்டார். ஏனெனில் *ரத்தக் கண்ணீரின்* முதுகெலும்பே ராதாதான் என்பதையும் அவர் இல்லாமல் வேறு யார் நடித்தாலும் அந்தப்படம் வெற்றி பெறாது என்பதையும் அவர் மிகச் சரியாக உணர்ந்திருந்தார்.

ரத்தக் கண்ணீர் கதையில் ராதா ஏற்றிருந்த மோகன் பாத்திரத்திற்கு நிகரான இன்னொரு பாத்திரம் ராதாவின் ஆசை நாயகியான காந்தாவின் பாத்திரம். அந்த பாத்திரத்தில் எம்.ஆர். ராதாவுடன் நடிக்க நடிகைகள் எல்லோருமே பயந்தனர். அந்தப் பாத்திரத்தில் நடிப்பதற்கான நடிகையின் தேடல் நடந்து கொண்டிருந்த போதே படத்தின் படப்பிடிப்பு தொடங்கியது.

தினமும் இரவு பத்து மணிக்கு நாடகம் முடிந்தவுடன் இரண்டு பெரிய கேரியரில் சாப்பாட்டை எடுத்துக் கொண்டு படப்பிடிப்பிற்கு கிளம்புவார் எம்.ஆர்.ராதா. படப்பிடிப்பு நடந்த எல்லா நாட்களும் விதம் விதமாக சமைத்த சாப்பாட்டை அவர் எடுத்துக் கொண்டு வரத்

தொடங்கவே படப்பிடிப்பில் எல்லோரும் அவர் எப்போது வருவார் என்று காத்துக் கொண்டிருப்பார்களாம்.

நீண்ட தேடலுக்குப் பிறகு ரத்தக் கண்ணீர் படத்தின் இயக்குனர்களான கிருஷ்ணன் பஞ்சு ஆகிய இருவரும் அப்போது டி.கே.சண்முகத்தின் நாடகத்தில் நடித்துக் கொண்டிருந்த எம்.என். ராஜத்தை காந்தாவின் வேடத்திற்கு தேர்வு செய்தனர்.

ரத்தக் கண்ணீர் படத்தில் நடிக்க ஆரம்பித்தபோது எம்.ஆர்.ராதா யார் என்பதை எம்.என்.ராஜம் முழுமையாக அறிந்திருக்கவில்லை. அதனால் எந்தப் பயமும் இன்றி எல்லா காட்சிகளிலும் மிக இயல்பாக நடித்தார் அவர்.

படப்பிடிப்பு ஆரம்பித்த சில நாட்களிலேயே எம்.ஆர்.ராதா எப்படிப்பட்ட ஆற்றல் பெற்ற நடிகர் என்பதையும், நாடக உலகிலும் திரை உலகிலும் அவரது செல்வாக்கு எப்படிப்பட்டது என்பதையும் தெரிந்து கொண்ட எம்.என்.ராஜம் அதற்குப் பிறகு ராதா எதிரில் நடிக்க பயந்தார். அப்படிப்பட்ட சூழ்நிலையில்தான் ராதாவை மாடியிலிருந்து அவர் காலால் எட்டி உதைக்கின்ற காட்சியை படமாக்கத் தயாரானார்கள் கிருஷ்ணனும் பஞ்சுவும்.

காட்சியைப் பற்றி அவர்கள் ராஜத்துக்கு விளக்கிய அடுத்த நிமிடமே "என்னால் அந்தக் காட்சியில் நடிக்க முடியாது" என்று மறுத்து விட்டார் எம்.என்.ராஜம்.

அவர் அப்படிச் சொன்னவுடன் வேறு யார் சமாதானப் படுத்தினாலும் அவர் சமாதானம் ஆக மாட்டார் என்பதை உணர்ந்து கொண்ட எம்.ஆர்.ராதா அவர் அருகில் வந்தார்.

"இதோ பார். காமிராவிற்கு முன்னாலே நான் ராதாவும் இல்லே. நீ ராஜமும் இல்லை. நான் மோகன். நீ காந்தா. கதைப்படி மோகனை காந்தாவான நீ எட்டி உதைக்கிறே. அவ்வளவுதான்" என்று எம்.என். ராஜத்திடம் அவர் பொறுமையாக காட்சியை விளக்கினார்.

ஆனால் அவர் அவ்வளவு சொன்ன பிறகும் எம்.என்.ராஜம் அந்தக் காட்சியில் நடிக்க சம்மதிக்கவில்லை.

இறுதியில் அந்தப் படத்தின் இயக்குனர்களான கிருஷ்ணன்பஞ்சு இருவரும் செய்த தந்திரம்தான் அந்தக் காட்சியில் நடிக்க அவரை சம்மதிக்க வைத்தது.

"இவ்வளவு நாளும் இந்தப் படத்தில் நீ அருமையாக நடிச்சிருக்கே. நீ நினைச்சுக் கூட பார்க்க முடியாத பெயரையும், புகழையும் இந்தப் படம் உனக்கு சம்பாதித்து தரப்போகுது. ஆனால் படம் பூரா இவ்வளவு கஷ்டப்பட்டு நடித்த நீ இந்தக் காட்சியில் நடிக்கவில்லை என்றால் நிச்சயம் உன்னை இந்த படத்திலிருந்து எடுத்து விடுவார்கள். இவ்வளவு நாள் நீ பட்ட கஷ்டம் எல்லாம் வீணாகிவிடும்" என்று அவர்கள் இருவரும் சொன்னதற்குப் பிறகுதான் வேறு வழியில்லாமல் மனதைத் தேற்றிக் கொண்டு அந்த காட்சியில் நடிக்க சம்மதித்தார் எம்.என்.ராஜம்.

மிகப்பெரிய வெற்றியைப் பெற்ற ரத்தக் கண்ணீர் படம் எம்.ஆர்.ராதாவிற்கு மட்டுமின்றி எம்.என்.ராஜத்திற்கும் மறக்க முடியாத படமாக அமைந்தது.

44

கே.பாலச்சந்தருக்கும் நாகேஷுக்கும் இடையே ஏற்பட்ட மோதல்

கே.பாலச்சந்தர் நாகேஷ் ஆகிய இருவரும் பிரித்துப் பார்க்க முடியாத அளவிற்கு நகமும் சதையும் போல இருந்தவர்கள். தன்னுடைய மிகச் சிறந்த நண்பராக இருந்த பாலச்சந்தர் மீது மிகுந்த மரியாதை வைத்திருந்தவர் நாகேஷ்.

சர்வர் சுந்தரம் நாடகம் வெற்றிகரமாக நடந்து கொண்டிருந்த அந்த நாட்களில் சினிமாவைப் பற்றி பாலச்சந்தர் நினைத்துக் கூட பார்த்ததில்லை. அப்போது முதன் முதலாக ஒரு காரை வாங்கியிருந்த நாகேஷ் அந்தக் காரில் பாலச்சந்தரை ஏற்றிக் கொண்டு கதிட்ரல் சாலையில் 110 கி.மீட்டர் வேகத்தில் பறந்தார்.

“டேய் என்னடா இப்படி ஓட்டறே? மெள்ளப் போடா எனக்கு ரொம்ப பயமாக இருக்கிறது” என்று பாலச்சந்தர் சொன்னபோது “கவலைப்படாதே பாலு. இந்தக் கார்ல என் பக்கத்தில உட்கார்ந்துக்கிட்டிருக்கறது எதிர்காலத்தில இந்த சினிமா உலகை ஆட்டிப் படைக்கப் போகிற ஒப்பற்ற டைரக்டர்னு எனக்குத் தெரியும். அதனால உன்னை பொறுப்பா வீட்டில் கொண்டு போய் சேர்த்து விடுவேன்” என்றார் நாகேஷ்.

“சரிதான் போடா, உனக்கு எல்லாம் விளையாட்டுத்தான்” என்று கே.பாலச்சந்தர் அலுத்துக்கொள்ள “நான் சொன்னது பலிக்குதா இல்லையான்னு பாரு” என்று அப்போதே ஆணித்தரமாக சொன்னவர் தான் நாகேஷ்.

தனது படங்களில் நாகேஷுக்காகவே வித்தியாசமான பாத்திரங்களை உருவாக்குவார் பாலச்சந்தர். அவர் படைக்கும் பாத்திரங்களுக்கு உயிர் கொடுப்பார் நாகேஷ். அப்படி ஒரு புரிதல் அவர்கள் இருவருக்குமிடையே இருந்ததால்தான் பாலச்சந்தரின் படங்களில் மட்டும் நாகேஷின் பாத்திரப் படைப்புகள் தனியாகத் தெரிந்தன.

வெள்ளிவிழா திரைப்படத்தில் கட்சி விட்டு கட்சி தாவும் ஒரு அரசியல்வாதியின் பாத்திரத்தை நாகேஷுக்கென்று அற்புதமாக உருவாக்கியிருந்தார் பாலச்சந்தர். தன்னுடைய நடிப்பாற்றலால் அந்தப் பாத்திரத்தை நாகேஷ் எங்கேயோ கொண்டு சென்று விடுவார் என்பது அவர் கணிப்பாக இருந்தது.

அப்போது நாகேஷ் மிகவும் பிசியான நடிகராக இருந்ததால் முன்னதாகவே அவரிடம் பேசி கால்ஷீட்டை மொத்தமாக வாங்கச் சொல்லியிருந்தார் பாலச்சந்தர். அதன்படி தயாரிப்பாளர்களும் நாகேஷிடம் பேசி தேதிகளை உறுதிப்படுத்தியிருந்தனர்.

வாகினி ஸ்டுடியோவில் அன்று நடைபெறவிருந்த வெள்ளிவிழா படத்தின் படப்பிடிப்பிற்கு கே.பாலச்சந்தர் வழக்கம் போல எட்டு மணிக்கே வந்து விட்டார். அவரைத் தொடர்ந்து மனோரமா வந்தார். அடுத்து படமாக்கப்பட வேண்டிய காட்சி பற்றி பாலச்சந்தர் ஒளிப்பதிவாளருக்கு சொல்ல அரங்கம் படப்பிடிப்பிற்கு தயாரானது.

ஆனால் மணி பதினொன்று ஆகியும் படப்பிடிப்பு தொடங்க வில்லை. அதற்குக் காரணம் அன்றைய காட்சியின் பிரதான நடிகரான நாகேஷ் அதுவரை ஸ்டுடியோவிற்குள்ளே காலடி எடுத்து வைக்கவில்லை.

படத்தின் தயாரிப்பாளர்களைக் அழைத்த பாலச்சந்தர், "என்னாச்சி? ஏன் அவன் வரலே. கூப்பிட்டுக் கொண்டு வர யார் போயிருக்காங்க?" என்று கேட்டார்.

அடுத்து நடக்கவிருந்த விபரிதம் தெரியாமல் "புரொடக்ஷன் மேனேஜர் போயிருக்கார். இப்போது கூட்டிக் கொண்டு வந்து விடுவார்" என்று அப்பாவியாக பதிலளித்தார் அந்தத் தயாரிப்பாளர்.

அந்த சம்பவம் நடந்து சில நிமிடங்களில் புரொடக்ஷன் மேனேஜர் வியர்க்க விறுவிறுக்க அங்கே வந்தார்.

"எங்கேய்யா நாகேஷ்" என்ற பாலச்சந்தரின் குரலில் உஷ்ணம் கொஞ்சம் அதிகமாக இருந்தது.

"அவர் வரமாட்டார் சார். அவர் எம்.ஜி.ஆர் ஷூட்டிங்கிற்கு போய் விட்டார்" என்று அந்த மேனேஜர் சொன்னதும் பாலச்சந்தருக்கு கோபம் மண்டைக்கு ஏறியது.

காலை ஒன்பது மணி முதல் நாகேஷுக்காக காத்துக் கொண்டு இருந்ததால் ஆத்திரத்தின் உச்சியில் இருந்த பாலச்சந்தர் "என்னய்யா சொல்றே? நீங்க முன்னாலேயே டேட் வாங்கியிருந்தீங்க இல்லே. இன்னிக்கு நம்ம கால்ஷீட்தானே? அப்புறம் எப்படி அவன் எம்.ஜி.ஆர். ஷூட்டிங்கிற்கு போவான்?" என்று பாலச்சந்தர் கேட்டபோது அந்த சூழ்நிலையைப் புரிந்து கொண்டு நிலைமையை சமாளிக்காமல் எரிகின்ற தீயில் எண்ணையை ஊற்றினார் அந்தத் தயாரிப்பு நிர்வாகி.

"அந்த எம்.ஜி.ஆர் படத்தின் டைரக்டரே நாகேஷைப் பார்க்க வந்திருந்தார் சார். அவரை என்கிட்ட காட்டி 'இவர் யார் தெரியுமாடா. எம்.ஜி.ஆர் படத்தோட டைரக்டர். இப்பச் சொல்லு. நான் யார் ஷூட்டிங்குக்கு போவேன்?' என்று சொல்லிவிட்டு அவர் கூட காரில் ஏறிப் போய் விட்டார் சார்" என்றார் அந்தத் தயாரிப்பு நிர்வாகி.

பாலச்சந்தரால் அந்த அதிர்ச்சியைத் தாங்கிக் கொள்ள முடியவில்லை. நாகேஷா அப்படி சொன்னான் என்ற கேள்வி அவர் மனதிற்குள் திரும்பத் திரும்ப ஓடிக் கொண்டேயிருந்தது.

"எம்.ஜி.ஆர் படத்திற்கு கால்ஷீட் கேட்டால் மறுக்க முடியாது என்பது மொத்த சினிமா உலகத்திற்கும் தெரியும். அவருக்குத் தேதி கொடுத்து விட்டு, அந்தத் தேதிகள் மாறக் கூடியது என்பதால்கூட நாகேஷ் கலாகேந்திராவிற்கு அதே தேதிகளைக் கொடுத்திருக்கலாம். பின்னர் அவர் தேதியில் மாற்றம் ஏதும் இல்லாததால் அந்தப் படப்பிடிப்பில் கலந்து கொள்ள வேண்டிய கட்டாயம்கூட அவனுக்கு ஏற்பட்டிருக்கலாம். அப்படி ஒரு நிலைமை என்றால் தயாரிப்பு நிர்வாகியைத் தனியாகக் கூப்பிட்டு நிலைமையை சொல்லியிருக்கலாமே. அதை விட்டுவிட்டு எம்.ஜி.ஆர் டைரக்டரே இங்கே வந்திருக்கிறார் என்று சொல்கிறான் என்றால் இவனைக் கூப்பிட நான் வரவேண்டும் என்று எதிர்பார்க்கிறானா," இப்படி பல சிந்தனைகள் பாலச்சந்தர் மனதிற்குள் ஓடத் தொடங்கின.

இவ்வளவு காலம் இருந்த நட்புக்கு என்ன அர்த்தம் என்று தனக்குள்ளேயே அவர் கேள்வி கேட்டுக் கொண்டார்.

ஒன்றும் புரியாத அந்த சூழ்நிலையில் மனோரமாவை அழைத்த அவர் "இன்று படப்பிடிப்பு ரத்து நீங்கள் கிளம்பலாம்" என்றார். மனோரமா கிளம்பிய போது அவரை மீண்டும் அழைத்து "நாளைக்கு நிச்சயமாக படப்பிடிப்பு உண்டு" என்றார்.

“நாளைக்கு படப்பிடிப்பு உண்டு” என்று சொன்னபோது அவரது குரலில் இருந்த தீர்மானம் பாலச்சந்தர் ஒரு முடிவெடுத்துவிட்டார் என்பதை மனோரமாவிற்குச் சொல்லாமல் சொல்லியது.

அடுத்து தயாரிப்பாளர்களை அழைத்த பாலச்சந்தர் “இனி இந்தப் படத்தில் நாகேஷ் இல்லை” என்றார்.

அதைக் கேட்ட அவர்களுக்கு என்ன செய்வது என்றே புரியவில்லை.

படப்பிடிப்பிற்கு வர முடியவில்லை என்றால் அதை இன்னும் கொஞ்சம் நாகரீகமாக சொல்லியிருக்கலாமே. அதை ஏன் நாகேஷ் செய்யவில்லை என்று தயாரிப்பாளர்கள் யோசித்துக் கொண்டிருக்கும்போதே “என்ன செய்வீர்களோ தெரியாது. தேங்காய் சீனிவாசன் எங்கே இருக்கிறார் என்று தேடிப் பிடியுங்கள். நாளை முதல் ஆறு நாளைக்கு ஷூட்டிங். வெளியில் யாருக்கும் தெரியக் கூடாது. குறிப்பாக நாகேஷுக்கு சொல்லக் கூடாது” என்ற பாலச்சந்தர் அதோடு நிறுத்தவில்லை. “நாகேஷை சமாதானம் செய்கின்ற வேலையை எல்லாம் யாரும் செய்யக் கூடாது. அதேமாதிரி சமாதானம்னு சொல்லிகிட்டு என்னையும் யாரும் கூப்பிடக் கூடாது” என்று கண்டிப்பாகக் கூறிவிட்டு ஸ்டுடியோவை விட்டு கிளம்பினார்.

இனி பாலச்சந்தர் நாகேஷ் உறவு என்பது உடைந்த கண்ணாடி பாத்திரம்தான் என்பது தயாரிப்பாளர்களுக்கு தெளிவாகப் புரிந்தது.

மறுநாள் காலை ஏழு மணிக்கெல்லாம் படப்பிடிப்பு தளத்திற்கு வந்து விட்டார் பாலச்சந்தர். அவர் வந்த பத்தாவது நிமிஷம் தேங்காய் சீனிவாசன் அங்கு வர படப்பிடிப்பு வேகமாக நடந்தது.

படப்பிடிப்பிற்கு வர முடியாது என்று சொன்ன நாகேஷ் இரண்டாம் நாள் ஸ்டுடியோவிற்கு போன் போட்டு “ஷூட்டிங் நடக்கிறதா?” என்று கேட்டார்.

பதில் சொன்னவர் “ஷூட்டிங் நடக்கிறது” என்று மட்டும் சொல்லி நிறுத்தவில்லை. முதல் நாள் நடந்தது முழுவதையும் அப்படியே சொன்னார்.

ஏறக்குறைய பத்தாண்டு காலம் நீடித்த நட்புக்கு குறுக்கே அழுத்தமான கோடு விழுந்து விட்டது என்பது நாகேஷுக்கு புரிந்து

போனது. அதற்கு பிறகு பாலச்சந்தருடன் அது குறித்து அவர் பேசவில்லை. பாலச்சந்தரும் நாகேஷைத் தொடர்பு கொள்ள எந்த முயற்சியும் செய்யவில்லை.

அந்த மோதல் நடந்து மூன்றாண்டுகளுக்குப் பிறகு நண்பர்கள் பலர் எடுத்த தீவிர முயற்சிகள் காரணமாக *அபூர்வ ராகங்கள்* படத்தில் அந்த 'அபூர்வஜோடி' மீண்டும் இணைந்தது.

45

கலைஞருக்கும் கவிஞருக்கும் இடையே இருந்த பிரிக்க முடியாத நட்பு

திரைப்படத் துறையில் தங்களுக்குள்ள செல்வாக்கை அரசியல் வாழ்க்கைக்கு தங்களை அழைத்துச் செல்லக்கூடிய வாகனமாக பல கலைஞர்கள் பயன்படுத்துகின்ற நிலையை இன்று தமிழ்நாட்டில் பரவலாகப் பார்க்கிறோம். ஆனால் அதற்கு முற்றிலும் மாறாக "என்னுடைய கட்சிப் பணிகளுக்கு இடையூறாக இல்லாமலிருந்தால் திரைப்படத்திற்கு வசனம் எழுத ஒப்புக் கொள்கிறேன்" என்ற நிபந்தனையுடன் தன்னுடைய முதல் பட வாய்ப்பை ஒப்புக் கொண்டவர்தான் கலைஞர் மு.கருணாநிதி. இத்தனைக்கும் வருமானம் வரக்கூடிய எந்த வாய்ப்பாக இருந்தாலும் அதை கண்ணை மூடிக் கொண்டு ஒப்புக் கொள்ள வேண்டிய வறுமை சூழ்ந்த நிலையில் அவர் இருந்த நேரம் அது.

தனது பதினான்காவது வயதில் அரசியலின்பால் ஈர்க்கப்பட்ட கலைஞர் தமிழ்ச் சமுதாயத்தின் வளர்ச்சிக்காக மேற்கொண்ட போராட்டங்களும் சந்தித்த சவால்களும் எண்ணிலடங்காதவை. 1957 ஆம் ஆண்டு குளித்தலையில் முதல் தேர்தலைச் சந்தித்த கலைஞர் அந்த நாள் முதல் இன்று வரை தான் சந்தித்த தேர்தல்கள் எதிலும் வெற்றியைத் தவிர வேறெதையும் பார்த்திராதவர். இந்த ஆண்டு வைரவிழா காணும் தமிழக சட்டமன்றத்தின் ஒரே கதாநாயகர் அவர் மட்டுமே.

கடந்த எண்பதாண்டுகளாக பொது வாழ்க்கையிலே ஈடுபட்டுள்ள கலைஞர். மு.கருணாநிதி அவர்களின் நண்பர்கள் பட்டியல் மிகவும் நீளமானது. அந்த நண்பர்கள் பட்டியலில் தனியிடம் பெற்றவர் கவிஞர் கண்ணதாசன். அவரோடு கலைஞருக்கு பல சந்தர்ப்பங்களில் கருத்து வேறுபாடுகள் வந்திருக்கின்றன. பல நாட்கள் அவர்கள் இருவரும் பேசாமல்கூட இருந்தது உண்டு. ஆனால் அவைகள் எல்லாவற்றையும் தாண்டி ஒருவரை ஒருவர் உளமார நேசித்தனர்.

பத்திரிகைகளில் பத்து கவிதைகளும், சினிமாவில் ஐந்து பாடல்களும் மட்டுமே எழுதியிருந்த நிலையில் கண்ணதாசனை கவிஞர் என்ற அடைமொழியுடன் அழைத்து பெருமைப்படுத்தியவர் கலைஞர். அவரோடு கடுமையான கருத்து வேறுபாடு இருந்த காலகட்டத்தில் கூட அதை மறக்காமல் பல பத்திரிகைகளில் குறிப்பிட்டிருக்கிறார் கவிஞர்.

"கலைஞர் கருணாநிதியும் நானும் எழுதத் தொடங்கியது ஏறக்குறைய ஒரே காலகட்டத்தில்தான். அவரது எழுத்தைத்தான் நான் முதலில் காதலித்தேன். அவருடைய எழுத்துக்களில் எனக்குள்ள ஈடுபாடு போல என்னுடைய எழுத்துக்களிலும் அவருக்கு ஈடுபாடு உண்டு. எழுத்துத் துறையில் கலைஞரை மிஞ்சக் கூடியவர் எவரும் இல்லை. பதவிகள் போய்விட்டாலும் அவரது எழுத்துக்களில் அவர் எப்போதும் நிலைத்து நிற்பார்.

பொள்ளாச்சியில் நடைபெற்ற ஒரு கூட்டத்தில் முதல் முதலாக பேச வைத்து என்னை ஒரு பேச்சாளனாக கருணாநிதி அறிமுகப்படுத்தினார். பேசவே தெரியாத நான் பேசப் பழகிக் கொண்டேன். அவரோடு பல சுற்றுப் பயணங்களில் நான் கலந்து கொண்டிருக்கிறேன். அப்போதெல்லாம் பத்து அல்லது பதினைந்து நிமிடங்களுக்கு மேல் நான் பேச மாட்டேன். அப்படி நான் மிகக் குறைந்த நேரம் பேசுவதைப் பற்றி கேலி செய்தாலும் அதற்கடுத்த கூட்டத்திலும் என்னைக் கட்டாயமாக அவர் பேச வைப்பார்.

அப்படி வற்புறுத்தி பேச வைத்து ஒரு மணி நேரம் தயங்காமல் பேசக்கூடிய கழகப் பேச்சாளனாக என்னை வளர்த்தவர் அவரே. நான் அரசியலுக்கு வந்தது, பேச்சாளரானது இதெல்லாம் பாவமோ புண்ணியமோ அது எதுவாக இருந்தாலும் அவரைத்தான் சேரும்" என்று பல கால கட்டங்களில் குறிப்பிட்டுள்ளார் கண்ணதாசன்.

கவிஞர் கண்ணதாசனின் அந்த திறந்த மனதை கலைஞரும் பலமுறை பாராட்டி மகிழ்ந்திருக்கிறார்.

"எனக்கும் அவருக்கும் ஆயிரம் மன வேறுபாடுகள் இருந்த காலகட்டத்தில் கூட அவரை முதன் முறையாக கவிஞர் என்ற அடைமொழியிட்டு நான் தான் அழைத்தேன் என்பதைச் சொல்ல அவர் மறந்ததேயில்லை.

பலர் நன்றியை மறந்து விடுவார்கள். அதுவும் என்னுடைய வாழ்க்கையில் ஏராளமான நன்றி மறந்தவர்களை நான் சந்தித்திருக்கிறேன். ஆனால் கவிஞர் கண்ணதாசன் அவர்கள் அந்த அனைவரிடமிருந்தும் மாறுபட்டவர்" என்று சொல்லி பல முறை கலைஞர் பரவசப்பட்டிருக்கிறார்.

நட்புக்கு இலக்கணமாக இருந்த கலைஞருக்கும், கவிஞருக்கும் இடையே முதல் முறையாக பிரிவு ஏற்பட்டது மாடர்ன் தியேட்டர்சின் இல்லற ஜோதி படத்திற்கு கண்ணதாசன் வசனம் எழுதிய போதுதான்.

எதை எழுதினாலும் ஒருவருக்கொருவர் பரிமாறிக் கொள்ள வேண்டும் என்று கவிஞரும் கலைஞரும் வைத்துக் கொண்டிருந்த எழுதப்படாத ஒப்பந்தத்தின் படி இல்லற ஜோதியின் கதை வசனப் பிரதியை எடுத்துக் கொண்டு திருச்சிக்குப் போனார் கண்ணதாசன். அப்போது டால்மியாபுரம் என்ற பெயரை கல்லக்குடி என்று மாற்ற வேண்டும் என்பதற்காக நடந்த ரயில் மறியல் போராட்டத்தில் கலந்து கொண்டதற்காக கைது செய்யப்பட்ட, கலைஞர் திருச்சி சிறையில் அடைக்கப்பட்டிருந்தார். தனக்குத் தெரிந்த ஒரு ஜெயில் வார்டன் மூலம் இல்லற ஜோதி வசனப் பிரதியை சிறைச்சாலைக்கு கொடுத்தனுப்பினார் கண்ணதாசன்.

அதற்கு முன்னதாகவே "நீங்கள் சிறையில் இருப்பதால் கண்ணதாசன் வசனம் எழுத ஆரம்பித்துவிட்டார்" என்று சில 'நல்ல' நண்பர்கள் கலைஞரின் மனதிலே விஷ விதையை விதைத்திருந்ததால் கண்ணதாசன் கொடுத்து அனுப்பியிருந்த வசனங்களைப் படிக்காமல் மறுநாளே திருப்பி அனுப்பி விட்டார் கலைஞர்.

அதைத் தொடர்ந்து இருவருக்கும் இடையே ஏற்பட்ட மோதலில் தொடர்ந்து கலைஞரை மிகக் கடுமையாக கண்ணதாசன் விமர்சிக்கவே அந்த விமர்சனங்களுக்கு பதில் சொல்ல வேண்டிய சூழ்நிலைக்கு தள்ளப்பட்டார் கலைஞர்.

"உண்மையில் கருணாநிதி அந்தப் பிரச்னையில் இருந்து ஒதுங்கி விடத்தான் விரும்பினார். அந்த நேரத்தில் நான்தான் தவறு செய்தேன். அதனால்தான் பதிலுக்கு பதில் அவரும் எழுத வேண்டியதாயிற்று" என்று தனக்கும் கலைஞருக்குமிடையே தோன்றிய முதல் வேறுபாடு பற்றி குறிப்பிட்டிருக்கிறார் கவிஞர்.

கலைஞர் மட்டுமின்றி பெருந்தலைவர் காமராஜர், இந்திரா காந்தி, அறிஞர் அண்ணா, எம்.ஜி.ஆர்., சிவாஜி என்று பலரும் கவிஞரால் போற்றப்பட்டும், தாக்கப்பட்டும் இருக்கிறார்கள் என்றாலும் கவிஞரால் அதிகமாகத் தாக்கப்பட்டவர்கள் பட்டியலில் கலைஞருக்கே முதலிடம். ஆனால் அப்படி அவர் திட்டிய போதிலும் கவிஞரின் தமிழ் நடையின் மீது தீராத காதல் கொண்டிருந்தார் கலைஞர். அதைப்பற்றி கவிஞரிடமே அவர் வெளிப்படையாகச் சொன்ன ஒரு சம்பவம் திரைப்படங்களில் இடம் பெறுகின்ற சம்பவத்தை விட பல மடங்கு சுவையானது. அந்த சம்பவம் பற்றி ஒரு கட்டுரையில் கலைஞரே பகிர்ந்து கொண்டுள்ளார்.

"சென்னையில் ஒரு ஓட்டலில் அமர்ந்து ஒரு திரைப்படத்திற்கான வசனங்களை எழுதிக் கொண்டிருந்தேன். மேடை ஏறினால் என்னைப் பற்றி தாக்கிப் பேசாமல் இறங்குவதில்லை என்கிற அளவிற்கு கண்ணதாசன் என்னைக் கடுமையாக விமர்சித்துக் கொண்டிருந்த கால கட்டம் அது. நேரில் சந்தித்தால் பேசிக் கொள்ளாமல் முகத்தைதிருப்பிக் கொண்டு செல்கின்ற அளவிற்கு எங்களுக்கிடையே அப்போது பகை வளர்ந்திருந்தது.

தகவல் ஒன்றைச் சொல்வதற்காக எனது பட நிறுவனமான மேகலா பிக்சர்ஸ் நிறுவனத்துக்கு ஓட்டலில் இருந்து நான் போன் செய்த போது என்னோடு பேசிய அந்த நண்பரின் குரலோடு இன்னொரு பழக்கமான குரலும் இடையில் எனக்குக் கேட்டது. உடனே அந்த நபருடன் பேசுவதை நிறுத்திவிட்டு குறுக்கே இடம்பெற்ற அந்தக் குரலை உன்னிப்பாகக் கேட்டேன்.

அது கண்ணதாசனின் குரல்.

நான் போன் பேசிய நேரத்தில் அவர் யாருடனோ பேச முயல இரண்டு இணைப்பும் ஒன்றாகக் கலந்து விட்டது.

அதற்குள்ளே என்னுடைய குரலைக் கண்டு பிடித்துவிட்ட அவர் "என்னய்யா" என்று என்னைக் கேட்க "யாரைய்யா? கண்ணதாசனா? நீர் எப்படி இந்த போனுக்கு வந்தீர்?" என்று நான் கேட்க "நான் யாருக்கோ போன் செய்தேன்" என்று அவர் சொல்ல "பரவாயில்லை போனிலாவது பேசிக் கொள்வோம்" என்று நான் சொன்னேன். பகை உணர்ச்சியின் உச்சத்தில் இருந்த நாங்கள் இருவரும் அதையெல்லாம் மறந்து சிறிது நேரம் பேசிக் கொண்டிருந்தோம்.

அப்போது "நான் உன்னைத் தாக்கிப் பேசுகிற பேச்சை எல்லாம் பத்திரிகையில் படிக்கிறாயே. என்ன உணர்கிறாய்?" என்று அவர் என்னைக் கேட்டார்.

"என்னை நன்றாகத் திட்டுகின்றீர். நீர் தமிழிலே திட்டுகின்ற காரணத்தால், அதுவும் இனிமையான தமிழிலே திட்டுகின்ற காரணத்தால், அதை நான் ரசித்துக் கொண்டிருக்கிறேனே அல்லாமல் அதற்காக நான் வருத்தப்படவில்லை" என்று கண்ணதாசனிடம் கூறினேன் என்று கலைஞர் அந்தக் கட்டுரையில் குறிப்பிட்டுள்ளார்.

"கண்ணதாசா, என்
எண்ணமெல்லாம் இனிக்கும் நேசா
கவிதை மலர் தோட்டம் நீ – உன்னைக்
காலமென்னும் பூகம்பம் தகர்த்துத்
தரை மட்டம் ஆக்கிவிட்டதே
கை நீட்டிக் கொஞ்சுவோர் பக்கமெல்லாம்
கரம் நீட்டித் தாவுகின்ற குழந்தை நீ
கல்லறைப் பெண்ணின் மடியினிலும்

அப்படித்தான் தாவி விட்டாயோ
அமைதிப்பால் அருந்தித் தூங்கிவிட
இயக்க இசைபாடி களித்த குயில் உன்னை
மயக்க மருந்திட்டுப் பிரித்தார் முன்னை
தாக்குதல் கணை எத்தனைதான் நீ தொடுத்தாலும்
தாங்கிக் கொண்ட என் நெஞ்சே உன் அன்னை
திட்டுவதும் தமிழில் நீ திட்டுவதால்
சுவைப்பிட்டு என்று ஏற்றுக்கொண்ட என்னை
தித்திக்கும் கவித்தமிழா, பிரிவின்
மத்தியிலே என் விட்டுச் சென்று விட்டாய்"

என்று கவிஞர் கண்ணதாசன் மறைந்தபோது கலங்கிய கண்களுடன் கலைஞர் எழுதிய இரங்கற்பா அவர்கள் இருவருக்கு மிடையே இடையே இருந்த நட்புக்கு இன்றும் சாட்சியாக விளங்குகிறது.

46

நாடக ஆசிரியரைப் பாராட்ட அவரது வீடு தேடி சென்ற கலைவாணர்

பிரபல நாவலாசிரியையான வை.மு. கோதைநாயகி எழுதிய தயாநிதி என்ற நாவலை சித்தி என்ற பெயரிலே படமாக எடுக்க முடிவு செய்த இயக்குனர் திலகம் கே.எஸ்.கோபாலகிருஷ்ணன் அந்தப் படத்திலே முக்கியமான பாத்திரத்திலே நடிக்க ‘நடிகவேள்’ எம் ஆர். ராதாவையும், ‘நாட்டியப் பேரொளி’ பத்மினியையும் ஒப்பந்தம் செய்தார். அந்தப் படத்திலே ஜெமினி கணேசன், முத்துராமன், நாகேஷ், விஜயநிர்மலா என்று பலரும் நடித்தார்கள் என்றாலும் துவக்க நாளன்று தினத்தந்தியில் கொடுத்த இரண்டு பக்க விளம்பரத்தில் எம்.ஆர். ராதாவுக்கும், பத்மினிக்கும்தான் முக்கியத்துவம் கொடுத்திருந்தார் அவர்.

அந்த விளம்பரம் அவ்வளவு பெரிய விமர்சனத்துக்கு உள்ளாகும் என்று கோபாலகிருஷ்ணன் எதிர்பார்க்கவில்லை.

“பத்மினியை ரசிகர்கள் மறந்தே போய்விட்டார்கள், எம்.ஆர். ராதாவுக்கு மார்க்கெட்டே இல்லை. அத்துடன் ஜோடிப் பொருத்தமும் சரி இல்லை. அதனால் இந்தப் படம் கே. எஸ். ஜி.க்கு பெரிய தோல்விப் படமாகத்தான் அமையப் போகிறது” என்று பேசாத திரையுலகினரை விரல் விட்டு எண்ணிவிடலாம் என்ற நிலையே அன்றிருந்தது.

ஆனால் அதைப் பற்றி எல்லாம் கவலைப்படாமல் கே.எஸ் கோபாலகிருஷ்ணன் எம்.ஆர். ராதாவை வைத்து அந்தப் படத்தை எடுத்து முடித்தார் என்றால் அதற்குக் காரணம் அவரது வாழ்க்கையில் நடந்த இரு முக்கியமான சம்பவங்கள்.

கே.எஸ். கோபாலகிருஷ்ணனை மிகவும் கவர்ந்த நடிகர் ‘கலைவாணர்’ என்.எஸ். கிருஷ்ணன். அவரைச் சந்திக்க பலமுறை முயன்றும் கோபாலகிருஷ்ணனால் அவரைச் சந்திக்க முடியவில்லை.

அப்படிப்பட்ட என்.எஸ். கிருஷ்ணன் ஒரு நாள் கே.எஸ். கோபாலகிருஷ்ணனை சந்திக்க அவருடைய வீட்டைத் தேடி வந்தார் என்றால் அதற்குக் காரணமாயிருந்தவர் எம்.ஆர். ராதா.

கே.எஸ்.கோபாலகிருஷ்ணன் எழுதிய எழுத்தாளன் என்ற நாடகத்தை தனது சக்தி நாடக குழுவின் சார்பில் சென்னையில் நடத்த விருப்பப்படுவதாகச் சொல்லி அதற்கான அனுமதியை கோபால கிருஷ்ணனிடம் கேட்டார் நடிகர் எஸ்.ஏ. நடராசன். அவர்தான் *மந்திரிகுமாரி* திரைப்படத்திலே 'வாராய் நீ வாராய்' என்று பாடி நடித்தவர்.

அவரது வேண்டுகோளை மகிழ்ச்சியோடு ஏற்றுக்கொண்டு அனுமதி அளித்தார் கோபலகிருஷ்ணன்.

எம்.என். கண்ணப்பா ஜி. சகுந்தலா ஆகிய இருவரும் கதா நாயகனாகவும் கதாநாயகியாகவும் நடிக்க எஸ்.ஏ. நடராஜன் வில்லனாக நடித்த அந்த நாடகம் சென்னை ஒற்றைவாடைத் தியேட்டரில் நடைபெற்றபோது யாரும் எதிர்பாராத விதமாக எம்.ஆர்.ராதா அந்த நாடகத்தைப் பார்க்க வந்தார்.

நாடகம் முடிகின்ற தருணத்தில் அவரை மேடைக்கு அழைத்து நாடகம் பற்றி அவருடைய கருத்து என்ன என்று பேசச் சொல்லலாமா, அதற்கு அவர் சம்மதிப்பாரா என்றெல்லாம் எஸ்.ஏ. நடராஜனும் கே.எஸ்.கோபாலகிருஷ்ணனும் மேடைக்கு பின்னால் நின்று பேசிக் கொண்டிருந்தபோது அங்கே வந்த எம்.ஆர். ராதாவின் நாடகக் குழு நிர்வாகி, நாடகம் முடிந்தவுடன் எம்.ஆர். ராதா பேச விரும்புவதாக நடராஜனிடமும் கோபாலகிருஷ்ணனிடமும் கூறினார். அதைக் கேட்டவுடன் அவர்கள் இருவரும் அடைந்த ஆனந்தத்திற்கு அளவேயில்லை என்றுதான் கூறவேண்டும்.

நாடகம் முழுவதையும் பார்த்துவிட்டு எம்.ஆர்.ராதா மேடை ஏறியபோது அவருடைய ஒரு கையில் பீடியும் இன்னொரு கையில் தீப்பெட்டியும் இருந்தது. அவை இரண்டையும் ரசிகர்கள் முன்னாலே காட்டிய அவர் "நான் இந்த நாடகத்தைப் பற்றி என்ன சொல்லப் போறேன்னு தெரிஞ்சிக்க நீங்க எல்லோரும் ஆவலோடு இருக்கிறது எனக்குத் தெரியுது. என் கருத்தைச் சுருக்கமாக சொல்வதற்காகத்தான் இடது கையில் தீப்பெட்டியையும் வலது கையில் ஒரு பீடியையும் உங்ககிட்ட காட்டினேன்.

இந்த நாடகத்தின் முதல் காட்சி தொடங்கியபோது பீடி குடிக்க வேண்டும் என்று இந்த பீடியைக் கையில் எடுத்தேன். நாடகத்தின் விறுவிறுப்பையும் அதில் இடம் பெற்ற அற்புதமான காட்சிகளையும் புரட்சிகரமான கருத்துக்களையும் ரசித்துக் கொண்டிருந்த நான் நாடகம் முடியும் வரை பீடி பிடிக்கவே மறந்துவிட்டேன். இதற்கு மேலேயும் இந்த நாடகம் பற்றி நான் சொல்ல வேண்டுமா?" என்று அவர் சொல்லி முடித்தபோது அந்த நாடகக் கொட்டகையே அதிரும்படி ரசிகர்கள் கை தட்டினார்கள்.

எம்.ஆர். ராதா அந்த அளவு மனம் விட்டுப் பாராட்டுவார் என்று கோபாலகிருஷ்ணன் எதிர்பார்க்கவேயில்லை. அதனால் எல்லையில்லா மகிழ்ச்சி அடைந்தார் அவர்.

அவருக்காக இன்னொரு ஆனந்த அதிர்ச்சி காத்துக் கொண்டிருக்கும் விஷயம் அப்போது அவருக்குத் தெரியாது.

மறுநாள் ஜூபிடர் பிக்சர்ஸ் நிறுவனத்தில் ஒரு கதையைப் படித்துக்காட்டி அதைப் பற்றி விவாதித்துவிட்டு சாந்தோமில் இருந்த தனது அறைக்கு அவர் திரும்பியபோது அந்த அறையில் இருந்த அவருடைய நண்பர் "உங்களைப் பார்க்க கலைவாணர் என். எஸ். கிருஷ்ணன் வந்து இருந்தார். இவ்வளவு நேரம் காத்திருந்துவிட்டு இப்போதுதான் புறப்பட்டுச் சென்றார்" என்று கோபாலகிருஷ்ணனிடம் தெரிவித்தார்.

நண்பர் சொன்னதை கே.எஸ்.ஜி. முதலில் நம்பவில்லை. "பகல் கனவு ஏதாவது கண்டீர்களா? என்னைப் பார்க்க கலைவாணர் வருவதாவது. அவரைப் போல வேறு யாரையாவது பார்த்து இருப்பீர்கள்" என்றார்.

கோபாலகிருஷ்ணன் அப்படிச் சொன்னவுடன் "எனக்கென்ன பைத்தியமா?" என்று ஆத்திரத்துடன் கேட்ட அந்த நண்பர் "வந்தவர் என். எஸ். கிருஷ்ணனேதான். தன்னுடைய 5666 வாக்சால் காரில்தான் அவர் வந்தார். அறைக்குள்ள வந்து உட்கார்ந்து எங்களிடம் நீண்ட நேரம் சிரிக்கச் சிரிக்க பேசிக்கொண்டிருந்தார். பிறகு கிளம்பும்போது அவருடைய மாம்பலம் விட்டின் டெலிபோன் நம்பரை எழுதிக் கொடுத்த அவர், நீ வந்தவுடன் அந்த நம்பருக்கு போன் செய்தால் உன்னை அழைத்துப் போக கார் அனுப்பி வைப்பதாக சொல்லிவிட்டுப் போனார்" என்று அழுத்தம் திருத்தமாகக் கூறவே கலைவாணர்

இருந்த வெங்கட்ராமன் தெருவுக்கு உடனே கிளம்பினர் கே.எஸ். கோபாலகிருஷ்ணன்.

அவர் போனபோது கலைவாணர் விட்டின் காம்பவுண்ட் கேட் சாத்தப்பட்டிருந்தது. உள்ளே போகலாமா வேண்டாமா என்று கோபாலகிருஷ்ணன் யோசித்துக் கொண்டிருந்த போது வீட்டுக்குள்ளிருந்து வெற்றிலைக்கு சுண்ணாம்பு தடவியபடியே வெளியே வந்த என். எஸ். கிருஷ்ணன் வெளியே நின்று கொண்டிருந்த டிரைவரைப் பார்த்து "டேய் ராஜப்பா, நீ உடனே காரை எடுத்துக்கிட்டு சாந்தோமுக்குப் போய் அந்த கோபாலகிருஷ்ணனை அழைச்சிக்கிட்டு வா. அவன் வீட்டில் இல்லேன்னா அங்கேயே காத்திருந்து அவன் வந்ததும் அவனை இங்கே கூட்டிக்கிட்டு வா" என்றார்.

அவர் அப்படிச் சொன்னவுடன் தைரியம் வரப்பெற்ற கோபாலகிருஷ்ணன் நேராக வீட்டுக்குள் சென்று "அண்ணே நான்தான் கோபாலகிருஷ்ணன்" என்றபடி என்.எஸ்.கே. முன்னால் நின்றார்.

அவரை ஆச்சர்யமாக பார்த்த கலைவாணர் "நீதானா அந்த கோபாலகிருஷ்ணன்? வா, வா, உன்னுடைய எழுத்தாளன் நாடகத்தைப் பார்த்த எம்.ஆர். ராதா ராத்திரி பூரா அதைப்பத்தியே பேசிக்கிட்டு இருந்தாண்டா. அந்த அளவுக்கு வேற யாரைப் பத்தியும் ராதா இதுவரைக்கும் என்கிட்டே புகழ்ந்து பேசினதே கிடையாது பொதுவாக எல்லோரையும் திட்டிப் பேசும் ராதா உன்னை தூக்கி வைச்சிப் பேசினது எனக்கே ஆச்சர்யமாக இருந்தது. அதனால நீ எழுதின எழுத்தாளன் நாடகத்தை நீயே படித்து கேட்கணும் என்பதற்காகத்தான் உன்னைத் தேடி வந்தேன்" என்றார்.

ஏ.ஆர்.ராதா தன்னைப் பாராட்டிய சந்தோஷம், என்.எஸ். கிருஷ்ணன் தன்னுடைய நாடகத்தைக் கேட்க ஆசைப்படுகின்ற சந்தோஷம் ஆகிய இரண்டும் ஒன்றாக சேர்ந்துகொள்ள அங்கேயே சிற்றுண்டி சாப்பிட்டு விட்டு பின்னர் அந்த நாடகத்தைப் படித்தார் கோபாலகிருஷ்ணன்.

நாடகத்தின் வசனங்களை முழுவதுமாகக் கேட்ட பிறகு "ராதா உன்னைப் பாராட்டியது நியாயம்தான். ரொம்பப் பிரமாதமாக எழுதி இருக்கே" என்ற கலைவாணர் "நீ ரொம்பப் பெரிய ஆளாக வருவாய்" என்று ஆசிர்வதித்தது மட்டுமின்றி "இனிமேல் என்னைப் பார்க்க வேண்டுமென்றால் நீ எப்போது வேண்டுமானால் இங்கே வரலாம். யாருடைய அனுமதியையும் பெறத் தேவையில்லை" என்றார்.

கலைவாணர் நாடகத்தைப் பாராட்டியதை விட எப்போது வேண்டுமானாலும் தன்னைப் பார்க்க வரலாம் என்று சொன்னதில் கோபாலகிருஷ்ணன் மிகுந்த ஆனந்தம் அடைந்தார்.

அப்படி கலைவாணரிடம் தன்னைப்பற்றி உயர்வாக கூறிய எம்.ஆர்.ராதா மீது மிகுந்த மரியாதை வைத்திருந்த காரணத்தினால்தான் *சித்தி* படத்திலே முக்கியமான பாத்திரத்தில் அவரைப் போட்டு படம் எடுத்தபோது எழுந்த விமர்சனங்களைப் பற்றி கவலைப்படாமல் படப்பிடிப்பை தொடர்ந்து நடத்தினார் அவர்.

எல்லோரது விமர்சனங்ளையும் மீறி *சித்தி* திரைப்படம் மகத்தான வெற்றியைப் பெற்றது. அது மட்டுமின்றி எம்.ஆர்.ராதாவைத் தவிர வேறு யாராலும் அந்தப் பாத்திரத்தை அவ்வளவு சிறப்பாக செய்திருக்க முடியாது என்று பாராட்டையும் பெற்றது.

கே.எஸ்.கோபாலகிருஷ்ணனைப் பொறுத்தவரையில் படத்தின் வெற்றியை விட எம்.ஆர்.ராதாவிற்கு கிடைத்த பாராட்டுக்கள்தான் அவருக்கு மிகுந்த மகிழ்ச்சியைத் தந்தது.

கலைவாணரை சந்திக்கவும் அவரோடு பேசவும் தனக்கு வாய்ப்பினை ஏற்படுத்திக் கொடுத்த நடிகவேளுக்கு உரிய முறையில் தனது நன்றியினைத் தெரிவித்துவிட்ட ஆனந்தத்தோடு அடுத்த பட வேலைகளில் இறங்கினார் அவர்.

47

தமிழ்நாட்டின் முதல் சூப்பர் ஸ்டாரை அறிமுகம் செய்த இயக்குனர்

"தமிழ்ப்பட உலகின் பிதாமகன்" என்று திரை உலகினரால் இன்று வரை போற்றப்படுகின்ற இயக்குனர் கே.சுப்ரமணியம் எண்ணற்ற புதுமுகங்களை திரை உலகிற்கு அறிமுகம் செய்தவர். அவர்தான் தென்னிந்தியாவின் முதல் சூப்பர் ஸ்டாரான எம்.கே.தியாகராஜ பாகவதரை சினிமாவில் அறிமுகம் செய்து வைத்தவர்.

திரைப்படங்களில் நடிக்க வாய்ப்பு தேடி அலைந்த ஆரம்ப கால கட்டத்தில் மைலாப்பூரில் இருந்த சுப்ரமணியத்தின் அலுவலகத்துக்கு எம்.ஜி.ஆர் பல முறை நடந்திருக்கிறார். அவருக்கு வாய்ப்பு தரவில்லை என்ற போதிலும் கே.சுப்ரமணியம் மீது அளவில்லாத மரியாதை வைத்திருந்தார் எம்.ஜி.ஆர்.

நாடோடி மன்னன் படத்தை இயக்க முடிவெடுத்த எம்.ஜி.ஆர் அந்தப் படத்திலே டைரக்‌ஷன் மேற்பார்வை செய்கின்ற பொறுப்பை ஏற்றுக்கொள்ளச் சொல்லி கே.சுப்ரமணியத்தைக் கேட்டுக் கொண்டார். எம்.ஜி.ஆரின் விருப்பத்தை நிறைவேற்றுவதற்காக முதல் இரண்டு நாட்கள் நாடோடி மன்னன் படத்தின் படப்பிடிப்பிற்கு போனார் கே.சுப்ரமணியம்.

மூன்றாவது நாள் எம்.ஜி.ஆரை தனியாக அழைத்த அவர் "ஒரு டைரக்டர் செய்ய வேண்டிய வேலையை நீ ரொம்பவும் சரியாக செய்து கொண்டிருக்கிறாய். உனக்கு என் மேற்பார்வையெல்லாம் தேவைப்படும் என்று எனக்குத் தோன்றவில்லை. அதனால் நாளை முதல் நான் படப்பிடிப்பிற்கு வரப் போவதில்லை. பட வெளியீட்டின்போது உனக்கு ஏதாவது உதவி தேவைப்பட்டால் என்னைக் கூப்பிடு. நான் வருகிறேன்" என்று சொல்லிவிட்டு படப்பிடிப்பிற்கு போவதை நிறுத்திக் கொண்டார்.

வேறு யாராக இருந்தாலும் பேரும் புகழும் சும்மாதானே வருகிறது என்ற எண்ணத்தில் எம்.ஜி.ஆர் சொன்னதை ஏற்றுக்

கொண்டிருப்பார்கள். ஆனால் அப்படி பெயருக்கு ஒரு பதவியை ஏற்றுக்கொள்ள மறுத்த சுப்ரமணியம் அவர்களின் நேர்மையான போக்கு சுப்ரமணியம் மீது எம்.ஜி.ஆருக்கு இருந்த மரியாதையை பல மடங்கு அதிகரிக்கச் செய்தது.

கே.சுப்ரமணியம் அடிப்படையில் ஒரு வக்கீல். பிரபல இயக்குனரான ராஜா சாண்டோவின் ஊமைப் படங்களுக்கு பண உதவி செய்து கொண்டிருந்த அவரை சினிமா உலகிற்குள் இழுத்ததில் இயக்குனரும் நடிகருமான ராஜாசண்டோவிற்குப் பெரும் பங்கு உண்டு. வக்கீல் தொழிலில் ஈடுபட்டிருந்த சுப்ரமணியத்தை சினிமாவைக் கற்றுக் கொள்ளச் சொல்லித் தூண்டியவர் அவர்தான்.

அவரது தூண்டுதலைத் தொடர்ந்து சுப்ரமணியம் எழுதிய முதல் கதையான *ராஜேஸ்வரி* பெண்களுக்கு எதிராக நடக்கும் கொடுமைகளைச் சித்தரிக்கும் கதையாக அமைந்தது.

எம்.ஜி.ஆர். நடித்த *மதுரை வீரன்*, சிவாஜி கணேசன் நடித்த *காவேரி* போன்ற படங்களை பின்னாளில் தயாரித்த கிருஷ்ணா பிக்சர்ஸ் அதிபர் லேனா செட்டியார் கே.சுப்ரமணியத்தின் இயக்கத்திலே ஒரு படம் எடுக்க விரும்பினார். அதைப் பற்றி பேசுவதற்காக காரைக்குடிக்கு கே.சுப்ரமணியம் சென்றபோது அங்கே எம்.கே. தியாகராஜ பாகவதர், எஸ்.டி.சுப்புலட்சுமி ஆகிய இருவரும் இணைந்து நடித்துக் கொண்டிருந்த *பவளக் கொடி* நாடகத்தைப் பார்க்கின்ற வாய்ப்பு அவருக்குக் கிடைத்தது.

எம்.ஜி.ஆர்.–சரோஜாதேவி, சிவாஜி–பத்மினி ஜோடிகள் சினிமாவில் ஜொலித்ததைப் போல அந்த நாட்களில் மேடை நாடகங்களில் மிகவும் பிரபலமான ஜோடிகளாக இருந்த அவர்களை மேடையிலே பார்த்தவுடன் ரசிகர்கள் மத்தியில் இனம் புரியாத ஒரு உற்சாகம் தொற்றிக் கொள்வதை கண்கூடாகப் பார்த்த கே.சுப்ரமணியம் அந்த *பவளக்கொடி* நாடகத்தையே படமாக்கலாம் என்றும், அந்த நாடகத்தில் நடித்த எம்.கே. தியாராஜ பாகவதர்–எஸ்.டி. சுப்புலட்சுமி ஜோடியையே படத்திலும் நடிக்க வைக்கலாம் என்றும் லேனா செட்டியாரிடம் கூறினார்.

பவளக்கொடியில் நடிக்க தியாகராஜ பாகவதருக்கு ஆயிரம் ரூபாய் சம்பளம் என்றும் எஸ்.டி. சுப்புலட்சுமிக்கு இரண்டாயிரம் ரூபாய் சம்பளம் என்றும் முடிவு செய்யப்பட்டது. படத்தை இயக்கிய

கே.சுப்ரமணியத்துக்கு எழுநூறு ரூபாய் சம்பளம். 1934ஆம் ஆண்டு வெளிவந்த *பவளக்கொடி*யில் மொத்தம் 55 பாடல்கள் இடம் பெற்றிருந்தன. அந்தப்படம் நூறு வாரங்கள் ஓடி வசூலில் புதிய சாதனையைப் படைத்தது.

பவளக்கொடி படத்தில் பணியாற்றியபோது நல்ல குணங்கள் பலவற்றிற்கு சொந்தக்காரராக இருந்த கே.சுப்ரமணியம் மீது காதல் வசப்பட்டார் அந்தப் படத்தின் நாயகியான எஸ்.டி.சுப்புலட்சுமி. ஏற்கனவே மீனாட்சி என்பவரை மணந்து கொண்டிருந்த சுப்ரமணியம் சுப்புலட்சுமியை இரண்டாவது மனைவியாக ஏற்றுக்கொண்டார்.

தியாகராஜ பாகவதர்–எஸ்.டி.சுப்புலட்சுமி ஜோடியுடன் அவர் பணியாற்றிய இரண்டாவது படமான *நவீன சாரங்கதாரா*வும் மிகப்பெரிய வெற்றிப் படமாக அமைந்தது. அந்தப் படத்திற்கும் பிறகு நாடகத்திலும் திரையிலும் புகழ் பெற்ற ஜோடிகளாக விளங்கிய தியாகராஜ பாகவதர், எஸ்.டி. சுப்புலட்சுமி ஜோடி பிரிந்தது. அதற்குப் பிறகு அவர்கள் இருவரும் இணைந்து நடிக்கவேயில்லை. அந்தப் பிரிவு கே.சுப்ரமணியம் அவர்களை மணந்து கொண்ட சுப்புலட்சுமியை பாதிக்கவில்லை என்றாலும் தியாகராஜ பாகவதரை பெரிதும் கலங்க வைத்தது. தனக்கேற்ற சரியான ஜோடி அமையாமல் சில காலம் நாடக மேடையிலும் திரையுலகிலும் அவர் தடுமாறினார்.

அப்போதெல்லாம் கும்பகோணத்தில் பன்னிரண்டு ஆண்டுகளுக்கு ஒருமுறை நடக்கும் மகாமகத்தை ஒட்டி ஒரு பொருட்காட்சியும் நடப்பது வழக்கம். அந்த பொருட்காட்சியின் கலை நிகழ்ச்சிகளுக்கு பொறுப்பேற்று இருந்தவர் இயக்குனர் கே.சுப்ரமணியம்.

இசைக்குயில் எம்.எஸ்.சுப்புலட்சுமியை சுப்ரமணியத்துக்கு எஸ்.டி.சுப்புலட்சுமி அறிமுகம் செய்து வைத்ததைத் தொடர்ந்து கும்பகோணத்தில் நடைபெற்ற மகாமகப் பொருட்காட்சியில் அவரைப் பாட வைத்தார் சுப்ரமணியம். கும்பகோணத்தைச் சேர்ந்த இசை ரசிகர்கள் அத்தனை பேரையும் ஒரு சேரப் பரவசப்படுத்தியது எம்.எஸ்.சுப்புலட்சுமியின் குரல். சாதாரணமாக இசை ரசிகர்கள் பாடல்களுக்கு ஒன்ஸ் மோர் கேட்பார்கள். ஆனால் எம்.எஸ்.சுப்புலட்சுமியின் பாட்டுக் கச்சேரிக்கே ஒன்ஸ் மோர் கேட்டார்கள் கும்பகோணம் ரசிகர்கள். அவர்களின் வேண்டுகோளைத் தட்ட முடியாமல் அந்த பொருட்காட்சியில் மீண்டும் ஒரு நாள்

எம்.எஸ்.கச்சேரிக்கு ஏற்பாடு செய்தார் கே.சுப்ரமணியம். அதற்கு முன்னாலே ஒரு இசைக் கலைஞரின் நிகழ்ச்சி இரண்டாவது முறையாக அந்த பொருட்காட்சியில் நடந்ததே இல்லை. எம்.எஸ்.சுப்புலட்சுமி பின்னாளில் படைத்திட்ட எத்தனயோ சரித்திர சாதனைகளுக்கு ஆரம்பமாக அந்த கும்பகோண இசை நிகழ்ச்சி அமைந்தது.

கும்பகோணம் பொருட்காட்சியில் இரண்டு முறை பாட வாய்ப்புத் தந்த கே.சுப்ரமணியம்தான் 'இசைக்குயில்' எம்.எஸ்.சுப்புலட்சுமிக்கு முதல் முறையாக திரையில் வாய்ப்பு தந்தார். கும்பகோணத்திலே எம்.எஸ்.சுப்புலட்சுமியின் இசை நிகழ்ச்சியைக் கேட்டு பரவசப்பட்ட பல்லாயிரக்கணக்கான ரசிகர்களில் அவரும் ஒருவராக இருந்ததுதான் அதற்குக் காரணம்.

அப்போது ஆனந்தவிகடன் பத்திரிகையில் பிரேம் சந்த் எழுதிய நாவல் ஒன்றைத் தமிழிலே மொழிபெயர்த்து எழுதிக் கொண்டிருந்தார் அம்புஜம் அம்மாள் என்ற கதாசிரியை. அந்தக் கதையை திரைப்படமாக்க விரும்பிய கே.சுப்ரமணியம் நான்காயிரம் ரூபாய் கொடுத்து அந்தக் கதையை திரைப்படமாக்கும் உரிமையை வாங்கினார். அந்த நாளில் கதைக்காக கொடுக்கப்பட்ட அதிகமான தொகை அதுதான்.

சேவா சாதனம் என்ற பெயரிலே அந்தக் கதையைப் படமாக்கிய அவர் எம்.எஸ்.சுப்புலட்சுமியை அந்தப் படத்திலேதான் முதல் முறையாக திரையில் அறிமுகப்படுத்தினார்.

1938ல் வெளியான சேவா சாதனம் அன்றைய சமூகப் பிரச்னைகளை எதிரொலிக்கின்ற படமாக அமைந்தது. வயதானவராக ஜி.நடேச அய்யர் என்ற அமெச்சூர் நடிகரும், வாழ்க்கையின் நிர்ப்பந்தங்கள் காரணமாக அவரை மணந்து கொள்கின்ற இளம் பெண்ணாக எம்.எஸ்.சுப்புலட்சுமியும் அந்தப் படத்திலே நடித்தனர்.

தமிழ்த் திரைப்பட வரலாற்றில் ஒரு புதிய திருப்பத்தை சேவா சாதனம் படம் ஏற்படுத்தியது.

ஒரு பிராமணராக இருந்தபோதிலும் துணிந்து பிராமணக் குடும்பங்களில் அப்போது நிகழ்ந்து கொண்டிருந்த மூடத்தனங்களை அந்தப் படத்தில் தோலுரித்துக் காட்டினார் கே.சுப்ரமணியம். வரதட்சணைக் கொடுமையால் சின்னஞ்சிறு பெண்கள் இரண்டாம் தாரமாக வாழ்க்கைப்படுகின்ற துயரமான சூழ்நிலையை ஆவேசத்துடன் சாடிய படமாக சேவா சதனம் அமைந்தது.

அந்தப்படத்தில் எம்.எஸ்.சுப்புலட்சுமி பாடியிருந்த பல பாடல்கள் சமூகக் கொடுமைக்கு ஆளான ஒரு பெண் கடவுளை நோக்கி விண்ணப்பிப்பது போல அமைந்து இருந்தன.

"கூச்ச சுபாவமும் உணர்ச்சிகளை வெளிக்காட்டாத தன்மையும் கொண்ட எம்.எஸ்.சுப்புலட்சுமி நடிக்கக் கஷ்டப்பட்டது உண்மைதான். ஆனால் பாட்டுச் சிறகை விரித்தபோது அவர் பல வண்ணப் பட்டாம்பூச்சியானார்" என்று தனது "திரை இசை அலைகள்" என்ற நூலில் குறிப்பிட்டிருக்கிறார் வாமணன்.

எம்.எஸ்.சுப்புலட்சுமி, எஸ்.டி.சுப்புலட்சுமி, டி.ஆர்.ராஜகுமாரி, சரோஜாதேவி, வி.என்.ஜானகி, லலிதா, பத்மினி என்று பல நட்சத்திரங்களைத் திரையிலே அறிமுகம் செய்த கே.சுப்ரமணியம் மேல் மிகுந்த பக்தி கொண்டவர்களாக எம்.ஜி.ஆர், சந்திரபாபு ஆகிய இருவரும் இருந்தனர். அவர்களது சொந்த வாழ்க்கையில் ஏதாவது பிரச்னை என்றால் அவர்கள் முதலில் அணுகுகின்ற நபராக கே.சுப்ரமணியம் இருந்தார்.

48

எம்.ஜி.ஆர், வி.என். ஜானகி திருமணத்திற்கு சாட்சி கையெழுத்து போட்ட இயக்குனர்

'கொல்லும் விழியாள்' என்று எழுத்தாளர் கல்கி அவர்களால் பாராட்டப்பட்ட டி.ஆர். ராஜகுமாரிதான் தமிழ்ப்பட உலகின் முதல் கனவுக் கன்னி. டி.ஆர். ராஜகுமாரியை திரையிலே அறிமுகம் செய்த கே. சுப்ரமணியம் அவரைத் தேர்ந்தெடுத்த அனுபவம் மிகவும் வித்தியாசமானது.

அந்தக் காலத்திலே கவர்ச்சி நடிகையாக இருந்த எஸ்.பி.தனலட்சுமியை தனது கச்ச தேவயானி படத்திற்கு ஒப்பந்தம் செய்வதற்காக அவரது வீட்டிற்கு சென்றார் இயக்குனர் கே.சுப்ரமணியம்.

அவரை வரவேற்று அவருடன் பேசிக் கொண்டிருந்த எஸ்.பி.தனலட்சுமி "ராஜாயி காபி கொண்டு வா" என்று குரல் கொடுத்தார்.

அந்த "ராஜாயி காபி கொண்டு வா" என்ற அழைப்புதான் தனக்கு வரவிருக்கும் வாய்ப்புக்கு உலை வைக்கப் போகிறது என்று தனலட்சுமிக்குத் தெரியாது.

தனலட்சுமி அழைத்த ராஜாயி கே. சுப்ரமணியத்துக்கு காபி கொண்டு வந்து கொடுத்தார். காபி கோப்பையை நீட்டிய அந்தப் பெண்ணை நிமிர்ந்து பார்த்த கே. சுப்ரமணியம் கருப்பு நிறத்தில் இருந்த அந்த அழகான பெண்ணிடமிருந்த லட்சணங்களைப் பார்த்து அசந்து போனார். "இவ்வளவு அழகாக ஒரு வேலைக்காரப் பெண்ணா?" என்று ஆச்சர்யப்பட்ட அவர் அதை தனலட்சுமியிடம் பகிர்ந்து கொண்ட போது "ராஜாயி வேலைக்காரப் பெண் அல்ல. என் சொந்தக்காரப் பெண். அவளுக்கும் நடிப்பதில் ஆர்வம் இருக்கிறது" என்று அவரிடம் சொன்னார் தனலட்சுமி. "அப்படியானால் இந்தப் பெண்ணை நாளைக்கு ஸ்டுடியோவிற்கு அழைத்து வாருங்கள். மேக்கப்

டெஸ்ட் எடுத்துப் பார்க்கலாம்" என்று அவரிடம் சொல்லிவிட்டு கிளம்பினார் கே.சுப்ரமணியம்.

வங்காளத்தைத் சேர்ந்த மேக்கப் கலைஞரான ஹரிபாபு அப்போது சுப்ரமணியத்திடம் பணியாற்றிக் கொண்டிருந்தார். அந்தக் காலத்தில் மேக் அப்பில் மிகப் பெரிய பெயர் பெற்றிருந்தவர் அவர். நட்சத்திரங்களுக்கு மேக்கப் போட ஹரிபாபு அவர்களைத் தேடிப் போக மாட்டார். அந்த நட்சத்திரங்கள்தான் அவரைத் தேடி வருவார்கள்.

தியாகராய நகரில் அப்போது அமைந்திருந்த அவரது வீட்டில் தினமும் காலை ஐந்து மணி முதல் லலிதா, பத்மினி, ராகினி, அஞ்சலி தேவி, உட்பட எல்லா நட்சத்திரங்களின் கார்களும் கியூவில் நிற்கும். வரிசைப்படி எல்லோருக்கும் மேக்கப் போட்டு படப்பிடிப்பிற்கு அனுப்பி வைப்பார் அவர்.

"ராஜாயி என்று ஒரு பெண்ணை அனுப்பி வைக்கிறேன் அவருக்கு மேக் அப் போட்டு அனுப்பி வையுங்கள்" என்று ஹரிபாபுவுக்கு தகவல் அனுப்பினார் கே.சுப்ரமணியம்.

அவர் அப்படிச் சொன்னதும் பானுமதி மாதிரியோ பத்மினி மாதிரியோ, அஞ்சலி தேவி மாதிரியோ ஒரு பெண் வருவார் என்று ஹரிபாபு எதிர்பார்த்துக் கொண்டிருக்க ராஜாயி அவரது அறைக்கதவைத் திறந்து கொண்டு உள்ளே வந்தார். முதலில் அவரை வேலைக்காரப் பெண் என்று நினைத்த ஹரிபாபு அவருக்குப் பின்னாலே சுப்ரமணியம் சொன்ன பெண் வருவார் என்று நினைத்தார்.

சிறிது நேரம் கடந்த பின்னும் யாரும் வரவில்லை என்பதால் "உன் கூட வந்த பெண் எங்கேம்மா?" என்று ராஜாயியை அவர் கேட்க "என்னுடன் வேறு யாரும் வரவில்லையே நான் மட்டும்தான் வந்தேன்" என்றார் அவர்.

அடுத்து "உன் பெயர் என்ன?" என்று அவர் கேட்ட கேள்விக்கு "ராஜாயி" என்று அந்தப் பெண் பதில் சொன்னவுடன்தான் கே.சுப்ரமணியம் அனுப்பிவைத்த பெண் அவர்தான் என்பது அவருக்குப் புரிந்தது.

மீண்டும் ஒரு முறை தலை முதல் கால் வரை அந்தப் பெண்ணைப் பார்த்த ஹரிபாபு "இந்தப் பெண்ணுக்கு எவ்வளவு மேக்கப் போட்டாலும் இவரை வைத்து உங்களால் படமெடுக்க முடியாது. அதனால் ஒரு

முறைக்கு இரு முறை யோசித்து சொல்லுங்கள். இந்தப் பெண்ணிற்கு மேக்கப் போட்டே ஆக வேண்டுமா" என்று சுப்ரமணியத்திடம் கேட்டார்.

கச்ச தேவயானி படத்தில் அவர்தான் கதாநாயகி என்பதை அவரை முதன் முதலாகப் பார்த்தபோதே நான் தீர்மானித்து விட்டேன். நீ எதுவும் பேசாமல் அந்தப் பெண்ணிற்கு மேக்கப் போட்டு அனுப்பி வை" என்று அவர் சொன்னதும் கே.சுப்ரமணியத்துக்குக்கு பைத்தியம் பிடித்துவிட்டது போல இருக்கிறது. இந்தப் பெண்ணைப் போய் கதாநாயகி ஆக்கப் போகிறேன் என்கிறாரே என்று எண்ணியபடியே ராஜாயிக்கு மேக்கப் போடத் தொடங்கினார் ஹரிபாபு.

ராஜாயிக்கு முழுவதுமாக மேக்கப் போட்டு முடித்தபோதுதான் சுப்ரமணியத்தின் கணிப்பு எவ்வளவு சரியானது என்பது ஹரிபாபுவிற்கு புரிந்தது. ராஜாயியை கதாநாயகி ஆக்குவதற்கு ஹரிபாபு மட்டுமின்றி பலரிடமிருந்தும் சுப்ரமணியத்துக்கு எதிர்ப்புகள் கிளம்பின. அவர்கள் எல்லோரது எதிர்ப்புகளையும் அலட்சியப்படுத்திவிட்டு ராஜகுமாரி என்று அழகான பெயரைச் சூட்டி *கச்ச தேவயானி* படத்தில் அவரைக் கதாநாயகியாக்கினார் கே.சுப்ரமணியம்.

கச்ச தேவயானி படத்தைப் பார்த்த எல்லா ரசிகர்களையும் தனது வசிகரமான தோற்றத்தாலும், தேர்ந்த நடிப்பாலும் ஒரே நாளில் கட்டிப் போட்டார் டி.ஆர்.ராஜகுமாரி.

அவருடைய காந்தக் கண்களும், கவர்ச்சிப் புன்னகையும் ரசிகர்களைக் கிறங்கடித்தன. அவர் அழகிலே மயங்கி விழுந்த ரசிகர்கள் பலரால் அதிலிருந்து மீளவே முடியவில்லை. அவரது கட்டான உடலழகைப் பார்ப்பதற்காகவே ரசிகர்கள் திரும்பத் திரும்ப தியேட்டருக்குப் படை எடுத்தனர்.

ஒரே இரவில் தமிழ் சினிமா உலகின் 'கனவுக் கன்னி'யானார் டி.ஆர். ராஜகுமாரி.

கச்ச தேவயானி படம்தான் டி.ஆர்.ராஜகுமாரி நடித்து வெளியான முதல் படம் என்ற போதிலும் அதற்கு முன்னரே அவர் இரண்டு படங்களில் ராஜாயி என்ற பெயரில் நடித்திருந்தார். அவர் நடித்த முதல் படமான *குமாரகுலோத்தங்கன்* என்ற படம் *கச்ச தேவயானி* வெளியாகி அவர் புகழ் பெற்றதற்குப் பின்னாலே

கச்சதேவயானி புகழ் டி.ஆர்.ராஜகுமாரி நடித்த குமாரகுலோத்தங்கன் என்ற விளம்பரத்துடன் வெளியாகியது.

பத்து ஆண்டுகள் தமிழ்த் திரையுலகை ஆண்ட டி.ஆர். ராஜகுமாரி பின்னர் குணச்சித்திர பாத்திரங்களுக்கு மாறினார். அவரது சகோதரரான டி.ஆர்.ராமண்ணா குலேபகாவலி, பெரிய இடத்துப் பெண், பறக்கும் பாவை, பணம் படைத்தவன் என்று பல வெற்றிப் படங்களைத் தயாரித்து இயக்க பக்கபலமாக இருந்தவர் ராஜகுமாரிதான்.

தமிழ்த்திரையுலகின் கவர்ச்சிக் கன்னியான சரோஜாதேவி டி.ஆர். ராஜகுமாரி நடித்த கச்சதேவயானியின் கன்னடப் பதிப்பில் கதாநாயகியாக நடித்தார். அந்தப் படத்தின் படப்பிடிப்பில்தான் எம்.ஜி.ஆர் முதன் முதலாக சரோஜாதேவியைப் பார்த்தார்.

எம்.ஜி.ஆருடன் மருத நாட்டு இளவரசி படத்தில் கதாநாயகியாக நடித்தவரும் பின்னர் அவரது வாழ்க்கைத் துணைவியாகி தமிழகத்தின் முதலமைச்சராக உயர்ந்தவருமான வி.என்.ஜானகியை திரையுலகில் அறிமுகப்படுத்திய பெருமையும் சுப்ரமணித்துக்கே சொந்தமானது. அவரது இயக்கத்தில் உருவான அனந்த சயனம் படத்தில் அறிமுகமான வி.என். ஜானகியை இயக்குனர் கே.சுப்ரமணியமும் அவரது இரண்டாவது மனைவியான எஸ்.டி.சுப்புலட்சுமியும் தங்களது சொந்த மகளைப் போலவே நடத்தினார்கள்.

எம்.ஜி.ஆரை தீவிரமாகக் காதலித்த வி.என்.ஜானகியின் காதலை எம்.ஜி.ஆரின் இரண்டாவது மனைவியான சதானந்தவதி மனமார ஏற்றுக் கொண்டு ஜானகிக்கு தனியாக ஒரு வீடு எடுத்துக் கொடுத்து அங்கே அவருடன் இல்லற வாழ்க்கை நடத்தும்படி எம்ஜிஆருக்கு யோசனை கூறினார்.

அவர் சொன்னதை ஏற்றுக்கொண்டு லாயிட்ஸ் ரோட்டில் தான் சதானந்தவதியுடன் வாழ்ந்து வந்த வீட்டுக்கு எதிரே இருந்த தெருவில் ஒரு வீட்டை வாடகைக்கு எடுத்துக் கொண்டு ஜானகியோடு தனது இல்லற வாழ்க்கையைத் தொடங்கினார் எம்.ஜி.ஆர்.

ஒன்றாக வாழ்க்கை நடத்திய போதிலும் அப்போது அமுலில் இருந்த இருதார தடைச் சட்டம் காரணமாக எம்.ஜி.ஆரால் வி.என்.ஜானகியை முறையாக மணந்து கொள்ள முடியவில்லை.

எம்.ஜி.ஆரின் இரண்டாவது மனைவியான சதானந்தவதி இறந்த பிறகு எம்.ஜி.ஆர்-ஜானகி ஆகிய இருவரும் ராமாபுரம் தோட்டத்திலே வாழத் தொடங்கினார்கள். ஆனால் அப்போதும் அவர்கள் இருவருக்குமிடையே திருமணம் நடக்கவில்லை. முறைப்படி என்னைத் திருமணம் செய்து கொள்ளுங்கள் என்று எம்.ஜி.ஆரிடம் கேட்க சங்கடப்பட்ட வி.என். ஜானகி, எம்.ஜி.ஆரின் வழிகாட்டியான இயக்குனர் கே. சுப்ரமணியத்தை சந்தித்தார்.

எம்.ஜி.ஆரும், ஜானகியும் திருமணம் செய்து கொள்ளாமலே வாழ்க்கை நடத்தி வருவதை கே. சுப்ரமணியம் நன்கு அறிவார் என்பதால் ஜானகி விளக்கமாகச் சொல்லாமலே அவரது பிரச்னையைப் புரிந்து கொண்ட அவர் உடனே எம்.ஜி.ஆரை அழைத்து அவர்களது திருமண உறவை பதிவு செய்யச் சொன்னார்.

எம்.ஜி.ஆரின் வாழ்க்கையில் சுப்ரமணியம் அவர்களின் பேச்சுக்கு மறு பேச்சு சொல்லி அவருக்கு வழக்கமில்லை என்பதால் உடனே பதிவுத் திருமணத்திற்கு சம்மதித்தார் அவர். அந்த பதிவுத் திருமணத்திற்கு சாட்சி கையெழுத்து போட்டவரும் இயக்குனர் கே.சுப்ரமணியம்தான்.

எம்.ஜி.ஆர்., சந்திரபாபு தொடங்கி எண்ணற்ற கலைஞர்களுக்கு அவர்களுடைய திரை வாழ்க்கையில் மட்டுமின்றி சொந்த வாழ்க்கையிலும் 'காட் பாதராக' இருந்த பெருமை கே.சுப்ரமணியத்துக்கு மட்டுமே உண்டு.

49

தனது போட்டியாளரையே தனது உதவியாளராக ஆக்கிக் கொண்ட ஸ்ரீதர்

தமிழ்த் திரையுலகின் போக்கை மாற்றியமைத்ததில் புதுமை இயக்குனரான ஸ்ரீதருக்கு முக்கியமான பங்கு உண்டு. எண்பதுகளில் தமிழ் சினிமாவை பாரதிராஜாவின் சீடர்களான கே.பாக்கியராஜ், மணிவண்ணன், மனோபாலா, கே.ரங்கராஜ், மனோஜ்குமார், ஆகியோர் ஆண்டதுபோல அறுபதுகளில் ஸ்ரீதரின் உதவியாளர்களான கே.எஸ்.கோபாலகிருஷ்ணன், பி.மாதவன், சி.வி. ராஜேந்திரன் ஆகியோர் சினிமா உலகில் கொடிகட்டிப் பறந்தனர்.

ஸ்ரீதரின் முக்கியமான உதவியாளராகப் பணியாற்றிய கே.எஸ்.கோபாலகிருஷ்ணன் முதலில் ஸ்ரீதருக்கு போட்டியாளராக இருந்து பின்னர் அவரிடமே உதவியாளராகச் சேர்ந்தவர்.

மதுரை தேவி கான வினோத சபா என்ற பெயரிலே நவாப் ராஜமாணிக்கம் பிள்ளை நடத்திக் கொண்டிருந்த நாடகக் குழுவில் தனது ஏழாவது வயதில் இணைந்த கே. எஸ். கோபாலகிருஷ்ணன் கதை, வசனம், பாட்டு, நடிப்பு என்று எல்லா பிரிவுகளிலும் அங்கே தேர்ச்சி பெற்றார்.

நாடக உலகில் வருமானம் மிகவும் சொற்பமாக இருந்ததால் திரைத்துறையில் சேர்ந்தால்தான் பணம் சம்பாதிக்க முடியும் என்று ஒரு கட்டத்தில் முடிவெடுத்த கோபாலகிருஷ்ணன் நாடகத்துறையில் பெற்றிருந்த அனுபவத்தின் துணையோடு தனது பத்தொன்பதாவது வயதில் நாடக சபாவிலிருந்து விலகி பாடலாசிரியர் உடுமலை நாராயண கவியிடம் உதவியாளராகச் சேர்ந்தார்.

பின்னாளில் மிகப் பெரிய இயக்குனராகவும் தயாரிப்பாளராகவும் வளர்ந்த கோபாலகிருஷ்ணன் தமிழ்த் திரையுலகில் முதலில் பாடலாசிரியராகத்தான் அறிமுகமானார். அதற்கு அவருக்கு பேருதவியாக இருந்தது உடுமலை நாராயண கவியிடம் அவர் பெற்ற பயிற்சியே.

அந்த சந்தர்ப்பத்தில் ஜூபிடர் பிக்சர்ஸ் நிறுவனத்திலிருந்த சுந்தரம் பிள்ளை ரெக்கார்டிஸ்ட் கோவிந்தசாமி, கேமிராமேன் ராமசாமி, ஜி.உமாபதி, கிருஷ்ணமூர்த்தி ஆகியோர் சேர்ந்து சரவணபவா யுனிட்டி பிக்சர்ஸ் என்ற பெயரிலே ஒரு நிறுவனத்தைத் தொடங்கி படம் எடுப்பதற்கான முயற்சிகளில் ஈடுபட்டிருந்தனர்.

அவர்கள் கதை கேட்டுக் கொண்டிருப்பதை அறிந்த கோபாலகிருஷ்ணன் தான் நாடகமாக எழுதி வெற்றி பெற்றிருந்த *தம்பி* என்ற கதையை அவர்களுக்குச் சொன்னார். அவர்களுக்கு அந்தக் கதை மிகவும் பிடித்திருந்தது.

அன்றிரவு தன்னுடைய அறைக்கு வந்து படுத்த கோபாலகிருஷ்ணனுக்குத் தூக்கமே வரவில்லை. கதாசிரியராக சினிமாவில் வலம் வருவது போலவும் அதைத் தொடர்ந்து இயக்குனர் ஆவதற்கு வாய்ப்புகள் தன்னைத் தேடி வருவது போலவும் வந்த வண்ணக் கனவுகளுக்கு நடுவே சிறிது நேரமே கண்ணயர்ந்தார் அவர்.

தன்னுடைய கதையில் யார் யார் நடிக்கப் போகிறார்கள் என்று தெரிந்து கொள்ள வேண்டும் என்ற பரபரப்போடு அடுத்த நாள் காலையில் அந்த நிறுவனத்திற்கு சென்றபோதுதான் தம்பி கதையைத் தவிர இன்னொரு கதையையும் அவர்கள் தேர்ந்தெடுத்து வைத்துள்ள விவரம் கோபாலகிருஷ்ணனுக்குத் தெரிய வந்தது.

அவர்கள் படமாக்குவதற்காகத் தேர்ந்தெடுத்து வைத்திருந்த இன்னொரு கதை ஸ்ரீதர் எழுதியது.

அந்த பட நிறுவனத்தினர் தங்களது படத்திலே கதாநாயகனாக நடிக்க சிவாஜி கணேசனை ஒப்பந்தம் செய்திருந்தனர். ஆகவே தாங்கள் தேர்ந்தெடுத்து வைத்துள்ள இரண்டு கதைகளில் எந்தக் கதை அவருக்குப் பிடிக்கிறதோ அதுவே முதலில் படமாக்கப்படும் என்று கே.எஸ்.கோபாலகிருஷ்ணனுக்கு சொன்னார். அந்த நிறுவனத்தின் பங்குதாரர்களில் ஒருவரான சுந்தரம் பிள்ளை.

சிவாஜி கணேசன் எந்தக் கதையைத் தேர்ந்தெடுக்கப் போகிறாரோ என்று கோபாலகிருஷ்ணன் குழப்பத்தோடு இருந்த போது அந்த பட நிறுவனத்தினர் தேர்ந்தெடுத்திருந்த இன்னொரு கதையை எழுதியவரான ஸ்ரீதரும், கோபாலகிருஷ்ணனைப் போலவே பெரும் தவிப்பில் இருந்தார்.

'புதுமை இயக்குனர்' என்றும் 'இயக்குனர் திலகம்' என்றும் தமிழ்த் திரைப்பட ரசிகர்களால் பட்டம் சூட்டப்பட்டு ஒரு கால கட்டத்தில் தமிழ் சினிமாவின் அடையாளங்களாக இருந்த அந்த இரு இயக்குனர்களுக்குமிடையே அன்று நடந்த அந்தப் போட்டியில் இறுதியாக ஸ்ரீதரே வென்றார்.

ஸ்ரீதருடைய எதிர்பாராதது கதை சிவாஜி கணேசனுக்கு பிடித்திருந்ததால் அவரது கதையையே முதலில் படமாக்குவது என்று சரவணபவா யுனிட்டி பிக்சர்ஸ் நிறுவனத்தினர் முடிவெடுத்தனர்.

"சிவாஜிக்கு என்னுடைய கதை பிடித்திருந்ததின் காரணமாக என்னுடைய கதை தேர்வு செய்யப்பட்டு விட்டது. அவ்வளவுதானே தவிர எனக்கு எந்த வகையிலும் கோபாலகிருஷ்ணன் குறைந்தவர் அல்ல" என்று தன்னுடைய போட்டியாளரான கோபாலகிருஷ்ணன் பற்றி ஸ்ரீதர் ஒரு கட்டுரையில் சொல்லியிருப்பதைப் பார்க்கும்போது அன்றைய கலைஞர்கள் எந்த அளவு விசாலமான மனதுடன் இருந்திருக்கிறார்கள் என்பதைப் புரிந்து கொள்ள முடிகிறது.

தன்னுடன் யார் போட்டி போட்டாரோ அந்த ஸ்ரீதர்தான் தனக்காக சினிமா உலகின் கதவுகளைத் திறக்கப் போகிறவர் என்று அப்போது கே.எஸ்.கோபாலகிருஷ்ணனுக்குத் தெரியாது.

ஸ்ரீதரின் கதை தேர்ந்தெடுக்கப்பட்டாலும் கோபாலகிருஷ்ணன் சொன்ன *தம்பி* கதையும் அந்தத் தயாரிப்பாளர்களுக்குப் பிடித்திருந்த காரணத்தினால் கோபாலகிருஷ்ணனை மிகவும் மரியாதையாக அந்த நிறுவனத்தினர் நடத்தினர். அதனால் அடிக்கடி அந்த நிறுவனத்துக்குச் சென்று வருவதை வழக்கமாகக் கொண்டிருந்தார் கோபால கிருஷ்ணன்.

அப்படி ஒரு சந்தர்ப்பத்தில் அவரைச் சந்தித்து அவரோடு பழகும் வாய்ப்பினைப் பெற்ற ஸ்ரீதர் "அவரைப் பார்த்ததும் மூர்த்தி சிறிதானாலும் கீர்த்தி பெரிது என்ற பழமொழிதான் என் நினைவுக்கு வந்தது" என்று ஒரு கட்டுரையில் குறிப்பிட்டிருக்கிறார்.

அந்த நிறுவனத்தில் அவர்கள் இருவரும் அடிக்கடி சந்தித்துப் பேசியபோது "எனக்குப் பாடலும் எழுத வரும்" என்று கே.எஸ்.கோபாலகிருஷ்ணன் சொல்ல உடனே *எதிர்பாராதது* படத்தின் காட்சிகளைப் பற்றி எடுத்துச் சொல்லி அதற்கான பாடல்களை எழுதிக் கொண்டு வரும்படி அவரிடம் சொன்னார் ஸ்ரீதர்.

அதைத் தொடர்ந்து அவர் சொன்ன ஒரு காட்சிக்கு 'காதல் வாழ்வில் நானே கனியாத காயாகிப் போனேன்' என்று தொடங்கும் பாடலை எழுதித் தந்தார் கோபாலகிருஷ்ணன். ஸ்ரீதருக்கு அந்தப் பாடல் மிகவும் பிடித்துப் போனதால் அந்தப் படத்தின் இயக்குனரான சி.எச்.நாராயண மூர்த்தியிடம் அந்தப் பாடலைப் பயன்படுத்திக் கொள்ளுமாறு பரிந்துரைத்தார் அவர்.

சி.என்.பாண்டுரங்கனின் இசையில், ஏ.எம்.ராஜா–ஜிக்கி குரலில் பதிவான அந்தப் பாடலே கே.எஸ். கோபாலகிருஷ்ணன் எழுதிய முதல் பாடலாக அமைந்தது.

எதிர்பாராதது மிகச் சிறந்த வெற்றிப்படமாக அமையவே ஸ்ரீதருக்கு திரையுலகில் வரவேற்பு பெருகியது.

அந்தப் படத்தின் தயாரிப்பாளர்களில் ஒருவரான கிருஷ்ணமூர்த்திதான் பின்னர் வீனஸ் கிருஷ்ணமூர்த்தி என்ற பெயரில் பல வெற்றிப் படங்களைத் தயாரித்தவர். ஸ்ரீதரும் அவரும் ஒத்தக் கருத்துக்கள் கொண்டவர்களாக இருந்ததால் எதிர்பாராதது படத்திற்குப் பிறகு அவர்கள் இருவரும் மிக நெருங்கிய நண்பர்களாகினர்.

கிருஷ்ணமூர்த்திக்கு பில்லியப்பா என்ற பெயரிலே மதுரையைச் சேர்ந்த மிகப் பெரிய பணக்காரர் ஒருவர் நண்பராக இருந்தார். கிருஷ்ணமூர்த்தியுடன் இணைந்து படம் தயாரிக்க ஆசைப்பட்ட அவர் ஸ்ரீதர், கிருஷ்ணமூர்த்தி ஆகிய இருவரின் ஆலோசனையின் பேரில் பரிவர்த்தனா என்ற தெலுங்குப் படத்தை தமிழில் மொழி மாற்றம் செய்து வெளியிடுவதற்காக வாங்கினார்.

இது மாதிரி மொழி மாற்றப் படங்களுக்கு வசனம் எழுதுவதில் அனுபவமுள்ள பலர் அப்போது இருந்த போதிலும் அவர்களை எல்லாம் தவிர்த்துவிட்டு ஸ்ரீதரை அந்தப் படத்திற்கு வசனம் எழுதச் சொன்னார் கிருஷ்ணமூர்த்தி. அப்போது ஸ்ரீதர் ஏற்கனவே சில நேரடித் தமிழ்ப் படங்களுக்கு கதை வசனம் எழுத ஒப்புக் கொண்டிருந்ததால் அந்த வாய்ப்பை ஏற்றுக் கொள்ள முதலில் தயங்கினார்.

"நண்பர் பில்லியப்பாவின் படம் என்பதால் நீங்கள் ஒப்புக்கொள்ளத்தான் வேண்டும்" என்று கிருஷ்ணமூர்த்தி சொல்லவே வேறு வழியின்றி அப்படத்திற்கு பணியாற்ற ஒப்புக் கொண்டார் ஸ்ரீதர்.

வசனங்களை சரிபார்த்து பின்னணி பேசும் கலைஞர்களுக்கு பயிற்சியளிக்க ஒரு திறமையான உதவியாளர் இருந்தால் நன்றாக இருக்குமே என்று ஸ்ரீதர் எண்ணியபோது அவர் நினைவுக்கு வந்த முதல் நபர் கே.எஸ். கோபாலகிருஷ்ணன்தான்.

திறமையாளர்களை மனம் விட்டுப் பாராட்ட எப்போதுமே தயங்காத இயக்குனரான ஸ்ரீதர் "டப்பிங் படத்துக்கு எப்படி வசனம் எழுத வேண்டும் என்று எனக்குச் சொல்லிக் கொடுத்தவரே கோபாலகிருஷ்ணன் தான்" என்று அவரது திறமையைப் பாராட்டியுள்ளார்.

லட்சாதிபதி என்ற பெயரிலே வெளியான அந்த மொழி மாற்றுப் படத்தின் வெற்றிக்குப் பிறகு தெலுங்கு, தமிழ் ஆகிய இரு மொழிகளிலும் படம் எடுக்க விரும்பிய பல தயாரிப்பாளர்கள் தமிழ்ப் படங்களுக்கு வசனம் எழுத ஸ்ரீதரைத் தேடி வரத் தொடங்கினார்கள்.

அந்த வாய்ப்புகளை ஒப்புக் கொண்ட ஸ்ரீதர் படப்பிடிப்புத் தளத்தில் நடிகர்களுக்கு வசனங்களை சொல்லித் தர கே.எஸ். கோபாலகிருஷ்ணனின் சேவையைப் பயன்படுத்திக் கொள்ள முடிவு செய்தார். அதைத் தொடர்ந்து ஸ்ரீதரிடம் உதவியாளராகச் சேர்ந்தார் கே.எஸ். கோபாலகிருஷ்ணன்.

வசனங்களை ஏற்ற இறக்கத்தோடு எப்படிப் பேச வேண்டும் என்று சொல்லித் தருவதில் கே.எஸ். கோபாலகிருஷ்ணன் கைதேர்ந்தவர் என்பதால் அவர் வசனம் பேச கற்றுத் தந்த பாணி எஸ்.வி. ரங்காராவ், சாவித்திரி போன்ற கலைஞர்களை மிகவும் கவர்ந்தது.

இன்னும் சரியாகச் சொல்ல வேண்டும் என்றால் சாவித்திரி, எஸ்.வி. ரங்காராவ், அஞ்சலிதேவி ஆகியோர் தமிழ்ப்படங்களில் நல்ல தமிழ் பேசி நடித்ததற்குக் காரணமே கே.எஸ்.கோபாலகிருஷ்ணன்தான்.

ஸ்ரீதரிடம் தொடர்ந்து பல படங்களில் பணியாற்றிய கே.எஸ்.கோபாலகிருஷ்ணன் அவரோடு இணைந்து பணியாற்றிய கடைசி படமாக *உத்தம புத்திரன்* அமைந்தது.

அந்தப் படத்திலேதான் ஸ்ரீதர் யார் என்பதைப் புரிந்து கொள்ளக் கூடிய வாய்ப்பு எனக்குக் கிடைத்தது என்று குறிப்பிட்டிருக்கிறார் கே.எஸ்.கோபாலகிருஷ்ணன்.

50

உதவியாளருக்காக பட நிறுவனத்தை விட்டு விலகத் துணிந்த இயக்குனர் ஸ்ரீதர்

அமர தீபம், உத்தம புத்திரன், கல்யாணப் பரிசு உட்பட பல வெற்றிப் படங்களை எடுத்த வீனஸ் பிக்சர்ஸ் நிறுவனம் எந்த அளவு மூலதனத்தைக் கொண்டு ஆரம்பிக்கப்பட்டது என்று தெரிந்தால் யாராலும் ஆச்சர்யப்படாமல் இருக்க முடியாது.

எதிர்பாராதது படத்திலே பணியாற்றும்போது அப்படத்தின் தயாரிப்பாளர்களில் ஒருவராக இருந்த கிருஷ்ணமூர்த்தி மற்றும் கோவிந்தராஜன் ஆகியோரோடு ஸ்ரீதருக்கு மிகவும் நெருக்கமான நட்பு உருவானது. அதைத் தொடர்ந்து தினமும் தவறாமல் சந்தித்துப் பேசுவதை அவர்கள் வழக்கமாக்கிக் கொண்டார்கள். அப்படி ஒரு நாள் பேசிக் கொண்டிருக்கும் போது சொந்தமாக ஒரு சினிமா கம்பெனி ஆரம்பித்து நாம் படம் தயாரித்தால் என்ன என்ற எண்ணம் அவர்களுக்குத் தோன்றியது. அந்த எண்ணம் தோன்றியபோது அவர்கள் யார் கையிலும் முழுதாக ஆயிரம் ரூபாய் கூட இல்லை என்பதுதான் அதில் முக்கியமான விஷயம்.

அப்படிப்பட்ட சூழ்நிலையில் படம் எடுப்பது என்று முடிவெடுத்த அவர்கள் மூவரும் பணத்துக்கு என்ன செய்வது என்ற கேள்வியை ஒருவர் மாறி ஒருவர் கேட்டுக் கொண்டனர்.

அப்போது ஸ்ரீதர் தமிழ் தெலுங்கு ஆகிய இரு மொழிகளிலும் உருவாகிக் கொண்டிருந்த படங்களின் தமிழ்ப் பதிப்புக்கு வசனம் எழுத ஒன்பதாயிரம் ரூபாய் வரை சம்பளம் வாங்கிக் கொண்டிருந்தார். ஆகவே "நான் பணியாற்றும் கம்பெனிகளில் பேசி ஐயாயிரம் ரூபாய் வரை நான் வாங்கித் தருகிறேன்" என்றார் ஸ்ரீதர். கிருஷ்ணமூர்த்தி, கோவிந்தராஜன் ஆகிய இருவரும் தங்களால் முடிந்த பணத்தை புரட்டித் தர ஒப்புக் கொண்டனர்.

இரண்டு கதாநாயகிகளை மையமாக வைத்து ஸ்ரீதர் சொன்ன அமர தீபம் என்ற கதை அவரது நண்பர்கள் இருவருக்கும் பிடித்துப் போகவே அதையே படமாக்கலாம் என்ற முடிவுக்கு அவர்கள் வந்தனர்.

அப்போது தமிழிலும் தெலுங்கிலும் பிரபலமாக இருந்த டி.பிரகாஷ்ராவ் இயக்குகின்ற பாணி ஸ்ரீதரை மிகவும் கவர்ந்திருந்த காரணத்தினால் தங்களுடைய முதல் படத்தை இயக்கித் தரும்படி அவரைக் கேட்கலாம் என்றார் ஸ்ரீதர்.

பரிவர்த்தனா என்ற தெலுங்குப் படத்துக்கு தமிழில் வசனம் எழுதிய போதும் மாதர் குல மாணிக்கம் படத்துக்கு வசனம் எழுதிய போதும் இயக்குனர் டி. பிரகாஷ்ராவோடு ஸ்ரீதருக்கு நெருக்கமான பழக்கம் ஏற்பட்டிருந்தது. அந்த நல்ல நட்பு காரணமாகவும் நேரடித் தமிழ்ப் படத்தை இயக்கக் கிடைத்த முதல் வாய்ப்பு என்பதாலும் *அமர தீபம்* படத்தை இயக்க டி.பிரகாஷ்ராவ் ஒப்புக்கொண்டார்.

அடுத்து அந்தக் கதையில் யார் யாரை நடிக்க வைக்கலாம் என்ற விவாதம் தொடங்கிய போது "இந்தக் கதையில் சிவாஜிகணேசன் கதாநாயகனாக நடித்தால்தான் நன்றாக இருக்கும்" என்று ஸ்ரீதர் சொல்ல "கதாநாயகிகள் இருவரில் ஒருவர் பத்மினி இன்னொருவர் சாவித்திரி" என்றார் கிருஷ்ணமூர்த்தி.

அவர்கள் சொன்ன அந்த மூவருமே அன்று தமிழ்த் திரையுலகில் கொடி கட்டிப் பறந்து கொண்டிருந்த நட்சத்திரங்கள். அந்த மூன்று பேரில் ஒருவருக்கு முன் பணம் கொடுக்கக்கூட அவர்கள் கையில் அன்று காசு இல்லை என்ற போதிலும் நட்சத்திரத் தேர்வை உற்சாகத்துடன் அவர்கள் தொடர்ந்து நடத்தினார்கள்.

பத்மினி சாவித்திரி ஆகியோருடன் பேசுவதற்கு முன்னாலே சிவாஜியை சந்தித்து பேச முடிவு செய்து அவரது வீட்டுக்கு புறப்பட்டார் ஸ்ரீதர்.

எதிர்பாராதது படத்தில் நாயகனாக நடித்த சிவாஜி ஸ்ரீதரின் திறமையைப் பற்றி நன்கு அறிந்தவர். இளைஞராகவும், மிகச் சிறந்த திறமைசாலியாகவும் ஸ்ரீதர் இருந்த காரணத்தால் *எதிர்பாராதது* படத்தின் படப்பிடிப்பின் போது அவருடன் மிகவும் பாசத்துடன் பழகினார் சிவாஜி.

அந்தப் பழக்கம் காரணமாக சிவாஜியை எளிதில் தொடர்பு கொண்ட ஸ்ரீதர் "உங்களிடம் ஒரு கதை சொல்ல வேண்டும். எப்போது வரலாம்" என்று கேட்க "நீங்கள் எப்போது வேண்டுமானாலும் வரலாம்" என்றார் சிவாஜி. சிவாஜியை அவரது வீட்டில் சந்தித்த ஸ்ரீதர் அமரதீபம் கதையை அவரிடம் சொன்னபோது "கதை மிகவும் பிரமாதமாக இருக்கிறது" என்று ஸ்ரீதரைப் பாராட்டினார் அவர்.

"கிருஷ்ணமூர்த்தி, கோவிந்தராஜன் ஆகியோரோடு சேர்ந்து நான் புதுசா ஆரம்பிச்சிருக்க வீனஸ் பிக்சர்ஸ் என்ற கம்பெனியில் இந்தக் கதையைத் தான் முதல்ல படமாக எடுக்கப் போகிறோம். நீங்கதான் படத்திலே ஹீரோவா நடிக்கணும். ஆனால் உங்களுக்கு முன்பணம் கொடுக்கக் கூட எங்க மூணு பேர் கையிலேயும் இப்போ பணம் இல்லை. அதனால உங்க பெயரைப் போட்டு நாங்கள் விளம்பரம் கொடுக்க நீங்க அனுமதி கொடுத்தால் நிச்சயமாக அந்த விளம்பரத்தைப் பார்த்து எங்களுக்குப் பணம் கொடுக்க பைனான்சியருங்க வருவாங்க. அதுக்குப் பிறகு அவர்களிடமிருந்து பணத்தை வாங்கி உங்களுக்கு நாங்க முன்பணம் கொடுத்திடறோம்" என்றார் ஸ்ரீதர்.

அவர் மூச்சுவிடாமல் அப்படிச் சொன்னதைக் கேட்டு சிரித்த சிவாஜி "நீங்கள் எப்போது வேண்டுமானாலும் பணம் கொடுங்கள். அதைப் பற்றி பிரச்சினை இல்லை. நான் உங்கள் படத்தில் நிச்சயமாக நடிக்கிறேன். என் பெயரைப் போட்டு நீங்கள் தாராளமாக விளம்பரம் போட்டுக் கொள்ளலாம்" என்றார்.

அடுத்து பத்மினியின் வீட்டுக்குச் சென்ற ஸ்ரீதர் சிவாஜியின் வீட்டில் நடந்தது எல்லாவற்றையும் சொல்ல "சிவாஜி நடிக்கும்போது நான் உங்களுக்காக நடிக்க மாட்டேனா? நிச்சயமாக நான் நடிக்கிறேன்" என்று அவரும் முன்பணம் இன்றி படத்திலே நடிக்க ஒப்புக் கொண்டார்.

டி.பிரகாஷ்ராவின் இயக்கத்தில் பல தெலுங்குப் படங்களில் நடித்தவர் சாவித்திரி என்பதால் அவரை நடிக்க வைக்கின்ற பொறுப்பை டி.பிரகாஷ்ராவ் ஏற்றுக்கொண்டார்.

அமரதீபம் படத்தில் சிவாஜி கணேசன், பத்மினி, சாவித்திரி ஆகிய எல்லோருக்கும் வசனங்களைச் சொல்லித் தருகின்ற வேலையை கே.எஸ்.கோபாலகிருஷ்ணன் ஏற்றுக் கொண்டிருந்தார்.

"நான் எழுதிய வசனங்களை நடிகர்களுக்கு அவர் சொல்லிக் கொடுத்த பாணிதான் என் வசனங்களுக்கே உயிர் ஊட்டியது என்று சொல்வேன். எப்படிப் பேச வேண்டும் என்பதை அவர் நடித்தே காட்டி விடுவார்" என்று கோபாலகிருஷ்ணனின் திறமையைப் பற்றி குறிப்பிட்டிருக்கிறார் ஸ்ரீதர்.

அமரதீபம் படத்தின் மாபெரும் வெற்றியை அடுத்து பிரம்மாண்டமான படம் ஒன்றை எடுக்க வீனஸ் பிக்சர்ஸ் நிறுவனத்தினர் முடிவு செய்தனர். அந்தப் படம்தான் சிவாஜிகணேசன்

இரட்டை வேடத்தில் நடித்த உத்தமபுத்திரன். அந்தப் படத்திலும் கே.எஸ்.கோபாலகிருஷ்ணன் ஸ்ரீதரின் உதவியாளராகப் பணியாற்றினார்.

"உத்தமபுத்திரன் பட வசனங்களை எழுதி முடித்தவுடன் முதலில் கே.எஸ்.கோபாலகிருஷ்ணனுக்குத்தான் நான் படித்துக் காட்டுவேன். தனக்கு திருப்தியாக இல்லை என்று அவர் சொல்லி விட்டார் என்றால் உடனே அந்த வசனங்களை அடித்து விட்டு அவரது திருப்தியைப் பெறும் வரையில் திரும்பத் திரும்ப எழுதிக் காட்டுவது என் வழக்கம். ஏனெனில் அவரது முடிவு அவ்வளவு சரியாக இருக்கும்" என்று பல பத்திரிகைப் பேட்டிகளில் கே.எஸ்.கோபாலகிருஷ்ணனின் திறமையைப் பாராட்டியுள்ளார் ஸ்ரீதர்.

அந்த அளவிற்கு ஸ்ரீதர் மரியாதை வைத்திருந்த கோபால கிருஷ்ணனை ஸ்ரீதர் கண் முன்னாலேயே ஒருவர் அவமானப்படுத்தினார்.

அன்று ஸ்ரீதர், கே.எஸ்.கோபாலகிருஷ்ணன், வீனஸ் கிருஷ்ணமூர்த்தி மற்றும் சிலர் உத்தமபுத்திரன் கதை விவாதத்தில் ஈடுபட்டிருந்தனர்.

அப்போது வீனஸ் பிக்சர்சில் இருந்த ஒருவர் கே. எஸ். கோபால கிருஷ்ணனை அவமானப்படுத்தும் வகையில் துடுக்கத்தனமாக பேசினார்.

அவர் அப்படி பேசியவுடன் அவமானத்தால் குன்றிப் போனார் கே.எஸ். கோபாலகிருஷ்ணன்.

"பலர் முன்னிலையில் என்னை அவர் அப்படி அவமானப்படுத்தி பேசுவார் என்று நான் எதிர்பார்க்கவில்லை. அப்படி அவர் பேசியதும் எனக்கு ரொம்பவும் வேதனையாகி விட்டது. இப்படி எல்லோர் முன்னிலையிலும் அவமானப்படுத்தி விட்டாரே என்ற தலைக்குனிவு காரணமாக என்னால் பதில் பேச முடியவில்லை. அதே சமயம் அந்த வேதனையையும் தாங்கிக் கொள்ள முடியவில்லை.

மனதிற்குள்ளேயே புழுங்கினேன் பொருமினேன். ஆனால் என்னைவிட பல மடங்கு அதிகமாகப் புழுங்கிய இதயம் ஒன்று அங்கே இருந்தது. அந்த இதயத்துக்கு சொந்தக்காரர் என் மதிப்பிற்குரிய கதாசிரியர் ஸ்ரீதர்" என்று ஒரு கட்டுரையில் கே.எஸ்.கோபாலகிருஷ்ணன் குறிப்பிட்டுள்ளார்.

கே.எஸ். கோபாலகிருஷ்ணனை விமர்சித்துப் பேசியதும் அதைத் தாங்கிக் கொள்ள முடியாத ஸ்ரீதர் நேராக வீனஸ் பிக்சர்ஸ் நிறுவனத்தின் தலைவரான கிருஷ்ணமூர்த்தியிடம் சென்றார்.

"நான் ஒரு எழுத்தாளன். என்னைப் போலவே கோபாலகிருஷ்ணனும் ஒரு எழுத்தாளர். என் கண் முன்னால் அவரை அவமானப்படுத்துவது என்பது என்னை அவமானப்படுத்துவது போலத்தான்.

எனக்கு ஆண்டவன் அருள் இருந்ததால் சந்தர்ப்பம் கிடைத்து நான் திரைக் கதாசிரியனாகவும், தயாரிப்பாளராகவும் ஆகிவிட்டேன். அவருக்கு இன்னும் அந்த சந்தர்ப்பம் வரவில்லை என்பதுதான் எனக்கும் அவருக்குள்ள வித்தியாசம். ஆனால் திறமையில் அவர் எந்த வகையிலும் என்னைவிடக் குறைந்தவர் அல்ல ஆகவே அவரை அவமானப்படுத்தியவர் உடனடியாக அவரிடம் மன்னிப்பு கேட்க வேண்டும். இல்லையென்றால் இந்த கம்பெனியில் இருக்க நான் தயாராக இல்லை" என்று பொரிந்து தள்ளினார் ஸ்ரீதர்.

சிறிது நேரம் யாரும் பேசவில்லை.

அந்த இடம் புயலடித்து ஓய்ந்த பூமி போல இருந்தது.

ஸ்ரீதரின் கொந்தளிப்பிற்குப் பிறகு கோபாலகிருஷ்ணனை அவமானப்படுத்திய நபர் அவரிடம் மன்னிப்பு கேட்டார்.

அந்தச் சம்பவம் பற்றி குறிப்பிடும்போது "என்னால் கதாசிரியர் ஸ்ரீதரை அந்த இடத்தில் அப்போது பார்க்க முடியவில்லை. எழுத்தாளனின் உரிமையைக் காக்கும் போர் வீரனையே அங்கு கண்டேன்.

தன் சகாவை விட்டுக் கொடுக்காத ஒரு கடமை தவறாத அதிகாரியாக அவரைப் பார்த்தேன்.

ஸ்ரீதர் என்னும் அந்த அற்புதமான மனிதபிமானிக்கு அன்று என் மனதிற்குள் லட்சார்ச்சனை செய்தேன்" என்று குறிப்பிட்டுள்ள கோபாலகிருஷ்ணன் "ஸ்ரீதருடன் பணி புரிந்த நாட்களில் இம்மாதிரியான இன்ப அதிர்ச்சிகள் பலவற்றுக்கு என் பலவீனமான இதயம் உள்ளாகியிருக்கிறது" என்றும் குறிப்பிட்டுள்ளார்.

தனது உதவியாளருக்காக அப்படிப் பொங்கி எழுகின்ற போர் குணத்தை இன்று எத்தனை பேரிடம் பார்க்க முடியும்?